'आय वॉन्ट ॲन एन्ड टु धिस लाईफ'
असं देखील सांगू न शकणाऱ्या अरुणा शानबागची
ही जगावेगळी सत्यकहाणी...

अरुणाची गोष्ट

पिंकी विराणी

अनुवाद
मीना कर्णिक

मेहता पब्लिशिंग हाऊस

ARUNA'S STORY by Pinki Virani

Translated in Marathi language by Meena Karnik

अरुणाची गोष्ट / अनुवादित कादंबरी

अनुवाद : मीना कर्णिक, ४ए, लीलीरोज सोसायटी, मोघल लेन,
माहीम – ४०० ०१६

प्रकाशक : सुनील अनिल मेहता, मेहता पब्लिशिंग हाऊस, १९४१ सदाशिव पेठ,
माडीवाले कॉलनी, पुणे – ४११ ०३०

मुखपृष्ठ : चंद्रमोहन कुलकर्णी

प्रथमावृत्ती : डिसेंबर, १९९८ /
मेहता पब्लिशिंग हाऊसची दुसरी आवृत्ती : ऑगस्ट, २०१०

ISBN 978-81-8498-142-1

रोशनआरा आणि आपल्या मुलींना
आयुष्याचा मार्ग दाखवणाऱ्या सर्व आयांना

\- लेखिका

मनुष्यप्राणी जे जे करतो, ते त्याच्या पूर्व वासनेच्या जोरावर पराधीनतेने करतो, स्वाधीनतेने नव्हे.

मनोगत

मी दुसऱ्या एका पुस्तकाचं काम सुरू केलेलं होतं. या पुस्तकाप्रमाणे ते पूर्णपणे वास्तव नव्हतं आणि अचानक हे काम माझ्याकडे चालून आलं. मी थोडी द्विधा झाले. पत्रकार म्हणून लोकांच्या माहितीच्या हक्कासाठी घडणाऱ्या घटनांची बातमी देणं हे माझं काम आहे. पण एक अख्खं पुस्तक लिहायचं? मी अरुणा शानबागच्या परिस्थितीचा गैरफायदा तर घेत नाहीये?

अरुणाचा आणि माझा संबंध तसा खूप जुना आहे. एक दिवस 'द टाइम्स ऑफ इंडिया'च्या ज्येष्ठ संपादिका बच्छी करकारिया यांना मी अरुणाविषयी सांगत असताना त्यांनी मला 'द संडे टाइम्स'साठी १४०० शब्दांचा एक लेख लिहायला सांगितलं. या लेखाला मिळालेला प्रतिसाद प्रचंड होता. पूर्णपणे अनोळखी माणसांनी माझा टेलिफोन नंबर शोधून काढला (फोन माझ्या नावावर नसल्याने नंबर शोधणं सोपं नव्हतं) आणि आम्ही अरुणाच्या मुक्तीसाठी प्रार्थना करू, असं मला सांगितलं. यातल्या बहुतेक बायका होत्या. डीन आणि केईएम हॉस्पिटलमध्ये फोन आणि पत्रांची रीघ लागली. त्यापैकी काही तर मिझोरामसारख्या ठिकाणाहून आलेली होती. माझा लेख अनेक वर्तमानपत्रांनी माझं किंवा 'टाइम्स ऑफ इंडियाचं' नाव न देताच छापला आणि हळूहळू हॉस्पिटलला हिंदी, मराठी, गुजराती, कन्नड, तामिळ, मल्याळम आणि तेलुगूसारखी भाषिक वर्तमानपत्रं वाचणाऱ्या वाचकांकडूनही पत्रं येऊ लागली.

त्यानंतर माझी एक मैत्रीण दुबईला सुट्टी घालवून परत आली होती. काही वर्षांपूर्वी एका हॉस्पिटलमध्ये एका नर्सवर तिच्या लग्नापूर्वी बलात्कार झाला. तिला ब्रेन हॅमरेज झालं आणि ती अजूनही त्याच हॉस्पिटलमध्ये आहे असं ही मैत्रीण मला सांगू लागली. तिने दुबईतील एका इंग्रजी दैनिकामध्ये 'भारतातून खास लेख' या

मथळ्याखाली ही माहिती वाचली होती. माझ्या मूळ लेखाचा कुठेही उल्लेख न करता त्यावरून उचलून हा लेख लिहिण्यात आलेला होता. माझ्या मैत्रिणीने तो लेख कापून कॅनडातल्या आपल्या बहिणीलाही पाठवून दिला होता.

'जगभरातल्या सगळ्या भारतीयांना अरुणाविषयी वाचायला आवडेल', प्रकाशक म्हणाले. ७५ हजार शब्द लिहिण्यासाठी दिलेलं ते उत्तेजन होतं, पण मला सगळा तपशील कुठून मिळणार? तिचं व्यक्तिगत आयुष्य, तिचा भूतकाळ, तिच्या विखुरलेल्या कुटुंबीयांचे पत्ते आणि पंचवीस वर्षं जुनी झालेली पोलीस फाईल? तिची १९६६ सालातली व्यक्तिगत फाईल मला मिळू शकेल का, असं मी केईएमला विचारलं. त्यांनी शंका व्यक्त केली. पण ती फाईल त्यांना मिळाली. सुरुवात तर चांगली झाली असं मी मनाशी म्हटलं. अर्थात पुढचा शोध फार मोठी किंमत देऊनच होणार आहे याची मला कल्पना होती. किंमत - मानसिक, शारीरिक आणि आर्थिक. खूप मंद गतीने पण आवर्जून जुन्या, हरवलेल्या फायली सापडू लागल्या. ही अरुणाची गोष्ट होती म्हणून लोकांनी आपला वेळ आणि सहकार्य देऊ केलं. काही काही गोष्टी शोधणं आपल्याला कधीच शक्य होणार नाही असं मला वाटलं होतं. १९७३ पासून अनेक संबंधितांचे मृत्यू झालेत, आणि त्यातले बहुतेक हे वयोमानानुसार झालेत. पण तरीही ज्या व्यक्ती अस्तित्वात आहेत अशी मला पुसटशीही कल्पना नव्हती अशांकडून मला त्या वेळच्या लोकांची माहिती मिळू लागली. डॉक्टरांनी मोकळेपणाने त्यांचा वेळ देऊ केला, वैद्यकीय भाषा समजावून सांगितली आणि वैद्यकीय क्षेत्राने स्टाफ नर्स अरुणा शानबागवर आजतागायत केस स्टडी केलेला नाही म्हणून आश्चर्यही व्यक्त केलं.

माझ्या या संशोधनातून अरुणावर नेमका कसा बलात्कार झाला हे मी शोधून काढू शकले. बलात्कार करणाऱ्याला त्या गुन्ह्यासाठी शिक्षाच झाली नाही हे मला कळलं तेव्हा मला धक्काच बसला. त्याच वेळी अरुणाची गोष्ट सांगायला हवी असं मी ठरवलं.

हे पुस्तक विकत घेतल्याबद्दल धन्यवाद. या पुस्तकाच्या विक्रीतून मिळणाऱ्या

मानधनाची अर्धी रक्कम, अरुणा शानबागचं उरलेलं आयुष्य शक्य तेवढ्या कमी त्रासात जावं म्हणून वापरण्यात येणार आहे. तिच्या मृत्यूनंतर तरुण मुलींना नर्सिंग शिकवणाऱ्या एका धर्मादाय संस्थेला तिच्या नावाने हा निधी पाठवण्यात येईल.

अनेकांनी मला या कामात मदत केली. अरुणाच्या वतीने मी त्यांची ऋणी आहे. आपल्याविषयी काही लिहिलं गेलंय याची कल्पनाही नसलेल्या एका बाईच्या वतीने ऋणी राहण्याची वेळ यापूर्वी माझ्यावर कधीच आली नव्हती. या पुस्तकामध्ये ज्यांची नावं आली आहेत त्या सर्वांची मी आभारी आहे. डॉ. प्रज्ञा पैंपासून ते विनंतीवरून ज्यांची नावं बदलण्यात आली आहेत त्यांच्यापर्यंत. नोकरीत असलेल्या किंवा निवृत्त झालेल्या मुंबईच्या पोलिसांनी मला केलेल्या मदतीचाही उल्लेख करायला हवा. टी.के. चौधरी, के. सुब्रमण्यम, एस.पी.एस. यादव आणि व्ही. बालचंद्रन यांची नावं आवर्जून घ्यायला हवीत.

आणि मी हे लिहीत असताना भक्कम भिंतीसारख्या माझ्या मागे उभ्या राहिलेल्या दोन पुरुषांचाही उल्लेख करायला हवा. व्ही. शंकर अय्यर आणि डेव्हिड दाविदार, मन:पूर्वक धन्यवाद

पिंकी विराणी

अनुवादिकेचे मनोगत

'अरुणाज स्टोरी' हे पिंकी विराणींचं पुस्तक वाचून झाल्यावर माझी पहिली प्रतिक्रिया कोणती होती? अरुणाची ही गोष्ट वाचताना मी सतत त्यात स्वत:ला पाहत होते. कधी अरुणामध्ये तर कधी तिच्या मैत्रिणींमध्ये, तिची देखभाल करणाऱ्या तरुण नर्सेसमध्ये तर कधी हॉस्पिटलमधल्या वयस्क मेट्रन्समध्येही स्वत:ला कुठेतरी शोधत होते. याचा अर्थ प्रत्येक मुलीला किंवा बाईला हे पुस्तक वाचताना असंच वाटेल का? अरुणाच्या निमित्ताने आपली स्वत:ची मतं पारखून घेणं, एखादा नवीन दृष्टिकोन सापडतोय का, याचा शोध घेणं हे जसं माझ्या बाबतीत घडलं तसं सगळ्या बायकांच्या बाबतीत घडेल का? विशेष म्हणजे या पुस्तकाचा अनुवाद करण्यापूर्वी पिंकी विराणीला भेटायला गेले असताना तिने नेमकी हीच भावना बोलून दाखवली. हा विषय आपला आहे असं मग वाटायला लागलं आणि आपणच या पुस्तकाचा अनुवाद करायचा हे मनोमन ठरवून टाकलं.

मानसिकदृष्ट्या एखाद्या विषयात एवढं गुंतून गेल्यानंतर महिनाभरात अनुवादाचं काम सहज पूर्ण होऊ शकेल असं मला सुरुवातीला वाटलं होतं. (पिंकीला मूळ पुस्तकासाठी तीन महिने लागले होते). पण वाटलं होतं तेवढं हे काम सोपं नव्हतं. किंबहुना त्यात फार गुंतून गेल्यामुळेच असेल बहुधा, काम करत असताना अनेक वेळा थबकायला व्हायचं. अनेक प्रश्नांची गर्दी मनात व्हायची. बलात्कार, त्याबाबतचे कायदे, त्यासाठी होणारी शिक्षा, बलात्कार झालेल्या बाईवर होणारा मानसिक आघात, वाढत चाललेली बलात्काराची प्रकरणं, अरुणाची झालेली अवस्था, तिचं नसलेलं भविष्य, इच्छामरण-दयामरण. या सगळ्यात उच्च न्यायालयाने जळगाव वासनाकांडातील आरोपीला निर्दोष सोडून दिल्यासारखी एखादी बातमी भर घालायची. एक अरुणा शानबाग या समाजाने बघितली. पण आपण ती निगरगट्टपणे पचवलीसुद्धा

का? तिच्यासाठी आपण काहीच करू शकत नाही म्हणून आपण नुसते कढ काढत बसणार का?

अरुणासाठी आपण नेमकं काय करायचं, या प्रश्नाने पिंकीलाही सतावलंय. आपण जर पुस्तक लिहून स्वस्थ बसलो तर आपल्यामध्ये आणि अरुणावर बलात्कार करणाऱ्या सोहनलालमध्ये फरकच राहणार नाही अशी तिची भावना आहे. पुस्तक संपलं तरी अरुणा उरते. पत्रकार म्हणून आपलं काम संपलं असलं तरी एक बाई म्हणून, एक माणूस म्हणून तिच्यासाठी काहीतरी करायला हवं हा विचार जाता जात नाही. पण काहीतरी करायचं म्हणजे काय करायचं? मला वाटतं दुसरी अरुणा निर्माण होऊ नये यासाठी आपण काय करू शकतो, एवढा विचार अरुणाच्या निमित्ताने आपण करायला लागलो तरी पिंकीने घेतलेली मेहनत थोडीफार कारणी लागली असं म्हणता येईल.

आणखी एका गोष्टीचा आवर्जून उल्लेख करावासा वाटतो. 'अरुणाज स्टोरी' हे पुस्तक जेवढं अरुणाचं आहे, तेवढंच मला वाटतं ते, तिची गेली पंचवीस वर्षं काळजी घेणाऱ्या केईएममधल्या नर्सेसचंही आहे. ही त्यांचीही गोष्ट आहे. अगदी सुरुवातीच्या काळात अरुणाची देखभाल करणाऱ्या नर्सेस तिच्या बरोबरीच्या होत्या, तिच्या मैत्रिणी होत्या. स्वाभाविकच, अरुणावर जो प्रसंग गुदरला त्याबाबतची त्यांची प्रतिक्रिया तीव्र होती. त्यातून अरुणाच्या नातेवाइकांनी तिला टाकून दिलेलं होतं. ती केवळ त्यांच्यासारखीच एक नर्स होती असं नाही, तर एक बाई म्हणूनही त्या अरुणाचं दुःख समजू शकत होत्या. अरुणाचं संगोपन करण्याचा त्यांचा निग्रह म्हणूनच समजण्यासारखा होता. पण ही भावना केवळ त्यांच्यापुरतीच राहिली नाही. त्यानंतर आलेल्या नवीन नर्सेसना कदाचित अरुणाविषयी तेवढी आत्मीयता नसेलही, पण तिचं पालन करण्याविषयी त्यांच्यात कधीच दुमत नव्हतं. क्वचित एखादा अपवाद वगळता आजही केईएमच्या नर्सेसनी घेतलेलं हे व्रत चालू आहे. म्हणूनच अरुणाइतकीच ही त्यांचीही गोष्ट आहे.

'अरुणाज स्टोरी'चा मराठी अनुवाद करायची संधी मला माझे सहकारी निखिल वागळे यांनी दिली. त्यातल्या वैद्यकीय संज्ञांचं मराठीकरण करण्यासाठी डॉ. मनोज भाटवडेकरांनी आवर्जून मदत केली. त्याबद्दल त्यांचे आभार मानायला हवेत. काही काही ठिकाणी (ॲनॉटॉमी, गँगरीन) मूळ इंग्रजी शब्दच कायम ठेवण्याची सूचनाही त्यांचीच. सुनील कर्णिक यांनी हा अनुवाद वाचून काही महत्त्वाच्या सूचना केल्या. केईएमच्या डीन डॉ. प्रज्ञा पै यांनीही मोलाचं सहकार्य केलं. हा अनुवाद करण्यापूर्वी, करत असताना आणि त्यानंतर पिंकीशी माझा सतत संपर्क होता. अरुणा जितकी तिची होती तेवढीच ती माझी असावी ही तिची तळमळ, अरुणाशी माझी भेट घडवण्यात तिने घेतलेला पुढाकार या सगळ्याची मला खूप मदत झाली.

आमची ही अरुणा या पुस्तकाद्वारे तुमचीही व्हावी ही इच्छा.

मीना कर्णिक

१

अंधारात तो दबा धरून बसला होता. त्याचे डोळे चमकत होते. त्याने कुत्र्याच्या गळ्यात घालायच्या साखळीला हात लावून पाहिला. ती जागेवर होती. आपला उपयोग होण्याची वाट पाहत. त्याच्या बोटांना साखळीचा थंडगार स्पर्श जाणवत होता. विकृत समाधान देणारा स्पर्श. स्वत:ला हे करतानाचं दृश्य त्याने आजवर कितीतरी वेळा कल्पनेने पाहिलं होतं.

आज त्याने कुत्र्याची साखळी स्वत:च्या कंबरेभोवती गुंडाळलेली होती. जणू ती तिचीच नाजूक कंबर असावी. तिची गोरीपान, कमनीय कंबर आणि मधे गोल, छोटीशी बेंबी. तिच्या साडीतून त्याने ती चमकताना याआधी पाहिलेली होती.

ती आणि शरीरावर केवळ कुत्र्याची साखळी. तिच्या कंबरेभोवती. तिच्या बेंबीशी खेळणारी. आणि त्याच्या वर धपापणारे तिचे छोटे, गोल, गोरे स्तन. आपल्या पंजात ते नेमके मावताहेत अशी कल्पना त्याने बरेचदा केली होती. तिची फिकट चॉकलेटी स्तनाग्रं त्याच्या हाताच्या स्पर्शाने कडक झालीत. आणि ती तिथे उभी आहे. सर्वांच्या समोर त्याचा अपमान करतेय. तो आपला पंजा अधिक घट्ट करतो. तिची स्तनाग्रं आवळतो. ती निघून गेलीये.

पण या वेळी नाही.

लवकरच ती इथे येईल. त्याने पुन्हा स्पर्श केला, बुशशर्टच्या आत असलेल्या त्या कुत्र्याच्या साखळीला. आपल्या कंबरेभोवती खाकी हाफ पॅण्टच्या वर सैलसर अडकवलेल्या त्या साखळीला. आणि तो वाट पाहू लागला.

वर, जगरहाटी नेहमीप्रमाणे चालू होती. गर्दीने गच्च भरलेल्या डबल डेकर बसेस समोरून जात होत्या. 'इस्पितळ – हॉर्न वाजवू नये'चा फलक धुडकावून

टॅक्सींची ये-जा चालू होती. केईएम इस्पितळाचं आवार बनलेल्या त्या इमारतींमध्ये डॉक्टर रुग्णांवर औषधोपचार करत होते आणि मरणाच्या दारात असलेल्यांच्या वेदना कमी करण्याचा प्रयत्न. पेशंटसचे चार्ट भरणं, सीरिंज भरणं यात नर्सेसची धावपळ चालू होती.

तिला वाटतंय, आपण आपल्या त्या डॉक्टरशी लग्न करणार आहोत. आपल्याला जे करायचंय ते करून झाल्यावर तो डॉक्टर तिच्याशी कसा लग्न करतो ते पाहू.

पण बायकांना दुखावणाऱ्यांमधला तो नाही. आणि तिच्यासारख्या नाजूक बाईला तर नाहीच नाही. आपल्या लग्नाची बातमी तिने दिली तेव्हाच त्या नववधूच्या नग्न शरीराला आपल्या मिठीत घेतल्याची कल्पना त्याने केली होती. त्याच्या छातीवर तिचा स्पर्श मऊशार पिसासारखा भासला होता त्याला.

तोवर तिने जणू या गोष्टीला आमंत्रणच दिलं होतं.

आपण तिला भारी पडू याविषयी त्याच्या मनात अजिबात शंका नव्हती. तो भरदार होता. त्याचे बाहू कणखर होते. त्याच्या बायकोला ठाऊक होतं ते. त्याने हात घट्ट केला की त्याच्या उजव्या मनगटावर गोंदलेलं त्याचं नाव तट्ट फुगलेल्या नसांमध्ये उठून दिसायचं. तिच्या मदतीलाही कोणी येणार नव्हतं. अगदी ती जोरात किंचाळली तरीही. या फायलींच्या आणि टाकून द्यायचं फर्निचर कोंबलेल्या भल्या मोठ्या तळघरातून तिचा आवाज कोणाला ऐकू जाणार नव्हता.

तिच्यासमोर झपकन आपण ही साखळी बाहेर काढू. आपल्याकडे तिरस्काराने पाहणाऱ्या त्या डोळ्यांमध्ये मग भीती तरळेल. लोकांसमोर आपला वारंवार पाणउतारा करणारं तिचं तोंड दयेची भीक मागेल. त्या नववधूचे मग तो हळूच कपडे उतरवेल. आपल्याला सोडावं म्हणून तिची विनवणी चालूच असेल. तो एकदाच तिचा भोग घेईल. बस्स. तिला आयुष्यभराचा धडा मिळेल.

मुख्य दरवाजावर किल्लीचा आवाज झाला. दरवाजा उघडला. तो अधिक काळोखात सरकला.

दरवाजा उघडा पाहून तिला आश्चर्य वाटलेलं त्याला दिसलं. तिने दरवाजा बंद केला, आपल्याकडच्या किल्लीने लॉक केला आणि नुकतंच लाँड्रीतून आणलेलं साडीचं पार्सल छातीशी पकडून ती कॉरिडॉरच्या टोकाला असलेल्या आपल्या ऑफिसच्या दिशेने चालू लागली. थंडीच्या दिवसांमध्ये सकाळप्रमाणेच संध्याकाळीही गारवा पसरलेला होता. इथे खाली तर थोडं अधिकच थंड वाटत होतं. ती अचानक थांबली, काहीतरी पाहण्यासाठी पुन्हा मुख्य दरवाजापाशी गेली आणि आणखी एक कडी घातली. पटकन ती आपल्या ड्युटीरूममध्ये शिरली आणि आतमध्ये झुलणारा दरवाजा तिने उघडला. ती ऑफिसात गेली, दरवाजा हलकेच ढकलून. दरवाजा

झुलला आणि मध्येच थांबला.

दरवाजाच्या त्या फटीतून तिला न्याहाळता यावं या दृष्टीने त्याने हळूच आपली जागा बदलली. दरवाजातून उजेडाचा कवडसा बाहेर पडत होता. आतमध्ये तिने दिवा लावलेला असणार. आतल्या लाकडाच्या कपाटाला किल्ली लावण्याचा आवाज आला. त्यातच ती तिचे कपडे आणि हॅण्डबॅग ठेवते. आतल्या खोलीचा दरवाजा ती उघडायला गेली तेव्हा त्याला ती दिसली नाही. या खोलीचा उपयोग कुत्र्यांवरच्या प्रायोगिक शस्त्रक्रियेसाठी होतो. गेले सत्तावीस दिवस ती इथेच कपडे बदलतेय. तिने आपली नर्सची कॅप काढली. आपला निळा बेल्टही तिने काढला. डाव्या हाताने ती तिच्या युनिफॉर्मची बटणं काढू लागली आणि उजव्या हाताने कुत्र्यांच्या शस्त्रक्रियेच्या त्या खोलीचा दरवाजा उघडू लागली.

पुन्हा एकदा ती दिसेनाशी झाली. त्याच्या नजरेच्या टप्प्यात ती आली तेव्हा तिच्या हातात साडी आणि पेटीकोट होता. खोलीचा दरवाजा उघडाच ठेवून ती डॉग सर्जरी रूमच्या काळोखात शिरली. त्याला आता नुसताच खुसफुस आवाज ऐकू येत होता. झटक्यात ती बाहेर पडली ती साडीच्या निऱ्या आणि ब्लाऊज सारखा करत. चालत ती डेस्कपाशी आली.

आता.

तो दरवाजाला चिकटला अणि त्याने तो सताड उघडला. या शांत वातावरणात दरवाजाची किरकिर झाली. तिने मान उचलून बघितलं. थेट त्याच्याकडे. तिच्या चेहेऱ्यावर भीती का नाही? ती डेस्कपाशी उभी होती. समोर तिची चॉकलेटी हँडबॅग उघडी पडली होती आणि तिच्या हातात सुटे पैसे ठेवण्याची छोटीशी केनची पर्स होती. उघडीच. तिने ती पर्स सावकाश टेबलावर ठेवली. तिचा हात किंचित थरथरत होता. ते पाहून त्याला बरं वाटलं. तिने पापण्यांची उघडझाप केली. खांदे सरळ ठेवले आणि काही न बोलता त्याच्याकडे पाहिलं.

आता त्याला तिच्या चेहेऱ्यावर भीती दिसणार.

त्याने शर्टात हात घालून कुत्र्याची साखळी बाहेर काढली. तिने आवंढा गिळला. तिच्यासमोर टेबलवर ती साखळी ठेवताना त्याने मुद्दामच साखळीचा जास्त आवाज केला. तिची नजर त्या साखळीचा पाठलाग करत होती. तिने पुन्हा एकदा आवंढा गिळला. ती डेस्कपासून मागे झाली. तिने थोडासा सुस्कारा सोडला. नजर मात्र साखळीवरच होती.

आता मात्र तो संतापला. ती घाबरलेलीच नाही. दयेसाठी भीक मागावी म्हणून तिला रडवायलाच हवं.

चार पावलांमध्ये त्याने दोघांमधलं अंतर कापलं आणि जोरात तिच्या डाव्या थोबाडीत मारली. मागच्या लाकडी कपाटावर जाऊन ती धडपडली, पण लगेच

सावरली. हात पसरून ती त्याच्या दिशेने धावली. त्याने हातातली साखळी टाकली, तिची दोन्ही मनगटं पकडली आणि जोरात दाबली, तिला आपल्या जवळ खेचलं आणि तिच्या ओठांवर आपलं तोंड चेपलं. तिने झटक्यात आपला चेहेरा वळवला आणि त्याच्या डाव्या गालावर ती जोरात चावली. त्याने तिची मनगटं घट्ट पकडलेलीच होती. आपल्या शरीराजवळ त्याने तिला दाबून ठेवलं होतं आणि ती मिळेल तिथे त्याला चावत होती. एकदा, दोनदा, तीनदा. त्याच्या डाव्या गालावर वेगवेगळ्या ठिकाणी.

त्याने डाव्या हाताने तिची दोन्ही मनगटं पकडली आणि आपल्या उजव्या उलट्या हाताने तिच्या उजव्या गालावर थप्पड लगावली. ती कोसळली. त्याने तिला डेस्कवर ढकललं, तिची पाठ लाकडाला टेकली. आपल्या पायाच्या घोट्यामध्ये त्याने तिच्या पायाचा घोटा अडकवला, तिच्या मांड्या फाकवल्या आणि तिच्यावर झुकून तिचा ब्लाऊज टरकावला. तिने त्याला दूर करण्याचा प्रयत्न केला. तिची नखं त्याच्या मानेत रुतली होती.

त्याने पुन्हा एकदा तिची मनगटं आपल्या डाव्या हातात पकडली, डेस्कपासून तिला जोरात आपल्या दिशेने खेचलं, तिच्यावर झुकला, तिच्या ओठावर ओठ टेकले आणि रक्त येईपर्यंत चावा घेतला. हे करत असतानाच त्याने तिची ब्रा खेचली होती. त्याने पुन्हा तिला डेस्कपाशी ढकललं. तिची साडी आणि पेटिकोट खेचून काढला आणि तो तिची चड्डी खेचू लागला. तिची पाळी चालू होती. त्याने आपला हात मागे घेतला. तिने पाय सोडवला, जोरात त्याच्या पोटात लाथ घातली. आणि धावायला सुरुवात केली. त्याने पाठीमागून तिला पकडलं, जमिनीवर लोळवलं आणि कुत्र्याची साखळी उचलून तिच्या मानेभोवती गुंडाळली. साखळीचा थंडगार स्पर्श तिच्या श्वासनलिकेला जाणवला. तिने पुन्हा पळण्याचा प्रयत्न केला. त्याने साखळीने तिला खेचलं आणि डॉग सर्जरीच्या दिशेने ढकललं. त्या काळोख्या खोलीत ती पडली.

ती गुडघ्यावर आणि हातांवर पडली. ती साखळी अजूनही तिच्या मानेभोवती होती. त्याने ती घट्ट केली. तिचा श्वास कोंडला गेला. त्याने साखळी गुंडाळली. ती घुसमटली. तिच्या तोंडातून आणि नाकातून द्रव वाहू लागलं. तिची मान कलंडली. त्याने चुरगळलेले कपडे बाजूला गेले आणि तिची चड्डी खाली खेचली. तिला प्रचंड रक्तस्राव होत होता.

त्याने साखळीची टोकं आपल्या एका हातात पकडून ठेवली, तिच्यावरचं दडपण कायम ठेवलं, स्वत:चे कपडे काढले आणि तिचा मागचा भाग तो चाचपडू लागला.

कुत्र्याची साखळी तिचा गळा आवळत असतानाच त्याने त्या काळोखात

मागच्या बाजूने आपला कार्यभाग उरकला.

पुन्हा एकदा भळाभळा रक्त वाहू लागलं, तिला ओकारी झाली, तिचा गाल आणि जमीन यांच्यामध्ये ओघळ वाहू लागले.

निघण्यापूर्वी त्याने तिच्या मानेभोवतीची साखळी काढली आणि परत आपल्या कमरेला गुंडाळली. तिच्या गळ्यातली सोन्याची साखळी आणि त्यातलं पेंडंटही त्याने काढून घेतलं. तिच्या निर्जीव हातातून घड्याळ खेचलं आणि त्याने तिची चड्डी पुन्हा जागेवर सरकवली. तो तिच्या हँडबॅगमध्ये डोकावला. थोड्याफार नोटा होत्या त्या त्याने खिशात कोंबल्या. त्याच दिवशी दुपारी तिने त्याच्याकडून आणवून घेतलेली लाँड्रीतली राणी कलरची साडी त्याने उचलली. आपल्या बायकोला छान दिसेल ही.

त्याने डॉग सर्जरीचा आणि मुख्य दरवाजा लावून घेतला आणि तो निघून गेला.

वेळ : संध्याकाळी ४.५० ते ५.४०. तारीख : २७ नोव्हेंबर १९७३. स्थळ : मुंबईतल्या एका इस्पितळाचं तळघर.

२८ नोव्हेंबर १९७३. सकाळचे ७.१०. झोंबणारे वारे वाहताहेत. गुलामशी बैत वाल्मीकीने आपले दोन्ही तळवे एकमेकांवर घासले आणि तो आपल्या कामाच्या ठिकाणी घाईघाईने चालू लागला. कालच्या प्रमाणेच आजही त्याला उशीर झाला होता. 'क्या करने का. खूप थंडी आहे.' तो पूर्वीच्या हॉस्पिटल ॲव्हेन्यूवरून जात होता. खरं तर आजूबाजूची तीनही इस्पितळं एकाच रस्त्यावर नव्हती. एक लहान मुलांचं हॉस्पिटल, एक जनरल हॉस्पिटल आणि केईएम ही एकमेकांपासून त्रिकोणात उभी होती. वेगवेगळ्या वेळी ती उभारण्यात आली होती. केईएम म्हणजे सातवे किंग एडवर्ड मेमोरियल हॉस्पिटल. आणि इंदरला कोणीतरी सांगितलेलं की, हे हॉस्पिटल इंग्रजांच्या काळात बांधलंय. तेही भारतीयांनी. त्या कठीण काळात असं काहीतरी बांधणं म्हणजे खूप मोठं काम होतं हे त्याच्या मनावर पक्कं बिंबवण्यात आलंय. भारतीयांनी हॉस्पिटलला इंग्रजी राजाचं नाव दिलं– म्हणजे मग हॉस्पिटल चालवण्यासाठी राजा पैसे पुरवत राहील. राजाला असं गंडवलं म्हणून इंदरला आनंद व्हायचा, कारण त्यामुळे तर त्याला आज त्याची केईएममधली नोकरी मिळालेली होती.

इंदरचे वडील उत्तर प्रदेशातल्या बुलंद शहराजवळ असलेल्या होशियरपूरमधून मुंबईला आलेले होते. केईएममध्ये मेहतर म्हणून त्यांना नोकरी मिळाली. लगेच त्यांनी आपलं कुटुंब गावाहून इथे बोलावून घेतलं आणि हॉस्पिटल लगतच्याच एका भिंतीशी आपलं खोपटं बांधलं. हॉस्पिटल ॲव्हेन्यू, तिथला फुटपाथ यावर

आपल्या मोठ्या भावाबरोबर खेळत खेळतच इंदर मोठा झाला होता. मोठं होऊन दोन्ही भाऊ आपल्या वडिलांचीच गादी चालवणार हे जणू गृहीत धरलेलं.

केईएमच्या दगडी इमारतीच्या बाजूने जाणाऱ्या रस्त्यावरून इंदर हॉस्पिटलच्या कार्डिओ-व्हॅस्क्युलर थोरॅसिक सेंटरपाशी (सीव्हीटीसी) पोहोचला. ही त्या मानाने नव्याने बांधलेली इमारत होती. सहा मजली. तळमजल्यावर एक बाह्यरुग्ण विभाग (ओपीडी) आणि एक्स-रे, पहिल्या मजल्यावर फॅसिलिटी लॅबोरेटरी आणि दुसऱ्या मजल्यावर थोरॅसिक सर्जरी ऑपरेशन थिएटर आणि ३१ नंबरचा जनरल वॉर्ड. इंदरने ३१ नंबरच्या वॉर्डमधून बिल्डिंगच्या तळघराची किल्ली घेतली होती. तळघरामध्ये सगळा कचरा पडलाय. खरं तर तिथे प्रायोगिक कार्डिओ-व्हॅस्क्युलर डॉग सर्जरी लॅबोरेटरी असायला हवी. आणि त्यालाच जोडून नर्सेसची ड्युटीरूम. हृद्रोगतज्ज्ञांनी अजून ती वापरायला सुरुवात केलेली नाही. अजूनही जुन्या इमारतीच्या गच्चीवर असलेल्या मूळ डॉग लॅबमध्येच सगळं काम चालतंय. पण नर्सेसची नेमणूक या नवीन लॅबमध्ये झालेली असल्याने, त्यांना गच्चीवर जाण्याआधी तळघरात रिपोर्ट करावं लागत असे. इंदरचं काम तर दोन्ही इमारतींमध्ये असायचं. तळघराकडे जाणाऱ्या पायऱ्या त्याला साफ कराव्या लागत. त्यानंतर मग सफाई व्हायची तळघरातल्या मोठ्या कॉरिडॉरची, मग नर्सेसची ड्युटीरूम, डॉग सर्जरी रूम. हे सगळं झाल्यावर ३१ नंबरच्या वॉर्डमध्ये तो किल्ली परत द्यायचा आणि रस्ता क्रॉस करून डॉग लॅबमधल्या आपल्या कामाकडे वळायचा. पण त्याआधी दुसऱ्या मजल्यावर जायला हवं. वॉर्ड नंबर ३१ मध्ये. तळघराची किल्ली घेण्यासाठी.

सकाळचे ७.२०. सुरक्षा रक्षक सदाशिव महादेव दळवीलाही कामावर यायला थोडासा उशीरच झाला होता. त्याचं काम असायचं सीव्हीटीसीच्या समोर असलेल्या दगडी इमारतीमध्ये. रस्त्याच्या दुसऱ्या बाजूला. गेले कित्येक महिने त्याला सकाळची पाळी होती. आजच्यासारखा सकाळी थंडीत उठायचा कंटाळा येत असला तरी त्याला कामाची हीच वेळ बरी वाटायची. दळवीने वेळ लिहिली, आपली युनिफॉर्मची टोपी घातली आणि दंडुका उचलला. त्या दंडुक्याच्या वजनाचा अंदाज घेत त्याने तो हवेत फेकला. रोज ड्युटीवर आला की पहिल्यांदा तो हेच करत असे. काम सुरू करण्यापूर्वीचा थोडा व्यायाम. बरं वाटतं त्यामुळे. आज मात्र नेहमीप्रमाणे हवेतून दंडुका त्याच्या हातात आला नाही. ''तुझ्या आयला!'' त्याच्या तोंडून सहजगत्या शब्द बाहेर पडले. दंडुका जमिनीवर पडला आणि लाकडी पायऱ्यांवरून खाली गेला. सोहनलाल भरता वाल्मीकी हा मेहतर त्याच वेळी इमारतीमध्ये शिरत होता. त्याने तो दंडुका उचलला आणि दळवीच्या हातात दिला. त्याला पाहून दळवीला थोडं आश्चर्य वाटलं.

''तुझी ड्युटी सातची असते. पण मी तुला कधीच आठच्या आधी बघितलेलं नाही. मग आज इतक्या लवकर कसा?''

डॉग लॅबमध्ये काल झालेल्या ऑपरेशन्सचे बरेच कपडे धुवायचे राहिलेत असं काहीतरी सोहनलाल पुटपुटला.

३४ वर्षांच्या दळवीने आपल्या नेहमीच्या राऊंडला सुरुवात केली. जमिनीवर दंडा आपटत. इतर सुरक्षा रक्षक दिवसभर स्टुलवर बसून राहत असतील. पण तो नाही. केईएममधली आपली नोकरी त्याला आवडते. चुकीच्या वेळी येणाऱ्या लोकांशी कडक शब्दांत बोलताना तर विशेषच. दिवस संपेपर्यंत त्यालाही रोग्यासारखं वाटायला लागलेलं असतं, कधी कधी उलटीसारखं होतं, हे खरं. पण इथे नोकरीची शाश्वती आहे, त्याच्यासाठी आणि त्याच्या कुटुंबासाठी मोफत औषधोपचार आहेत. आता सगळ्या मुंबईसाठी किंवा बाहेरून येणाऱ्या सगळ्याच रोग्यांची मोफत सेवा इथे केली जाते हे बरोबर, पण डॉक्टर आणि नर्सेस स्टाफशी अधिक प्रेमाने वागतात. कायमची नोकरी असणं चांगलं. त्या टेम्परवारी मेहतरांसारखं नाही. हे मेहतर म्हणजे विचित्रच. आपल्या नावाच्या पुढे वाल्मीकी लावतात.

दंडुका आपटत, दरवाजांची पाहणी करत दळवी दुसऱ्या मजल्यावर पोचतो. गच्चीवर जाणाऱ्या पायऱ्यांवर हातात कुत्र्याची साखळी घेऊन बसलेला सोहनलाल त्याला दिसतो. दळवी आपला दंडुका वर-खाली हलवूनच त्याला काय करतोयस विचारतो. सोहनलाल मान हलवतो, गच्चीवर जातो आणि साखळी ठेवून परत येतो. दळवीबरोबर तोही पायऱ्या रस्ता क्रॉस करतो. ''सीव्हीटीसीचं तळघर साफ करायचंय,'' तो म्हणतो.

सकाळचे ७.४५. तळघरातल्या ड्युटीरूमच्या दरवाजाकडे इंदर बघतो. दरवाजा किंचित उघडा आहे. काय करावं हे त्याला समजत नाही. खोलीतला दिवाही चालू आहे. समजा, तो आत गेला आणि सिस्टर्स कपडे बदलत असल्या तर? कोणीतरी आतमध्ये आहे एवढं नक्की. ३१ नंबरमधून तो किल्ली घेऊन आला तेव्हाच तळघराचा मुख्य दरवाजा उघडा असल्याचं त्याला दिसलं होतं. आज बहुतेक एखादी सिस्टर लवकर आली असावी. पण एव्हाना ड्युटीरूममधून तिने बाहेर यायला हवं. तळघराची सफाई गेली वीस मिनिटं करतोय तो. कोणीतरी नर्सच आतमध्ये असणर याविषयी खात्री आहे त्याला. कारण तिसरी किल्ली नाहीच मुळी. कदाचित आत एकच सिस्टर असेल. कालच्यासारखीच दुसरी आज रजेवर असेल. पण तरीही इतका वेळ का? इंदरला आता काळजी वाटू लागली होती. ड्युटीरूमच्या त्या उघड्या दरवाजावर आपण टकटक करावं का? त्याने दरवाजा ठोठावला. दरवाजा अधिकच उघडला गेला. पण आतून कोणताच आवाज आला नाही.

मुख्य दरवाजाचा आवाज आला. कॉरिडॉरच्या टोकाशी तळघरात शिरत असलेला सोहनलाल दिसला आणि इंदरला थोडं हायसं वाटलं. सोहनलाल दादुपूर गावचा. म्हणजे इंदरच्या बुलंदशहर जिल्ह्याचाच. तो जरा गरम डोक्याचा आहे. बोलू नये त्या गोष्टीही बोलतो. पण तसा तरुण आहे आणि तीनच वर्षांपूर्वी मुंबईला आलाय. शिकेल हळूहळू. इंदरने पटकन आपली काळजी सोहनलालला बोलून दाखवली. ''आपण आत जाऊ या.'' सोहनलाल म्हणाला. त्यांनी हळूच दरवाजा अख्खा उघडला. आत कोणीच नव्हतं. टेबलावर एक मोठी पर्स आणि काही गोष्टी पडलेल्या. पण ड्युटीरूममध्ये कोणीच नाही. डॉग सर्जरीचं दार बंद. इंदरने सोहनलालकडे पाहिलं आणि पुढे जाऊन ते दार ठोठावलं. पुन्हा एकदा, अधिक जोराने.

''सिस्टर! नर्सजी!!''

आतमध्ये पूर्ण शांतता.

ड्युटीरूममधल्या उजेडात त्याला एक उघडा पाय दिसला. जमिनीवर अस्ताव्यस्त पसरलेला. मग दोन उघडे पाय. साडी आणि पेटीकोट वर सरकलेला. त्यावर काळपट डाग रक्तासारखे... इंदरने झटक्यात दार लावून टाकलं.

''काय आहे आत? मला पाहू-'' त्याच्या मागेच उभ्या असलेल्या सोहनलालने दरवाजा उघडायचा प्रयत्न केला. 'नको' अशा अर्थी इंदरची मान हलली. 'हात लावू नकोस त्या दरवाजाला', सोहनलालचा हात पकडून त्याने त्याला खेचत बाहेर आणलं. 'आपल्याला कोणाला तरी बोलवायला हवं.'

सकाळचे ८.२५. ४६ वर्षांच्या सिस्टर सुलोचना बिची यांनी नुकतंच तळमजल्यावरच्या सीव्हीटीसीच्या आऊट पेशंट विभागामधलं आपलं टेबल लावलं होतं. त्या ओपीडीच्या प्रमुख. साडेचार वाजेपर्यंत त्यांची ड्युटी असते. हळूहळू गर्दी वाढायला लागेल. या मुंबईमध्ये हृदयाचा विकार असलेल्यांची काही कमी नाही. भारतीय खाण्यामध्ये तसा दोष नाही. पण एकूणच माणसं फार खातात. तेही सतत. भारतीय बायकांचं हृदय मात्र कणखर असणार. नाहीतर त्यांना इतकं भोगावं लागत असून सीव्हीटीसी ओपीडीला पुरुष पेशंट्सच संख्येने जास्त कसे? सिस्टर बिचींच्या विचारांमध्ये खंड पडतो तो एका धापा टाकत येणाऱ्या मेहतरला पाहून. त्याच्या मागे आणखी एक मेहतर धावत येतोय.

''सिस्टर, सिस्टर, तळघरात खाली काहीतरी प्रॉब्लेम आहे!''

''कसला प्रॉब्लेम?''

''मला नाही ठाऊक. आत एक नर्स आहेत. त्या डॉग सर्जरीमधून बाहेर येत नाहीयेत.''

“कोण नर्स डॉग सर्जरीमधून बाहेर येत नाहीये?”

“मला नाही ठाऊक. पण त्या बाहेर येत नाहीयेत.”

“का? तू आत बघितलंस का?”

“त्या आत झोपल्यात. किंवा पडल्यात.”

“काय? तू नीट बघितलं का नाहीस?”

“त्या... त्या... मला वाटतं त्यांच्या अंगावर कपडे नाहीत. म्हणून मी बघितलं नाही.”

“चल!”

सिस्टर बिची तळघराच्या पायऱ्या जवळजवळ धावतच उतरल्या. कॉरिडॉरही त्यांनी पळत पार केला. ड्युटीरुममध्ये त्या शिरल्या आणि त्यांनी आजूबाजूला पाहिलं. कोपऱ्यातल्या टेबलवर एक उघडी चॉकलेटी रंगाची हँडबॅग होती. बाजूलाच चिल्लर ठेवायची छोटी पर्स. एक काचेची अलमारी आणि त्यात शस्त्रक्रियेसाठी लागणारी उपकरणं. एक उघडं लाकडाचं कपाट आणि त्यात अडकवलेली किल्ली. कपाटाच्या उघड्या दरवाजाआड किंचित झाकली गेलेली लाल चप्पल. दुसरी लाल चप्पल ड्युटीरूमपासून अर्ध्यावर, कुत्र्यांच्या ऑपरेशन थिएटरच्या दिशेला पडलेली. सिस्टर बिचींनी इंदरकडे पाहिलं. त्याने दरवाजाकडे खूण केली.

त्यांनी दरवाजा उघडला. आत मिट्ट काळोख.

“इथे दिवा आहे?”

इंदरने मान हलवली आणि दरवाजाच्या बाजूला आत हात घालून बटण दाबलं.

“हे भगवान!” सिस्टर बिचींच्या तोंडून अस्फुट किंकाळी निघाली.

एक तरुण, नाजुकशी मुलगी जमिनीवर पडलेली होती. तिचा चेहेरा खाली होता. कपाळ जमिनीला टेकलेलं. केस विस्कटून चेहऱ्यावर आलेले. तिचे कोपरे आणि हाताची मागची बाजूही जमिनीला टेकलेली. पण त्यानंतर गुडघ्यापर्यंतचं तिचं शरीर जमिनीपासून वर होतं. पुन्हा, पाय आणि ढोपर जमिनीवर. चार पायांच्या प्राण्यासारखं. तिची चॉकलेटी साडी कमरेपर्यंत वर गुंडाळलेली. पाय उघडे आणि फाकवलेले. रक्ताचा सडा सगळीकडे. तिच्या कपड्यांवर, तिच्या त्वचेवर, जमिनीवर. सगळीकडे. तिची चड्डी रक्ताने थबथबलेली. त्याचे ओघळ तिच्या मांडीवर वाहताहेत आणि जमिनीवर रक्ताचं तळं साचलंय.

त्या मुलीच्या तोंडून रेकल्यासारखा आवाज झाला.

“हे भगवान” सिस्टर बिचींनी तोंडावर हात नेला. त्या वळल्या.

ही बाई कोण ते सोहनलालला पाहायचं होतं. त्यांनी दोघाही मेहतरांना बाहेर ढकललं, खोलीचा दरवाजा धाडकन लावून घेतला, ओरडून स्ट्रेचर आणण्याच्या

सूचना दिल्या आणि ओपीडीकडे धावत सुटल्या.

चिनम्मा आणि आमोद कुट्टी या नर्सेस तोवर ओपीडीमध्ये कामावर आलेल्या होत्या. सिस्टरने त्यांना सूचना दिल्या,

''लवकर, धावत डॉग सर्जरीमध्ये जा. फर्स्ट एडचं सामान घेऊन.''

ओपीडीच्या दारातून त्यांना डॉ. उदय गाडगीळ दिसले. वॉर्ड नऊकडे जायला लिफ्टपाशी उभे होते. त्या धावत डॉक्टरांपाशी गेल्या.

''डॉक्टर, लवकर चला, तळघरात इमर्जन्सी आहे. ''

डॉक्टर त्यांच्या मागून चालू लागले. धावू लागले.

सकाळचे ८.४०. डॉ. गाडगीळांनी हळूच त्या मुलीला पालथं केलं. तिचे डोळे सताड उघडे होते. तिचे केस रक्त, उलटी आणि कफाने चिकट झाले होते. तोंडातून आणि नाकातून वाहिलेलं रक्त चेहेऱ्यावर पसरलं होतं. तिचा खालचा ओठ किळस वाटावी असा सुजला होता. डॉ. गाडगीळांनी झटकन तिला तपासलं.

''तिला ताबडतोब कॅज्युअल्टीमध्ये न्या. वरून मी त्यांना फोन करून सांगतो की तिला इन्टेन्सिव्ह केअरची ताबडतोब गरज लागणार आहे आणि न्युरोसर्जरीमध्ये कळवा, आताच्या आता कॅज्युअल्टीमध्ये या म्हणून.''

सिस्टर बिचींचे ओठ हलू लागले. त्या प्रार्थना म्हणून लागल्या. एव्हाना त्या दुर्दैवी मुलीची ओळख त्यांना पटली होती : स्टाफ नर्स अरुणा शानबाग.

इतर नर्सेस स्टाफ नर्स अरुणा शानबागला ओळखतात, तशी त्यांच्यातही चलबिचल होते. इंदर आणि सोहनलाल तिला स्ट्रेचरवर ठेवतात. सिस्टर बिची पुढे सरकून अरुणाच्या नग्न शरीरावर एक चादर टाकतात. एव्हाना बाहेरचा रस्ता गजबजलाय. बस, टॅक्सी, माणसं यांच्या रहदारीतून वाट काढत दोघे मेहतर स्ट्रेचर नेताहेत. श्वास रोखून सिस्टर बिची त्यांच्याकडे पाहताहेत. मनाशी प्रार्थना म्हणतच त्या ओपीडीतला फोन उचलतात आणि मेट्रन बेलीमलना फोन करतात. सिस्टर प्रेमिला कुशे फोन उचलतात.

''स्टाफ नर्स अरुणा शानबागवर तळघरात हल्ला झालाय. तिला कॅज्युअल्टीमध्ये नेतायत. काहीतरी भयंकर घडलंय.''

रिसिव्हर खाली ठेवताना आपले डोळे पाण्याने भरलेत हे त्यांच्या लक्षात येतं.

सकाळचे ९. मेट्रन बेलीमल आणि सिस्टर कॅज्युअल्टीच्या दिशेने धाव घेतात. अरुणाला स्ट्रेचरवरून तिथे नेलं जातंय. तिचे डोळे सताड उघडे आहेत. पण त्यात कोणतेच भाव नाहीत. मेट्रन बेलीमल स्ट्रेचरपाशी जातात. ''देवा, देवा''

म्हणत त्या हळुवार हाताने अरुणाच्या सुजलेल्या गालाला स्पर्श करतात. सिस्टर कुशे अरुणाचा हात आपल्या हातात घेऊन चोळतात. अरुणाचा हात थंड पडलाय. मेट्रन बेलीमल तिच्या केसांवर थोपटत म्हणतात,

"अरुणा, अरुणा, कित्यें जालें अरुणा?"

अरुणा लक्ष एकाग्र करायचा प्रयत्न करतेय. मेट्रन बेलीमलच्या आवाजाच्या दिशेने तिचे डोळे हलताहेत. अचानक अश्रूंनी तिचे डोळे डबडबतात आणि वाहू लागतात. ती बोलायचा प्रयत्न करते, किंचित मान उचलते... एवढ्यानेच थकून जाते. सिस्टर कुशे अरुणाचे हात थोपटतात. मेट्रन बेलीमल तिच्या कपाळावरून हात फिरवत विचारतात,

"अरुणा, माका सांग, कित्ये जालें?"

अरुणा प्रतिसाद द्यायचा प्रयत्न करते. बोलण्यासाठी सगळी शक्ती एकवटते. तिच्या तोंडून एक हुंकार तेवढा बाहेर पडतो.

मेट्रन बेलीमल अरुणाला बोलता यावं म्हणून तिच्या तोंडावरची चादर किंचित खाली करतात आणि त्यांचं लक्ष अरुणाच्या मानेकडे जातं.

"सिस्टर, पाहा. कोणीतरी पोरीचा गळा आवळून मारायचा प्रयत्न केलाय. देवा रे, तीच का?"

अरुणाचे डोळे मेट्रन बेलीमलना शोधताहेत. तिच्या सुजलेल्या, रक्ताळलेल्या चेहेऱ्यावर ते डोळेच नीट दिसताहेत. मेट्रन हळू आवाजात 'सगळं नीट होईल, काळजी करू नकोस'चा दिलासा देताहेत. मेट्रनच्या डोळ्यांत डोळे घालून पाहण्याचा प्रयत्न अरुणाचे डोळे करताहेत. ते अश्रू, ते मात्र नि:शब्द, घळाघळा वाहताहेत. त्या अश्रूंच्या ओलाव्यात दडलीये अरुणाची गोष्ट. आणि मग अरुणा डोळे फिरवते. डोळ्यांत उरतो फक्त पांढरा रंग.

अरुणा शानबागची जिद्द एवढी की एक अख्खी, थंडीची आणि वेदनेची रात्र तिच्या शरीराने सहन केली. थोडेथोडके नव्हे, साडेपंधरा लांबलचक तास. केवळ इच्छाशक्तीच्या जोरावर!

आणि आता त्या इच्छाशक्तीची सर्वाधिक गरज असताना तिचं शरीर तिला दगा देऊ लागलंय.

तिच्या परमेश्वराने कालच तिला दगा दिलाय.

मेहतर इंदर आणि सोहनलाल गच्चीवरच्या डॉग लॅबमध्ये धावत जातात. ही बातमी त्यांना इतरांना सांगायचीये. शेवटी, स्टाफ नर्स अरुणा शानबाग त्यांच्या विभागाची इनचार्ज होती.

संभाजी जेठेगावकर लॅबमध्ये तंत्रज्ञ आहेत. इंदर काय सांगतोय ते ते नीट

ऐकतात. आपल्याला ती सकाळी कशी सापडली, कोणीतरी तिचा गळा आवळायचा प्रयत्न केला वगैरे वगैरे. इंदरच्या मागे उभ्या असलेल्या सोहनलालकडे ते बराच वेळ रोखून बघतात. सोहनलाल लॅबमधून बाहेर पडतो आणि खाली येतो.

दुसऱ्या मजल्यावर त्याला मेहतर उदयवीर भेटतो.

''कुठे चाललाय सोहनलाल?''

''डाएट विभागात.''

''कशासाठी?''

''कुत्र्यांचं खाणं घ्यायला. आणखी कशासाठी?''

''त्यांनी तुला घेऊ नको म्हणून सांगितलंय ना? मग कशाला उगीच त्यांना भडकावतोस? पुन्हा सगळ्यांसमोर त्या तुझ्या अंगावर ओरडतील.''

''आता यापुढे आणखी बराच काळ त्या काहीच बोलणार नाहीत.''

''म्हणजे? का?''

''इंदरला विचार.''

वर, डॉग लॅबमध्ये जेठेगावकरना अस्वस्थ वाटतंय. त्यांना धक्का बसलाय. चीडही आलीये. आणि संशयही. ते फोन उचलतात आणि डॉ. जी. बी. परुळकरांशी हलक्या आवाजात बोलतात. डॉ. परुळकर मग डीन डॉ. सी. के. देशपांडेंना फोन लावतात.

''फार भयंकर आहे का? म्हणजे जखमा फक्त बाहेरून दिसणाऱ्याच आहेत का तिला... अं... म्हणजे आणखी काही घडलंय का?''

''परिस्थिती फारशी चांगली नाही, सर. खरं म्हणजे फारच वाईट आहे. इतर सगळ्या नर्सेसची काय प्रतिक्रिया होतेय कुणास ठाऊक! याचे काहीतरी पडसाद उमटतीलच. मला वाटतं, आपण ताबडतोब पोलिसांना कळवलेलं बरं. जितक्या लवकर अटक होईल तितकं संस्थेचं नाव कमी खराब होईल आणि इथल्या लोकांसाठी, विशेषत: नर्सेससाठीही ते योग्य होईल.''

केईएमचे डीन देशपांडे सुरक्षा अधिकारी सिसोदियांना पोलिसांना फोन करायला सांगतात.

''त्यांना फक्त सांगा की एका नर्सवर हल्ला झालाय. कदाचित चोरीचा मामलाही असेल.''

पोलिसांसाठी स्टाफ नर्स अरुणा शानबागच्या शरीरावर झालेल्या जखमांची झटकन एक यादी बनवली जाते :

अरुणा शानबाग, हिंदू, महिला, वय २५ वर्षं, उंची पाच फूट, वजन १०४ पौंड.

मानेवर मुका मार. डाव्या गुडघ्यावर मुका मार. उजव्या हाताचा बाहेरचा भाग

खरचटलेला. उजव्या हाताच्या बाहेरच्या भागाला मुका मार. खालच्या ओठावर दातांचे चावे. ओठ सुजलेला. डाव्या गालावर मुका मार. उजव्या गालावर मुका मार. स्टर्नोक्लॅव्हिक्युलर जॉइंटच्या (पहिल्या बरगडीच्या वरचा सांधा) जवळ मानेच्या डाव्या बाजूने अर्धवर्तुळाकार खरचटल्याच्या जखमा. मानेच्या उजव्या आणि समोरच्या बाजूला खरचटल्याच्या अनेक खुणा. एका रेषेत. मानेच्या डाव्या, उजव्या आणि समोरच्या बाजूला मुका मार. उजव्या मनगटाला मुका मार. डाव्या मनगटाला मुका मार. दोन्ही मनगटांच्या दोन्ही बाजूंना. सुपिरिअर स्पाईनच्या पुढच्या भागाच्या दोन्ही बाजूंना मुका मार आणि सूज. उजव्या मांडीच्या मध्यभागी मुका मार. दोन्ही गुडघ्यांना मुका मार आणि सूज. डाव्या खांद्याच्या हाडाला मुका मार. छातीच्या डाव्या बाजूला मागे मुका मार.

स्त्रीरोगतज्ज्ञाचा रिपोर्ट असा होता -

'हायमेन इनटॅक्ट. ॲडमिट्स टु फिंगर्स इझिली. नो व्हजायनल टेअर.' (योनी मार्गावरील पडदा सुरक्षित. त्यात दोन बोटं जाऊ शकतील इतपत लवचिक. योनी मार्गाला इजा नाही.)

अरुणाची मैत्रिणी सिस्टर प्रेमा पै हिच्या सांगण्यानुसार तिच्याकडे असलेल्या परंतु आता हरवलेल्या वस्तूंची यादी -

एक घड्याळ, एक सोन्याची साखळी, त्यात पेंडंट, पोलिस चौकशीनुसार या वस्तूंची अंदाजे किंमत - रूपये ५००.

सकाळचे ९.३०. अरुणा मृत्यूच्या काठावर उभी आहे. तिच्यावर जोमाने चालू असलेले उपचार अधिकच तीव्र केले जातात. डॉक्टर्स आणि नर्सेस मिळून तिच्या शरीराला जिवंत ठेवण्याचा प्रयत्न करताहेत.

कॅज्युअल्टीमध्ये डॉ. होमी एम. दस्तूर प्रवेश करतात. देशातल्या सर्वोत्कृष्ट न्यूरोसर्जन्सपैकी ते एक. ते पटकन कोणते उपचार चालले आहेत त्याची माहिती करून घेतात, पेशंटला कोणत्या परिस्थितीत आणण्यात आलं ते विचारतात. पेशंटला आणलं तेव्हा कान, नाक आणि घशातून रक्तस्त्राव होत होता. ती कण्हत होती. थोडीशी उलटी झाली होती. होय, ती आचके देत होती. ती कोणाला ओळखू शकत नव्हती की प्रश्नांची उत्तरं देऊ शकत नव्हती. आणि मधून-मधून तिला झटकेही येत होते.

डॉ. दस्तूर अरुणाच्या पायांच्या टाचांना हात लावतात. प्रत्येक टाचेवर टिचकी मारतात. सामान्य माणूस असं केल्यावर झटकन अंगठा खाली हलवतो. अरुणाचा अंगठा वर जातो. म्हणजे प्लॅनटार्स एक्सटेनसर्स. याचा अर्थ, कॉर्टेक्सला (मोठा मेंदू) दुखापत झालीये. किंवा मेंदूपासून स्पायनल कॉर्ड (मणका)पर्यंत कुठेतरी

काहीतरी दुखावलं गेलंय. पेशंटच्या चार्टवर 'प्लॅनटार्स' या शब्दाच्या बाजूला वरच्या दिशेने गेलेले दोन बाण दाखवण्यात आलेत.

डॉ. दस्तूर कसून इतरही पाहणी करतात. कोणती औषधं दिली ते पाहून त्यात आणखी काही औषधांची भर घालतात. सर्व्हायकल स्पाईन (मानेचे मणके) आणि स्कलचे (कवटी) एक्स-रे काढण्याच्या सूचना देतात. आणि एक्स-रे आल्यावर ताबडतोब आपल्याला तो दाखवण्याचंही बजावतात. मग ते फाईलवर लिहितात –

'पेशंट अर्धवट शुद्धीत. यातनांना ताबडतोब प्रतिसाद. हात आणि पाय दोन्हीही यातना झाल्यास हलवते. पायांपेक्षा हात अधिक. पण उत्स्फूर्त हालचाल कोणतीही नाही. अपवाद फक्त ओठाने मिटक्या मारल्यासारख्या केल्या जाणाऱ्या आवाजाचा. चेहेऱ्यावर असमानता नाही. डोळ्याची बाहुली नॉर्मल. प्लॅनटार्स एक्सटेनसर्स. नोंद केलेल्या जखमांखेरीज तिला डावीकडे परायटल कॉन्ट्युजन (मेंदूच्या एका भागातील रक्त साकळल्याने सूज) आहे. ब्लॅडर डिस्टेन्शन (लघवी तुंबणं). कॅथेटरायझेशनची आवश्यकता.

मत :

ब्रेन स्टेम कॉन्ट्युजन इन्ज्युरी विथ असोसिएटेड सर्व्हायकल कॉर्ड इन्ज्युरी.

(मस्तिष्कपुच्छात रक्त साकळून सूज. त्याबरोबर मानेतील मज्जारज्जूला दुखापत.)

सकाळचे १०.०५. भोईवाडा पोलीस स्टेशन. एक मजली अतिशय नेटकी ठेवलेली बैठी इमारत. लाकडी पायऱ्या, लांबलचक गॅलरी आणि एक छोटीशी बाग. त्यात एक बाकडं. खरं म्हणजे हे एखाद्या मोठ्या कुटुंबाचं घरच असावं. मुलं लाकडी जिन्यावरून दडादडा धावताहेत, बागेत एक कुत्र्याचं पिल्लू बागडतंय, बाकड्यावर बसून आजोबा वेळ घालवताहेत. कदाचित असेलही, भोईवाडा पोलीस स्टेशन हे इंग्रजांच्या काळातच केलेलं बांधकाम आहे. इमारतीच्या मागे असलेल्या कोठड्या नंतर बांधलेल्या आहेत.

टेलिफोन वाजतो. सब-इन्स्पेक्टर सोहोनी नुकतेच पोलीसात भरती झाले आहेत. ते फोन उचलतात. फोन केईएम हॉस्पिटलमधून आहे. सुरक्षा अधिकारी सिसोदिया यांचा. कोणीतरी एका नर्सला लुबाडायचा प्रयत्न केलाय आणि तिच्यावर हल्लाही झालाय. सब-इन्स्पेक्टर सोहोनी तपशील उतरवून घेऊ लागतात. कोणत्या जखमा झाल्यात? स्टेटमेंट द्यायच्या परिस्थितीत ती आहे? कोणावर संशय? गुन्हा घडला ती जागा? पोलीस येईपर्यंत कोणालाही गुन्हा घडलेल्या जागी जाऊ देऊ नका. होय, पोलीस ताबडतोब येतील. कृपया डीनना त्यांच्या ऑफिसात थांबायला सांगा.

सब-इन्स्पेक्टर सोहोनी भोईवाड्याचे पोलीस इन्स्पेक्टर चंद्रशेखर डी. देव यांना सगळी माहिती देतात. सब-इन्स्पेक्टर लक्ष्मण नाईकना केईएममध्ये पाठवलं जातं. त्यांच्याबरोबर काही कॉन्स्टेबल्सही असतात.

सकाळचे १०.३०. वणव्यासारखी बातमी पसरलीय. मेट्रन बेलिमलच्या ऑफिसमध्ये नर्सेस गोळा होऊ लागल्या. मनात अनेक प्रश्न आहेत, काळजी आहे आणि त्याचं रूपांतर आता संतापामध्ये होतंय.

''स्टाफ नर्स अरुणा शानबागला नेमकं काय झालं? तिच्यावर बलात्कार झाला, हो ना?''

''बाप रे! खरंच?''

''तसं झालं असलं तरी ते आपल्याला सांगणार नाहीत. लपवून ठेवतील आपल्यापासून.''

''होय. आणि सारवासारवही होईल काहीतरी.''

''कोणी केलं हे? कोणीतरी आतलाच असणार.''

''अर्थातच. नाहीतर तो तळघरात कसा जाऊ शकला असता?''

''जणू काही ते फार कठीणच आहे! इथे सुरक्षा व्यवस्था काय लायकीची आहे हे आपल्या सगळ्यांना ठाऊक आहे.''

''पण हे सिक्युरिटीवाले इतका वेळ काय करत होते? काल संध्याकाळपासून ती तळघरात होती असं ऐकलं मी.''

''आणि तळघराचा दरवाजा बंद केलाय की नाही हे पाहायला सिक्युरिटीमधलं कोणीच गेलं नाही?''

''तिच्या वस्तू चोरल्या गेल्या असणार.''

''सिस्टर पै म्हणताहेत की, तिचं घड्याळ आणि सोन्याची साखळी गायब झालीय.''

''तुम्हाला तिच्या घड्याळाची आणि सोन्याच्या चेनची चिंता पडलीय! तिला बेदम मारहाण केलीय.''

''तिच्यावर खरंच बलात्कार झालाय?''

''आपल्या सगळ्यांवर एक दिवस हीच वेळ येणारेय... डीनने ताबडतोब ॲक्शन नाही घेतली तर.''

''काय ॲक्शन घेणार! त्या बाहेरच्या कॉरिडॉरमध्ये असलेल्या मंद बल्बसच्या जागी आम्हाला ट्युबलाईट्स द्या, असं आपण केव्हापासून सांगतोय. पण कोणी ऐकत नाही. आपण सगळ्यांनी एकत्र येऊन संप करायला हवा, म्हणजे त्यांना धडा मिळेल.''

"संप केल्याने हे सिक्युरिटीवाले रात्रीच्या बिड्या ओढणं आणि नंतर झोपा काढणं थांबवणार आहेत का?"

"तिच्यावर हल्ला झाला तेव्हा गार्ड कुठे होता? किती वाजता रेप झाला तिच्यावर?"

मेट्रन बेलिमल आता मधे पडतात. "तो शब्द आपण वापरता कामा नये. तिचं लवकरच लग्न होणारेय."

"पण आता तो करेल तिच्याशी लग्न?"

"कदाचित त्यानेच हे केलं असेल तर? कदाचित तिच्याशी लग्न करायचा विचार त्याने बदलला असेल."

"आता ही वेड्यासारखी बडबड पुरे झाली." मेट्रन बेलिमलच्या आवाजात ठामपणा होता.

"त्याला ठाऊकेय? कोणी सांगितलं त्याला?"

"तिच्या घरच्यांना कळवलंय कोणी?"

मेट्रनने मान हलवली. "बीडीडी चाळीमध्ये तिच्या बहिणीला कळवायला पाठवलाय माणूस."

"मेट्रन, काय होईल अरुणा शानबागचं? ती बरी होईल का?"

"मला ठाऊक नाही, बेटा. याचं उत्तर देवालाच ठाऊक."

सकाळचे १०.४५. दरवाजावर सतत टकटक ऐकू येतेय. नर्सेस क्वार्टर्समधल्या आपल्या खोलीत सिस्टर उषा सामंत गाढ झोपलीय. सध्या त्या डबल रुममध्ये ती एकटीच आहे. तिची रुम पार्टनर अरुणा शानबाग याच महिन्याच्या सुरुवातीला खोली सोडून गेलीये आणि दुसऱ्या कोणत्या नर्सला अजून तो बेड दिलेला नाही. एकटंच खोलीत राहाणं उषाला आवडतंय. कारण आता तिला हवं तेवढा वेळा झोपायला मिळतंय.

दरवाजावरची टकटक चालूच आहे. आता एका बाईचा आवाजही येऊ लागलाय.

"उषा उषा, ऊठ गं."

"काय आहे? मी नाईट करून आलेय. झोपलेय."

"उषा, सीव्हीटीसीमध्ये अरुणावर हल्ला झालाय."

"काय?" उषाने आता पलंगावर कूस बदलली.

"तुझी रुम पार्टनर अरुणा शानबाग. तिच्यावर बलात्कार झालाय. पोलिसांना कळवलंय."

उषा आता पलंगावरून उठून बसते. दरवाजा उघडायला ती जाणार -

तेवढ्यात ती स्वत:ला थांबवते. अरुणावर बलात्कार झालाय, हल्ला झालाय तिच्यावर. पण कोणी केलंय हे? तो मेहतर असू शकेल? तो खूप उद्धट असल्याचं अरुणाने तिला सांगितलं होतं. कुत्र्यांसाठी आणलेलं खाणंही तो पळवायचा. तिने त्याला धमकावलं असणार. म्हणून तो चिडला असणार. आपण डीनला हे सांगावं का? पण पोलिसांना कळवण्यात आलंय. म्हणजे डीन आपल्याला पोलिसांशी बोलायला सांगणार.

उषाला पोलिसांशी बोलायचं नाहीये. तिने त्यांना मदत करायचा प्रयत्न केला तरी ते तिलाच त्रास द्यायला लागतील. सारखे कोर्टात बोलावतील. आणि समजा त्या मेहतराने काही केलं नसेल तर? तिला संशय आहे म्हणून पोलीस त्यालाही प्रश्न विचारतील. मग त्याने तिलाच काहीतरी केलं तर? पण समजा, तो तोच असेल तर? त्याने काही फरक पडत नाही. तिने संशय घेतला म्हणून त्याला पकडलं तर सुटल्यानंतर तो तिला नक्कीच आयुष्यातून उठवेल. बरं, तिला शोधायला त्याला फार तसदीही नाही घ्यावी लागणार. कारण ती इथेच, या हॉस्पिटलमध्येच काम करत असणार.

अरुणावर बलात्कार झालाय. जे घडायचं होतं ते घडून गेलंय. मग आता काय उपयोग आहे? उषा पुन्हा एकदा पलंगावर पडली.

''जा गं, मी झोपतेय.''

सकाळचे ११.००. ट्युब्ज, सुया, इंट्राव्हिनस औषधांच्या बाटल्या आणि कुप्या, मशीन्स. एका क्षीण, नाजूक, मारहाण झालेल्या शरीरावर या सगळ्याचा मारा चाललाय. नुकत्याच आणखी काही टेस्टस तिच्यावर करण्यात आल्यात. त्यासाठी तिच्या डोक्यावरचे सगळे केस भादरण्यात आलेत. तिची शारीरिक तपासणी करणाऱ्या डॉक्टरांच्या कपाळावर आठ्या आहेत.

तेवढ्यात डीन तिथे येतात. डॉक्टर पटकन पेशंटच्या त्या जाड फायलीवर नजर टाकतात आणि आपल्याला ज्याचा संशय आलाय ते घडलंय का हे पाहण्यासाठी स्त्रीरोगतज्ज्ञाचा रिपोर्ट पाहतात. मग थोडा वेळ ते डीनशी खालच्या आवाजात काहीतरी बोलतात. डीन काही न बोलता त्यांचं म्हणणं ऐकतात आणि नकारार्थी मान हलवतात.

दुपारचे १२.००. अरुणा शानबागची बहीण शांताबाई वासुदेव नायक डीनच्या खोलीत बसली आहे. पोलीस तिला प्रश्न विचारताहेत. तिच्याबरोबर अठरा वर्षांची तिची मुलगी सावित्रीही आहे.

''तुमची बहीण काल रात्री आली नाही. तुम्हाला काळजी नाही वाटली?''

''ती सहसा संध्याकाळी सहा-साडेसहापर्यंत घरी येते. पण सात वाजताच्या रेडिओवरच्या बातम्यांमध्ये मी ऐकलं की माहीमच्या एका शाळेतल्या मुलांना अन्नातून विषबाधा झालीये आणि त्यांना केईएमला आणलंय. मला वाटलं, ती त्यात अडकली असणार.''

''पण ती त्या विभागात काम करत नव्हती.''

''कुठच्या विभागात आपण काम करतोय हे तिने आम्हाला सांगितलं नव्हतं.''

''असो. पण ती अख्खी रात्र घरी आली नाही. तुम्हाला तरीही काळजी वाटली नाही.''

''उशीर झाला म्हणून ती नर्सेसच्या हॉस्टेलमध्ये राहिली असणार असं वाटलं मला.''

''ती असं बऱ्याच वेळा करायची?''

''सात वर्षांपूर्वी ती मुंबईला आली तेव्हापासून नर्सेसच्या हॉस्टेलमध्ये तर राहायची. याच महिन्याच्या एक तारखेला ती माझ्याकडे राहायला आली.''

''का? हॉस्टेलमध्ये काही प्रॉब्लेम आला होता?''

''नाही. ती माझ्याकडे राहायला लागली, कारण आपल्या होणाऱ्या नवऱ्याच्या दवाखान्यासाठी तिला पैसे वाचवायचे होते.''

''दवाखाना? म्हणजे तो डॉक्टर असणार. प्लीज, आम्हाला त्याचं नाव आणि पत्ता द्या.''

बहीण थोडी बिचकली. हळूच म्हणाली, ''कुठल्या डॉक्टरबरोबर ती फिरायची ते नाही आम्हाला ठाऊक.''

''ती त्याच्या दवाखान्यासाठी पैसे वाचवतेय हे तुम्हाला ठाऊक होतं आणि त्याचं नाव नव्हतं ठाऊक? कसं शक्य आहे?''

''तिने तेवढंच सांगितलं होतं आम्हाला.''

''बरं, आपण त्या मुद्द्याकडे नंतर वळू. मला सांगा, सोन्याची चेन आणि घड्याळाखेरीज आणखी काही बेपत्ता आहे?''

''त्या चेनमध्ये पेंडंट होतं.''

''तुम्ही त्या चेनचं, लॉकेटचं आणि घड्याळाचं वर्णन करू शकाल?''

आता सावित्री बोलली. ''घड्याळाच्या मागे ए. एस. अशी आपली आद्याक्षरं कोरून घेतली होती तिने.''

बहीण - ''मी फक्त तिच्यासाठी चेन बनवून घेतली होती. माझ्याकडे रिसिट आहे. ते पेंडंट माझ्या मुलीचं होतं. तिच्याकडून घालायला मागून घेतलं होतं अरुणाने. या आकाराचं. आणि खाली छोटे सोन्याचे मणी होते.'' तिने हवेत षटकोन काढून दाखवला.

"घड्याळ कोणत्या कंपनीचं होतं?"

"आम्हाला माहीत नाही."

"तिने ते स्वत:च खरेदी केलं होतं का? कधी आणि कुठून?"

सावित्री - "तिने नर्सिंगची सुरुवात केली तेव्हा तिच्या भावाने दिलं होतं तिला ते. म्हणजे माझ्या आईचा भाऊ."

"कुठे असतो तो?"

"शिमोगा."

"कुठे?"

"शिमोगा. कर्नाटकात."

"तुमच्या घरात कोणी पुरुष माणूस?"

"काय कू?"

"या प्रकरणासाठी."

"नाही."

"शिमोग्याहून तिच्या भावाला बोलावून घ्या."

डीन आपल्या ऑफिसमध्ये येतात आणि आपल्या खुर्चीवर बसत शांताबाईला म्हणतात,

"अर्जंट टेलिग्राम भेजो."

दुपारचे १.२०. केईएमच्या कॅम्पसमधल्या आपल्या खोलीत डॉ. संदीप सरदेसाईने हातातलं पुस्तक मिटलं. चष्मा काढून डोळे चोळले. त्याची एमडीची परीक्षा दोन आठवड्यांवर आली होती. अजून थोडा अभ्यास व्हायचा होता. अर्थात, त्याने आखणी व्यवस्थित केलेली होती. जेवण आणि अरुणाबरोबर घालवायचा थोडासा वेळा याखेरीज सगळा दिवस तो अभ्यास करत असे. संदीप स्वत:शीच हसला. ही मुलगी म्हणजे कधी कधी अगदी लहान मुलासारखी वागते. आता पुरे, आपण तिला संध्याकाळी चार वाजता भेटणारच आहोत. कॅंटीनमध्ये जाऊन जेवून पुन्हा अभ्यासाला बसायला हवं.

कॅंटीनमध्ये शिरणाऱ्या संदीपला पाहून काही डॉक्टर्स जेवण थांबवून त्याच्याकडे बघू लागले. दुसऱ्या एका टेबलावर बसलेल्या बाईने शेजारच्या पुरुषाला ढोपराने हलवून हनुवटीनेच संदीपकडे त्याचं लक्ष वेधलं. संदीपला हे काहीच जाणवलं नाही. आपली स्टेनलेस स्टीलची थाळी घेऊन तो टेबलापाशी आला आणि शांतपणे जेवू लागला. त्याचं जेवण जवळजवळ संपायला आलं असताना त्याच्याबरोबर एमडी करणारा एक विद्यार्थी त्याच्यासमोर येऊन अडखळत म्हणाला,

"हॅलो संदीप. तू आज बरायस ना?"

संदीपला थोडंसं आश्चर्य वाटलंय. ''बराय मी.''

''अं. अं, ओके. काही लागलं तर सांग मला.''

संदीपने भाजी तोंडात टाकत त्याला विचारलं, ''काही लागलं तर? कशासाठी?''

''नाही, खास असं काही नाही... चल, मला जायला हवं. बाय.''

मित्र जायला वळला. पण मग त्याने विचार बदलला.

''यार, तू थंड रक्ताचा आहेस हे आम्हा सगळ्यांना ठाऊक आहे. पण अशा वेळी तू इतका शांत कसा राहू शकतोस?''

''कठीण आहे हे खरंय. पण परीक्षेमुळे तू किंवा मी, दोघांनी एवढं वेडपिसं व्हायचं काय कारण आहे?''

मित्राने भयंकर चेहेऱ्याने त्याच्याकडे बघितलं

''संदीप, तुला कोणी सांगितलं नाही? तुझी बायको... म्हणजे होणारी बायको... छे! काल संध्याकाळी स्टाफ नर्स अरुणा शानबागला सीव्हीटीसीमध्ये कोणीतरी प्रचंड मारलंय... त्याने तिचा गळा आवळायचाही प्रयत्न केला... आणि... आणि... असं म्हणतात की... तू डीनना जाऊन भेट बरं.''

''आता कशीये ती?''

''बरी नाहीये. पण तिची इच्छाशक्ती जबर असणार. आज सकाळी सापडली ती. तिच्या जागी दुसरं कोणी असतं तर एव्हाना... कॅज्युअल्टीमध्ये मी तुझ्याबरोबर यायला हवंय?''

संदीपने मान हलवली. ''नको. थँक्स. तू जा तुझ्या कामाला.''

त्याने आपल्या ताटाकडे बघितलं. थोडासा डाळ-भात त्यात उरला होता. तो संपवताना त्याला सप्टेंबरमध्ये बसलेला पहिला धक्का आठवला. आणि आता साठ दिवसांच्या आत हा दुसरा धक्का. रिकाम्या ताटात तो चमचा फिरवत होता. संदीपने ताट सरकवलं आणि तो उठला आणि हरवल्यासारखा चालायला लागला. हॉस्पिटलच्या मुख्य इमारतीच्या मागच्या दिशेने. डीन आता आपल्या बंगल्यात असायला हवेत.

ते होतेच. डीनने या तरुण डॉक्टरकडे नीट पाहिलं. त्याला सोफ्यावर बसवलं आणि त्याच्यासाठी चहा मागवला. जास्त साखरेचा. संदीपने चहाचा घोट घेईपर्यंत ते काही बोललेही नाहीत.

''डॉ. सरदेसाई, तुम्ही ऐकलंत ना?''

''सकाळी येऊन मला कोणी सांगितलं का नाही?''

''हां. कदाचित ते तुम्हाला शोधतही असतील.''

''शोधत असतील? मी माझ्या आरएमओ क्वार्टर्समध्ये होतो. अभ्यास करत. कोणी नाही आलं माझ्याकडे.''

''डॉ. सरदेसाई, तुम्ही आता इथे आलात ना? एका परीने पोलिसांची उलटतपासणी

चालू असताना तुम्ही इथे नव्हता तेच बरं होतं.''

''मला समजत नाहीये.''

''ती खूप जखमी झालीये. पोलीसांचा कोणावर तरी संशय आहे, पण अजून त्यांची तपासणी पूर्ण झालेली नाही. तुमची आयुष्यातली एवढी मोठी परीक्षा दोन आठवड्यांवर आलेली असताना तुम्ही तुमचा वेळ या प्रश्नोत्तरांमध्ये का वाया घालवावा?''

''तिच्यावर... बलात्कार झालाय?''

''होय.''

संदीप ताडकन उभा राहिला. चहाचा कप त्याच्या हातातच होता. ''मला ताबडतोब तिच्याकडे जायला हवं. तिला मदत करण्यासाठी काय करता येईल ते पाहायला हवं. खरं तर सकाळीच मी तिथे असायला हवं होतं.''

डीनने संदीपच्या हातून कप काढून घेतला आणि बाजूच्या टेबलवर ठेवला. ''मुला, या व्यवसायातल्या सर्वोत्कृष्ट डॉक्टरांनी तिला तपासलंय. तेव्हा ट्रीटमेंटची काळजी नको. मला सांग, तू तिच्या कुटुंबातल्या कोणाला भेटलायस? मुंबईतल्या तिच्या बहिणीला?''

''नाही. कधीच नाही.''

''तू तिच्या घरच्यांना भेटला नव्हतास?''

''ती आपल्या कुटुंबाविषयी फारशी बोलायची नाही. तिला ते आवडत नसावं असा माझा ग्रह झाला होता. म्हणून मग मीही कधी आग्रह धरला नाही. आणि त्याने काही फरकही पडणार नव्हता. पण मी तिच्या चुलतभावंडांना भेटलोय.''

''मी कायद्याच्या दृष्टीने विचार करत होतो. स्टाफ नर्स शानबागवर आपल्याला आणखी काही तपासण्या करायच्या असतील तर त्यासाठी तिच्या जवळच्या नातेवाईकांकडून तशी लेखी परवानगी लागेल.''

संदीपने आश्चर्याने आपली मान हलवली. ''मी देईन ना परवानगी. काही फॉर्म्सवर सह्या करायच्या असतील तरी करेन. माझी बायको होणारेय ती लवकरच.''

डीनने त्याच्या खांद्यावर थोपटलं. ''खाली बस. तो चहा थंड झालाय. मी तुझ्यासाठी दुसरा मागवतो. तिला थोड्याच वेळात न्युरोसर्जरीमध्ये हलवलं जाणार आहे. डॉ. दस्तूरांच्या देखरेखीखाली तू तिला तिथे पाहू शकशील. तोपर्यंत पोलीसही इथून गेलेले असतील. आता मला सांग, एमडीचा तुझा अभ्यास कसा चाललाय? कशात स्पेशलायझेशन करणार आहेस? आणि भविष्यातले प्लॅन्स काय आहेत तुझे?''

डीन आपल्याला काहीतरी सांगू पाहताहेत. संदीपला तेवढं जाणवतंय. पण काय? आणि जे काही बोलायचंय ते असं आडवा घास घेण्यापेक्षा ते स्पष्टपणे

बोलून का टाकत नाहीयेत? संदीपने नि:श्वास सोडला आणि आपलं डोकं ताळ्यावर आणायचा प्रयत्न केला. जे घडलंय त्याचा विचार करण्यात काहीच अर्थ नाहीये. आता शांत राहून जे जे घडणार आहे त्याला सामोरं जायचं, इतकंच आपल्याला शक्य आहे.

दुपारचे १.५०. मेट्रनच्या ऑफिसबाहेर गर्दी जमलीये. नर्सेसचे आवाज चढलेत, संताप व्यक्त होतोय.

"हे बरं नाही. उद्या आपल्यापैकी कोणावरही अशी वेळ येऊ शकते."

"अरुणा शानबागच्या बाबतीत जे घडलंय त्यावर हे लोक काय करणार आहेत?"

"तिच्यावर बलात्कार झाला हे मला शंभर टक्के कळलंय."

"हे तू कसं म्हणू शकतेस, प्रेमा? अरुणा कोमामध्ये आहे. त्यातून ती बाहेर आल्यावरच आपल्याला नक्की काय झालं ते समजू शकेल."

"हे बरोबर आहे. शिवाय मी गायनॅकने लिहिलेला रिपोर्ट पाहून आलेय. त्यात स्वच्छ लिहिलंय, हायमेन इनटॅक्ट म्हणून."

"हा तशा प्रकारचा बलात्कार नव्हता."

"काय वाट्टेल ते काय बोलतेस प्रेमा? दुसऱ्या प्रकारचा म्हणजे?"

सिस्टर प्रेमा पैला कसं सांगावं कळेना. मग ती बोलायचं ठरवते. कारण नर्सेसनाच नीट कळेल याची तिला खात्री वाटते. "मी नाव सांगणार नाही, पण मी एका डॉक्टरशी बोलले. त्याने अरुणाला तपासलंय. त्याने मला ही माहिती दिली. त्याने हायर ऑथॉरिटीजनाही सांगायचा प्रयत्न केला. पण त्यांनी त्याच्याकडे लक्ष दिलं नाही. तिच्यावर बलात्कार झालाय... दुसऱ्या बाजूने," असं म्हणून सिस्टर पै रडायला लागते.

सगळ्याजणी हादरून गेल्या. काहींनी प्रेमाच्या पाठीवर थोपटलं. कोणीतरी कुजबुजलं, "म्हणजे, कुत्रे करतात तसं?"

"बापरे! विश्वासच बसत नाहीये."

आणखी एकीने विचारलं, "प्रेमा, तू जे म्हणतेस ते घडलंय याची खात्री आहे ज्यांनी तिला तपासलं त्यांना?"

"होय. अरुणाला त्या डॉक्टरने अगदी व्यवस्थित तपासलंय. त्याची खात्रीच आहे असं घडलंय म्हणून. पण आपल्याला जे वाटतंय ते कागदावर उतरवण्यापूर्वी आणखी खात्री करून घ्यायची म्हणून त्याला अजून तपासणी करायची होती. परवानगीच नाही दिली त्याला."

"पण का?"

दुसरी एक म्हणाली, ''कारण मुळातच हे प्रकरण चिघळणार आहे. त्यात अजून भर नको असं वाटलं असेल वरच्या लोकांना. वाईट दिसेल ना ते!''

''दिसेल? कसं दिसेल याचा संबंधच कुठे येतो? हा आपला प्रश्न आहे. माणूस म्हणून, बायका म्हणून, नर्सेस म्हणून. आपल्या सुरक्षिततेचा प्रश्न आहे. म्हणजे उद्या आपल्यापैकी आणखी कोणाच्या तरी बाबतीत काही झालं तर ते कसं दिसेल असा विचार करून हे लोक पोलिसांना कळवणारही नाहीत.''

''अगदी शक्य आहे. आणखी दडपादडपी करतील. मला वाटतं, आपणच आपलं भलं बघायला हवं. आपण सुरक्षित आहोत आणि आपल्याला काही इजा होणार नाही याची काळजी आपल्यालाच घ्यायला हवी.''

''पण कशी? आणि अरुणाच्या प्रकरणाबाबत तरी आपण काय करू शकतो?''

''अरुणा स्वत: काही बोलेपर्यंत आपल्याला थांबायला हवं. त्याआधी मला वाटतं आपण ताबडतोब संप करायला हवा.''

''संप? म्हणजे गिरणी कामगार करतात तसा? पण आपण तर नर्सेस आहोत.''

''होय. आपणही संप करायला हवा. हे प्रकरण किती गंभीर बनलंय हे वरच्या लोकांना समजायला पाहिजे.''

''पण अरुणावर रेप झालाय याचा लेखी पुरावा कुठेय आपल्याकडे? त्यांनी आपल्याकडे दुर्लक्ष केलं तर?''

''दुर्लक्ष नाही करू शकणार ते. कारण खरं काय घडलंय ते त्यांना ठाऊकेय.''

''होय. जाऊया आपण संपावर. आपल्या सुरक्षेसाठी आपण थोडा दबाव आणायलाच हवा.''

''बरोबर आहे. आपणच आपलं बरं-वाईट बघायला पाहिजे. अरुणासारखं प्रकरण पुन्हा होता कामा नये.''

तासाभरात नर्सेस संपावर गेल्या होत्या. आणि संप शंभर टक्के होता.

बहुधा, स्वातंत्र्योत्तर भारतामध्ये नर्सेस संपावर जाण्याची ही पहिलीच वेळ असावी. याआधी असं काही घडल्याची नोंद किमान कुठे सापडत नाही. आणि केईएमच्या शंभर वर्षांच्या इतिहासात तर पहिल्यांदाच कोणत्याही प्रकारचा संप झाल्याची या निमित्ताने नोंद झाली.

सिस्टर शशिकला वारन पुढे काय होणार याची चिंता व्यक्त करत स्वत:शीच म्हणाल्या, ''यापुढे सगळंच बदलणार आहे. आजपासून आपल्या शिफ्टसच्या पलीकडे आपल्या कामाचा विचार करणं नर्सेस सोडून देणार आहेत.''

दुपारचे २.२०. भोईवाडा पोलीस स्टेशन. अरुणा शानबागच्या केसची फाईल

सुरू करण्यासाठी अधिकृत तक्रार बुक उघडण्यात येतं.

"तक्रार करणाऱ्याचं नाव?"

"तक्रार करणारं कोणी नाही."

"पण कोणीतरी केल्याशिवाय तक्रार झाली कशी? तक्रार करणारा नाही, तक्रार नाही, केसही नाही."

"केईएममधल्या कोणालाच फिर्यादी व्हायचं नाहीये."

"कुटुंबालासुद्धा नाही?"

"त्यांचं म्हणणं आहे की, हॉस्पिटलमध्ये प्रकरण घडलंय तर केईएमने सगळी जबाबदारी घ्यायला हवी. हॉस्पिटलचं म्हणणं असं की, बॉम्बे म्युनिसिपल कॉर्पोरेशन (बीएमसी) हे हॉस्पिटल चालवत असल्याने म्युनिसिपल कमिशनरची परवानगी घ्यावी लागेल आणि ती मिळायला वेळ जाईल. मुख्य म्हणजे एवढी गंभीर केस असूनही कोणाला कोर्टात यायचं नाहीये की यात अडकायचं नाहीये."

"हे असे लोक असतील तर पोलीस काय करणार? सब-इन्स्पेक्टर लक्ष्मण नाईकचं नाव टाका फिर्यादी म्हणून. कोणावर संशय? लोकांनी प्रामाणिकपणे स्टेटमेंट तरी दिलंय का?"

"लोकांची चौकशी चालू आहे. स्टेटमेंटसही घेतली जाताहेत. संध्याकाळपर्यंत संशयिताचं नाव समोर यायला हरकत नाही."

दुपारचे २.५० कवटी आणि मणक्याचे एक्स-रे डॉ. दस्तूरांनी नीट बघितले. ज्याची अपेक्षा होती तेच त्यांना दिसत होतं. संध्याकाळी पुन्हा एक्स-रे काढण्याची सूचना त्यांनी दिली. अरुणाच्या मानेवर सर्व्हायकल कॉलर लावायला सांगितलं. आणि कॅज्युअल्टीमधून अरुणा शानबागला वॉर्ड नं. ३३ मध्ये आणलं गेलं. डॉ. दस्तूरांच्या खास देखरेखीखाली.

आपली सहकारी अरुणा शानबाग हिची काळजी घेणाऱ्या नर्सेसने केलेल्या नोंदी –

द स्पाईन एक्स-रे शोज कॉनजेनायटल फ्युजन बिटविन सी ६ अँण्ड ७
पेनफुल स्टिम्युलेशन प्रोड्युसेस ग्रोनिंग, विच वॉज नॉट प्रेझेंट इन द मॉर्निंग.
हॅज स्पॉनटेनिअल नॅशिंग ऑफ टीथ.
लोअर लिम्ब्स मूव्ह लेस.
३.३०. पेशंट अनकॉन्शिअस. डझ नॉट ओबे कमांड्स.
प्लॅनटार्स अप.
ब्लिन्क्स व्हेन प्युपिलरी रिॲक्शन चेक्ड.
ब्लिन्क्स ऑन टचिंग आयलॅशेस.

स्पॅस्टिसिटी ऑफ लोअर लिम्ब्स पर्सिस्ट्स.

व्हायटल फन्क्शन्स नॉर्मल.

(मानेचा ६ वा आणि ७ वा मणका जन्मत:च जोडलेला असल्याचं एक्स-रेमधून दिसतं.

वेदना झाल्यास विव्हळते. सकाळी हे असं होत नव्हतं.

उत्स्फूर्तपणे दात चावते.

पाय तुलनेने कमी हलतात.

३.३०. पेशंट बेशुद्धावस्थेत. दिलेल्या सुचनांचं पालन करत नाही.

प्लॅनटार्स अप.

डोळ्यांत टॉर्च मारल्यावर डोळे गच्च मिटून घेते. पापण्यांना स्पर्श केल्यावर डोळे गच्च मिटून घेते.

पायांचा ताठरपणा अजूनही आहे.

शरीराची मूलभूत कार्य व्यवस्थित.)

डॉ. संदीप सरदेसाई न्युरो सर्जरीच्या वॉर्ड नं. ३३ मध्ये आपल्या होणाऱ्या बायकोच्या पलंगापाशी उभा होता. आजूबाजूच्या नर्सेस हळूच बाजूला झाल्या होत्या.

तो हसला. जागी झाल्यावर उठून स्वत:चा चेहेरा आरशात पाहील तेव्हा ती खूप वैतागणार आहे. अरुणा मठ्ठ आहे असं नाही, पण आपण सुंदर आहोत यावर ती खूष आहे. त्यामुळे तिचं टक्कल केलेलं पाहून ती जाम वैतागणार आहे. खरं म्हणजे तिच्या स्कलचा आकार इंटरेस्टिंग आहे. डोक्यावरून त्याची नजर तिच्या मिटलेल्या डोळ्यांवर येऊन स्थिरावली.

तो सावकाश पुढे झाला आणि हळुवारपणे त्याने तिच्या डोळ्यांवर ओठ टेकले. "आता विश्रांती घे. मी येईन नंतर," तो पुटपुटला.

संध्याकाळचे ५. डॉ. सरदेसाई पुन्हा अरुणाला भेटायला आलाय. थोडा थकल्यासारखा वाटतोय तो. आपण सकाळपासून डिनायलमध्ये होतो हे त्याच्या लक्षात आलंय. अरुणा इथे बेशुद्धावस्थेत असताना आपल्याला अभ्यास करता येईल असं मानणंच चुकीचं होतं. याच वॉर्डमध्ये ती नाईट ड्युटी करत होती आणि आपण तिला लग्नाची मागणी घातली होती हे त्याच्या लक्षात येतं. दुपारी आपण तिच्या डोळ्यांवर ओठ टेकले ते तिचं घेतलेलं पहिलं चुंबन होतं हे त्याच्या लक्षात येतं. आता आपण रडायला लागलोत हेही त्याच्या लक्षात येतं.

डॉ. संदीप सरदेसाई एक स्टुल घेऊन अरुणाच्या बाजूला बसतो. तिचा निर्जीव

डावा हात आपल्या हातात घेऊन स्वत:च्या चेहेऱ्यावर ठेवतो आणि कोंकणीमध्ये तिच्याशी बोलू लागतो. ''तू मला रडवतेयस, कळतंय तुला? चांगल्या घरातल्या गौड सारस्वत ब्राह्मण मुली आपल्या नवऱ्याला असं रडवतात? काय हे अरुणा शानबाग. आता तुझा नवरा म्हणून मी अपेक्षा करतो, अशी ऑर्डर देतो की तू तुझे डोळे उघडशील.'' पाऊण तास तो असा तिच्याशी गप्पा मारत असतो आणि जणू तिची उत्तरं ऐकण्यासाठी मधे मधे थांबतोही.

संध्याकाळचे ६.३०. पेशंट बेशुद्ध. दिलेल्या सूचनांना कोणताही प्रतिसाद नाही.

प्लॅनटार्स अप.

राइल्स ट्यूबने अन्नपुरवठा.

काहीतरी चावत असल्यासारखी जबड्याची हालचाल आणि दात चावणं चालू.

पायावर ताबा नाही.

संध्याकाळचे ७.००. मुंबईतल्या दैनिकांमधले गुन्हेगारीच्या बातम्या देणारे वार्ताहर आता कामाला लागलेत. पोलिसांमधल्या आपल्या खास सूत्रांशी बोलणं, इथूनतिथून माहिती जमवणं, पोलीस कंट्रोल रूमला फोन लावून, ''काय विशेष?'' हा नेहमीचा प्रश्न विचारणं.

आजचा दिवस थोडा वेगळा होता. कॉर्पोरेशन बीट सांभाळणाऱ्या पत्रकारांना विरोधी पक्षाच्या एका नगरसेवकाने बातमी दिलीय. केईएममध्ये आपल्या सहकारी नर्सेवर झालेल्या बलात्काराच्या विरोधात नर्सेसनी संप केलाय. शंभर टक्के नर्सेस त्यात सहभागी झाल्यात. कॉर्पोरेशनचे वार्ताहर मग क्राईमवाल्यांना ही बातमी देतात आणि सगळे फोनवर माहिती जमवायला सुरुवात करतात. डॉक्टर्स, नर्सेस, युनियन्स, कॉर्पोरेशन चालवत असलेली इतर हॉस्पिटल्स, कमिशनर, मुख्यमंत्र्यांचे सचिव, या सगळ्यांशी ते बोलतात. केईएमचे डीन फोनवरच येत नाहीत.

सगळ्या माहितीवरून तयार झालेलं चित्र दुसऱ्या दिवशीच्या वर्तमानपत्रांमधून छापून येतं. कुठे पहिल्या पानावर तळाला, तर कुठे शहराच्या बातम्या देणाऱ्या पानात सगळ्यात वर –

अरुणा शानबाग या केईएम हॉस्पिटलमध्ये काम करणाऱ्या २५ वर्षीय नर्सवर खुनी हल्ला. कारण अद्यापि कळलेलं नाही. भोईवाडा पोलीस स्टेशनचा तपास चालू. हल्ला झालेल्या नर्सवर बलात्कार केला गेल्याचं वृत्त हॉस्पिटलच्या अधिकृत सूत्रांनी नाकारलेलं नाही. मात्र केईएमच्या नर्सेसनी तीन दिवसांचा संप करण्याचा

निर्णय घेतलेला असून, अधिक सुरक्षा व्यवस्था आणि योग्य त्या सोयीसुविधांची मागणी त्यांनी केलेली आहे. इतर हॉस्पिटलमधल्या नर्सेस एकजूट दाखवण्यासाठी त्यांच्याबरोबर अर्ध्या दिवसाचा लाक्षणिक संप करणार आहेत. या संदर्भात मुख्यमंत्री लवकर महापालिका आयुक्तांना पाचारण करतील अशी अपेक्षा आहे. हल्ला झालेली नर्स कोमात गेल्याचं समजतं.

संध्याकाळचे ७.३०. अरुणाच्या तोंडाची सुजलेली डावी बाजू अचानक आखडल्यासारखी होऊ लागलीये. काही सेकंदांमध्ये ती हातपाय आपोआप झटकू लागते. पायांपेक्षा हात जास्तच.

रात्रीचे ८.३०. आखडण्याची क्रिया चालूच. डॉ. दस्तूरांचा सहायक डॉ. सुनील पंड्याला कळवण्यात येतं. तो ताबडतोब ३३नं. वॉर्डमध्ये येतो, पेशंटला तपासतो आणि औषधांमध्ये थोडे फेरफार करतो.

रात्रीचे ९.३०. जेवण झाल्यावर डॉ. संदीप सरदेसाई येतो आणि अरुणाचा चेहेरा आखडल्याचं पाहतो. तिचा मेडिकल चार्ट बघतो आणि स्टुल ओढून तिच्या बाजूला बसतो. गप्पा मारत. चाळीस मिनिटं. त्याचा आवाज घोगरा झालाय. ''नेहमी तुझीच बडबड चालू असते. आणि आता पाहा,'' तो हसून म्हणतो. तिला गुड नाईट करून निघतो.

रात्रीचे १०.०० भोईवाडा पोलीस स्टेशनमध्ये सगळ्या स्टेटमेंट्सची नोंद करून झालीये. डॉग लॅबमधले अरुणाचे सहकारी सर्वात जास्त मोकळेपणाने बोललेत. आपल्याला असलेला संशय, कुत्र्यांचं खाणं चोरणाऱ्या त्या पुरुषाला ती कशी रागवायची हे त्यांनी पोलिसांना सांगितलंय. तिचा गळा आवळल्याचं त्यांनी ऐकलं होतं आणि बहुधा त्या पुरुषाने त्यासाठी गच्चीवरची कुत्र्यांची साखळी वापरली असा त्यांचा संशय आहे. ती साखळी सापडत नाहीये, आणि तोही कुठे दिसत नाहीये. मात्र तो सकाळी होता. त्याचे वडील इथे हॉस्पिटलमध्येच नोकरी करतात. त्यांनीच त्यांच्या मुलाला मेहतराचं ते तात्पुरतं काम मिळवून दिलं होतं. ते मुकादम आहेत, मेहतरांचे प्रमुख. खूप वर्षं ते केईएममध्ये आहेत, थोड्याच दिवसांत निवृत्तही होणार आहेत. त्यांचं नाव भरत ढेकोलिया वाल्मीकी. तो माणूस बरा आहे. नाही, त्यांच्या मुलाविषयी आपण पोलिसांशी बोलणार आहोत हे त्यांनी वडिलांना सांगितलेलं नाही. पण तरी बातमी पसरलीये आणि सगळे वॉर्ड बॉईज, मेहतर आणि इतर सगळेच त्याविषयी कुजबुजताहेत. काहींचं म्हणणं असंय की,

मुख्य सुरक्षा अधिकाऱ्यानेच हे कृत्य केलंय, पण त्यावर पांघरुण घातलं जाईल आणि कोणा गरीबाला बळीचा बकरा बनवलं जाईल.

इंदर गुलमशी बैत वाल्मीकी, मेहतर : काही महिन्यांपूर्वी डॉग लॅबचा अटेंडंट लक्ष्मण रजेवर गेला. सिस्टर अरुणा शानबागने सोहनलालला लक्ष्मणचं काम करायला सांगितलं. त्याला ते आवडलं नाही. सिस्टर अरुणा शानबागने मग त्याची तक्रार केली. तिची छेड काढून आपण बदला घेऊ, असं त्याने मला सांगितलं होतं. पण मी ते कधी गंभीरपणे घेतलं नाही. त्यानंतर पुन्हा एकदा तसाच प्रकार झाला आणि सोहनलालने परत तीच धमकी दिली.

सहदेव सीताराम परब, सुरक्षा रक्षक : मी दुपारी तीन ते रात्री अकराच्या ड्युटीवर असतो. सीव्हीटीसीच्या तळमजल्यावर. खाली कोणतंही काम होत नाही आणि संध्याकाळी पाच वाजल्यानंतर कोणी तळघरात जातही नाही. दुपारी चार ते सहा हे सीव्हीटीसीच्या वॉर्डांमधले भेटीचे तास असतात आणि भेटायला येणारी माणसं पुष्कळ असतात. त्यामुळे तळघरात जाणाऱ्या तळमजल्यावरच्या दरवाजापासून सिक्युरिटी काढली जाते. आम्ही मग राऊंड घेऊन इमारतीच्या प्रवेशद्वाराजवळ येतो. मेहतर सोहनलाल भरता वाल्मीकीला मी काल २७ नोव्हेंबर, १९७३ या दिवशी संध्याकाळी ५.४०ला तळघरातून येऊन बिल्डिंगमधून बाहेर पडताना पाहिलं.

जयसिंह विठू जाधव, कस्टोडियन रखवालदार : कामाला आल्यावर त्यांना सकाळी ७ वाजता आधी माझ्याकडे येऊन रिपोर्ट करावं लागतं. सोहनलाल रोज उशिरा यायचा. काही महिन्यांपूर्वी स्टाफ नर्स अरुणा शानबागने त्याच्या कामाविषयी तक्रार करून तो फार उद्धट असल्याचं म्हटलं होतं. तासाभराने मी तिच्यासमोरच त्याला याबाबत विचारलं आणि त्याने चांगली वर्तणूक करण्याचं आश्वासन दिलं. काही आठवड्यानंतर स्टाफ नर्स अरुणा शानबागने मला पुन्हा फोन केला. दुसऱ्या दिवशी सोहनलाल कामावर आल्यानंतर मी परत त्याला ताकीद दिली. त्याच दिवशी थोडं उशिरा सिस्टर शानबाग असताना मी डॉग लॅबमध्ये गेलो आणि सगळ्यांसमोर त्याच्याशी बोललो. त्याला आत्ताच्या आत्ता काढून टाकत असल्याचंही मी म्हटलं. त्याने मग खूप विनवणी केली. इतकी की त्याला शेवटी ताकीद देऊन सोडून द्यावं, असं स्टाफ नर्स शानबागनेच सांगितलं.

संभाजी सीताराम जेठेगावकर, तंत्रज्ञ : मी डॉग लॅबमध्ये काम करतो. सोहनलाल नियमित नाही. कधी कधी तर तो सात वाजताच्या ड्युटीसाठी साडेआठलाही यायचा. मी त्याला अनेकदा ताकीद दिलेली होती. कुत्र्यांची घरं आणि लॅब साफ करणं, कुत्र्यांच्या ऑपरेशनसाठी जे कापड वापरण्यात येत असे ते धुणं, मेलेल्या कुत्र्यांची विल्हेवाट लावणं ही त्याची कामं होती. डाएट विभागातून कुत्र्यांसाठी खाणंही तो आणत असे. तो फार भांडखोर आहे. त्याला काम सांगितलं की तो

किरकिर करतो. कधी कधी तो काम करायला नकार द्यायचा. मग इतर मेहतर, इंदर आणि उदयवीर ते काम करून टाकत.

उदयवीर चन्नाराम वाल्मीकी, मेहतरः काल, २७ नोव्हेंबर, १९७३ या दिवशी मी सकाळी सात वाजता कामावर आलो. सात ते अकरा या वेळात मी दुसऱ्या मजल्यावरच्या बाथरुम्स साफ, स्वच्छ केल्या. दुपारी मी डॉग लॅबमध्ये कामाला गेलो आणि ऑपरेशनसाठी डॉक्टरांना मदत केली. ऑपरेशनचे रक्ताळलेले कपडे मी धूत असताना सोहनलाल तिथे आला आणि म्हणाला की, स्टाफ नर्स अरुणा शानबागबरोबर झोपण्यासाठी तो आपला एक महिन्याचा पगारही उधळायला तयार आहे. नर्सेस या आपल्या बहिणीसारख्या असतात आणि आपल्याला त्यांच्या हाताखाली काम करायचं असतं, असं मी त्याला सांगितलं.

भरत ढेकोलिया वाल्मीकी, मुकादमः माझा मुलगा सोहनलाल आपल्या बायकोला घेऊन पुण्याला गेलाय. त्याच्या बायकोची आई खूप आजारी आहे म्हणून. आज, २८ नोव्हेंबर, १९७३ ला दुपारी तो निघाला. तिचे घरचे लोक कुठे राहतात ते ठाऊक असून पोलिसांना तिथे घेऊन जायची माझी तयारी आहे.

भोईवाड्याचे पोलीस इन्स्पेक्टर सी. डी. देव यांनी आपल्या घड्याळावर नजर टाकत सब-इन्स्पेक्टर रामचंद्र नारायण वायदंडे यांना बोलावून घेतलं. ''संशयिताच्या वडिलांना बरोबर घेऊन ताबडतोब पुण्याला निघा. संशयित तिथे असेल तर त्याला लगेच ताब्यात घ्या आणि तसेच परत निघा. त्याला लॉक-अपमध्ये टाका. उद्या सकाळी आपण त्याची उलटतपासणी घेऊ.''

रात्रीचे १०.३०. अरुणाची बुबुळं उजवीकडे सरकलीत. ड्युटीवर असलेल्या नर्सेसने हळूहळू तिचं डोकं हलवून बुबुळं पुन्हा डावीकडे आणली. पण ती पुन्हा उजवीकडे गेली. मग तिचे हात-पाय हलू लागले. झटकल्यासारखे नव्हेत. नुसतेच. पायापेक्षा हात जास्त. नर्सेस तिला थोपटू लागल्या. तिचा चेहरा कोणताच भाव दर्शवत नव्हता. प्लॅनटार्स एक्सटेनसर्स.

रात्रीचे ११.१५. नवीन ड्रिप सुरू करण्याची गरज भासू लागलीये. आधीची नस चालणार नाही. नर्सने इंट्राव्हीनससाठी नवीन नस शोधली आणि सुई टोचली. अरुणाने किंचित झटका दिला आणि त्या रात्रीपुरती ती शांत झाली.

पहाटेचे २.००. २९ नोव्हेंबर, १९७३. सब-इन्स्पेक्टर वायदंडे, भोईवाडा पोलीस स्टेशनचे एक कॉन्स्टेबल आणि भरत ढेकोलिया पुण्याजवळ दापोडीपाशी पोचलेत. कॉलेज ऑफ मिलिटरी इंजिनियरिंग या प्रसिद्ध कॉलेजच्या गेटपाशी येऊन

त्यांचं वाहन कॅम्पसमध्ये शिरतं. सीएमईच्या टोकापर्यंत ते जातात. या विभागाला भोपकेल म्हणतात. इथे एक मोकळं मैदान आहे आणि त्यात पुढे अनेक झोपड्या. भरत ढेकोलिया त्यापैकी एका झोपडीत शिरतात आणि थोड्याच वेळात सोहनलालला घेऊन बाहेर येतात.

सब-इन्स्पेक्टर वायदंडे सोहनलालकडे रोखून पाहतात. का कोण जाणे, त्याने त्या नर्सला जे काही केलंय त्यामुळे असेल, पण हा माणूस उंच आणि दणकट असणार अशी वायदंडेंची कल्पना असते. प्रत्यक्षात सोहनलाल तसा नाही. मात्र त्याच्या डोळ्यांमधली चमक, थंड-भावनाहीन चेहेरा त्याच्यातल्या जनावराची झलक दाखवतो. वायदंडे मनातल्या मनात नोंद घेतात- पशूसारखं वागण्याची पुरुषाची वृत्ती आणि त्याचं व्यक्तिमत्त्व यांचा अर्थाअर्थी काही संबंध नसतो. ते खिशातून हातकडी काढतात.

ही गडबड कसली हे बघण्यासाठी आता इतर झोपड्यांमधून माणसं बाहेर येऊ लागलीत. सोहनलालची अगदी तरुण पत्नी विमलाही आपल्या घरातून बाहेर आलीये. चेहेऱ्यावर घुंगट ओढलेला. सब-इन्स्पेक्टर वायदंडे सोहनलाल भरत वाल्मीकीला गाडीत घालतात. गाडी पुन्हा मुंबईच्या दिशेने धावू लागते.

सकाळचे ६.००. डॉ. संदीप सरदेसाई आपल्या प्रेयसीला गुड मॉर्निंग म्हणायला आलाय. ती फक्त कण्हते. तो तिची तपासणी करतो. सगळं व्यवस्थित असतं. मग एक स्टुल ओढून त्यावर बसतो आणि तिचा हात हातात घेऊन गप्पा मारू लागतो. म्हणतो,

"मला खूप वेळ नाही थांबता येणार इथे. आता तू बरी व्हायला लागलीयेस. तेव्हा आपण दोघांनीही भेटीच्या तासांची वेळ पाळायला हवी. अर्थात, मला हवं तेव्हा इथे येण्याची परवानगी डीनने दिलीये. पण केईएमचा डॉक्टर आणि नर्स म्हणून आपणच आपली शिस्त मोडून कसं चालेल? तुला पटतंय ना मी काय म्हणतोय ते? पटत नसतं तर तू मला तसं सांगितलं असतंस. नेहमीप्रमाणे."

सकाळचे ६.१०. अरुणाच्या तब्येतीमध्ये जाणवण्याइतकी सुधारणा दिसून येते. हाता-पायांची उत्स्फूर्त हालचाल होते. ती आपले गुडघे, नितंब वाकवते. आणि ते करताना तिच्या तोंडून दुखल्यासारखे आवाज येताहेत. संदीप तिच्याशी बोलतोच आहे, तिला प्रश्न विचारतोय. ती उत्तर द्यायचा प्रयत्न करतेय. नर्सेस तिचे डोळे तपासतात आणि नोंद करतात - डोळ्यांतील बाहुली जागेवर. उजेडाला किंचित प्रतिसाद. नो कॉन्ज्युगेट डिव्हिएशन ऑफ आईज. (दोन्ही डोळे एकत्र हलत नाहीत.)

सकाळचे ९.००. वर्तमानपत्र वाचून त्यावर प्रतिक्रिया यायला सुरुवात झालीये. डीनचा फोन सतत खणखणू लागलाय. केईएममध्ये मुंबईकरांच्या फोन्सचा ओघ सुरू झालाय. अरुणा कोमामधून बाहेर आली का, असं कोणी विचारतंय, तर कोणी आपलं रक्तं देऊ मागतंय. अनेकांना तिच्याभोवती तिचे घरचे लोक आहेत ना, याची काळजी लागलीये. केईएमच्या गेटपाशी तिला बघायला लोक गर्दी करू लागलेत. त्यांना अर्थातच घालवून दिलं जातंय. सुरक्षा व्यवस्था कडक करण्यात आलीये.

राजकीय पुढारी येऊन नर्सेसशी निःस्वार्थ सेवा आणि फ्लोरेन्स नाईटिंगेलविषयी बोलताहेत. 'तुमचा संप चालू राहिला तर इतर हॉस्पिटल्समधल्या नर्सेसही आपली सहानुभूती दर्शवण्यासाठी संप सुरू करतील.' हे ते पुढारी नर्सेसच्या निदर्शनास आणून देतात. 'अख्ख्या शहरभरातल्या रोग्यांना पाहायला कुणी नाही; तेव्हा त्यांची जी अनावस्था होईल त्याची जबाबदारी केईएमच्या नर्सेसवर नाही का येणार?'

केईएमच्या नर्सेस आपल्या भूमिकेवर ठाम आहेत. तीन दिवसांचा संप त्यांनी जाहीर केलाय आणि तो तीन दिवसच चालणार. या तीन दिवसांत त्या फक्त एकाच पेशंटची काळजी घेणार आहेत : स्टाफ नर्स अरुणा शानबाग. इतर हॉस्पिटलमधल्या नर्सेस त्यांच्याबरोबर फक्त अर्ध्या दिवसाचा लाक्षणिक संप करणार आहेत. त्यांच्या कामाच्या ठिकाणी जी परिस्थिती आहे त्याकडेही त्या निमित्ताने लक्ष वेधलं जाईल. स्टाफ नर्स अरुणा शानबागचं जे झालं ते शहरातल्या दुसऱ्या नर्सच्या बाबतीत झालं तर तुम्ही राजकारणी त्याला जबाबदार राहणार आहात? दरम्यान, केईएमने नवीन, अधिक लायक सुरक्षा रक्षक नेमावेत, वॉर्ड बॉईजना नर्सेसशी आदराने वागण्याच्या सूचना द्याव्यात आणि हॉस्पिटलमध्ये आणि अवतीभोवती सर्वत्र ट्युबलाईट्स लावून घ्यावेत.

सकाळचे ११.००. डॉ. दस्तूर अरुणाला तपासतात. ती सेमी-कोमॅटोज कंडिशनमध्ये आहे. म्हणजे अर्धवट बेशुद्धावस्थेत. वेदनांना ती प्रतिसाद देतेय. ते पायांची बोटं तपासतात. प्लानटार्स अप. डोळ्यांची बाहुली नॉर्मल आहे. पण बुबुळं मात्र वर-खाली घसरताहेत. नो लॅटरल कॉन्ज्युगेट डिव्हिएशन. "काल एक्स-रेचा दुसरा सेट घेतला होता का?" डॉ. दस्तूर विचारतात. दुसऱ्यांदा घेतलेले एक्स-रे त्यांच्या हातात ठेवले जातात. ते पाहून डॉक्टर ऑर्थोपेडिक युनिटला तिच्या मानेचा एक्स-रे काळजीपूर्वक बघायला सांगतात.

"आपल्याला आता ईईजी काढायला हवा." ते म्हणतात.

ईईजी म्हणजे इलेक्ट्रोएनसेफेलोग्रॅम. यासाठी रुग्णाचा गोटा करावा लागत नाही. डोक्यावर जेल हा चिकट पदार्थ लावला जातो व डोक्यात आठ ते सोळा विजवाहक काड्या (इलेक्ट्रोड्स) बसवल्या जातात. आणि मेंदूतील लहरींची नोंद

केली जाते. डॉ. सरदेसाईला तिथली नर्स ईईजीबद्दल सांगते. भेटीची वेळ असते, पण अरुणाच्या घरातलं कोणीच तिच्याजवळ नसतं.

सकाळचे ११.०५. भोईवाडा पोलीस स्टेशन. सोहनलाल भरत वाल्मीकीची उलटतपासणी पूर्ण झालीये. हॉस्पिटलने 'चोरी करण्यासाठी नर्सवर हल्ला' याखेरीज दुसरा कोणता आरोप केलाय हे तिथे अधिकारी आपल्या रजिस्टरमध्ये पाहतात. कोणताही नाही. एकही डॉक्टर, नर्स किंवा नातलग बलात्काराचा प्रयत्न झाला किंवा विनयभंग झाला, असं म्हणायलाही पुढे आलेलं नाही. 'खुनाचा प्रयत्न आणि चोरी' या आरोपाखाली सोहनलाल भरत वाल्मीकीला अधिकृत अटक होते.

दुपारचे १२.३०. ब्रॉडवेजजवळ दादरला आपली टॅक्सी लावून ड्रायव्हर शिवराम रामचंद्र मेहेर मागच्या सीटवर लोळलाय. मुंबई-पुणे-मुंबई अशी त्याची टॅक्सी आहे आणि तो गिऱ्हाईकांची वाट बघतोय. एकूणच दिवस थंड आहे. सकाळच्या पेपरमधला शब्दन् शब्द वाचून त्याने संपवलाय. जेवणापूर्वी थोडीशी डुलकी काढावी असा विचार करत असतानाच खिडकीच्या काचेवर त्याला टकटक ऐकू येते. ''ए, साला काच तोडता...'' समोरची माणसं पाहून त्याचं वाक्य अर्धवटच राहतं. एक पोलीस ऑफिसर, दोन कॉन्स्टेबल. त्यांना पुण्याला जायचंय. मेहेर झटकन उठतो, मागची सीट झाडतो आणि ऑफिसरसाठी दरवाजा उघडतो.

टॅक्सी निघते. मेहेरच्या हातात सफाई आहे. ते चेंबूरला पोचतात. ''पुण्याला पोचायला किती वेळ लागेल?'' पोलिस अधिकारी विचारतो. ''घाटात किती ट्रॅफिक आहे त्याच्यावर अवलंबून आहे, साहेब. आणि पुण्याच्या बाहेर फॅक्टऱ्या आहेत तिथे ट्रक्सचा ट्रॅफिक किती आहे हे पण बघायला लागेल.''

''आम्हाला दापोडीला जायचंय. सीएमई.''

''मग अजून कमी वेळ लागेल, साहेब.

पोलीसवाले आपसात गप्पा मारू लागतात. ट्रॅफिक आणि रस्ता पाहून मधे मधे मेहेरही त्यांच्यात सहभागी होतो. पनवेलला ते पाणी प्यायला थांबतात. ''आपण वर खोपोलीला जेवण घेऊ या, साहेब. तिथे चांगले बटाटेवडे मिळतात.'' मेहेर सुचवतो. खोपोलीला टॅक्सी पार्क करून मेहेर त्यांना हॉटेल दाखवतो. इथे जेव्हा जेव्हा तो गिऱ्हाईक घेऊन येतो, हॉटेल मालक त्याला खायला आणि चहा फुकटात देतो.

''चल आमच्याबरोबर,'' पोलीस अधिकारी म्हणतात.

पोलिसांच्या बरोबर, त्यांच्याच टेबलवर ते मेहेरला बसवतात. आपण कोणीतरी महत्त्वाचे आहोत असं मेहेरला वाटतं. पुढच्या वेळी इथे येऊ तेव्हा हा हॉटेलवाला आपल्याला चांगलाच भाव देईल. पण त्याच वेळी त्याला विचित्रही वाटत असतं

आपल्याला पकडून नेताहेत असं हॉटेलवाल्याला वाटलं तर? मेहेर इथे-तिथे पाहतो. हॉटेलचा मालक बटाटेवडे भराभर बनताहेत की नाही हे पाहण्यात मग्न असतो.

''वड्याबरोबर काही घेणार?'' अधिकारी विचारतो.

''चहा, साहेब.''

चहा आणि वडे येतात. या वेळी मेहेर चहा बशीत ओतून भुरके मारत पीत नाही. पोलिसवाल्यांवर इम्प्रेशन मारायचं असतं. अधिकारी त्याला सिगारेट देतात आणि प्रेमाने म्हणतात,

''आम्ही चाललोय तिकडे काही सापडलं तर तुला कोर्टात यावं लागेल.''

मेहेरच्या हातून चहाचा कप डचमळतोच. ''काय कू?'' त्याला कशात गुंतायचं नसतं. ''अरे साब, आपुन को कोई लफडे में नही पडने का है.''

''आमचं बोलणं ऐकलंस तू?''

त्याने मधून-मधून ऐकलेलं असतं. ''नाही साहेब.''

''ठीकाय. मी सांगतो तुला. आम्ही दापोडीला काही कपडे शोधायला चाललो आहोत. या कापडांवर रक्ताचे डाग असण्याची शक्यता आहे. तसं असेल तर तुला साक्षीदार बनावं लागेल आणि मग साक्ष द्यायला कोर्टात यावं लागेल.''

मेहेर आता चुकचुकतोय. ''क्या साब. पहले बोलता तो दूसरा टॅक्सी में मैच बिठाता.''

''अब चूप बैठता है के नही? कभी से दिमाग चाट रहेला है. त्यापेक्षा वडा खा. हवाय का आणखी.''

त्या पोलीसवाल्याला खड्ड्यात जा, असं सांगावंसं मेहेरला वाटलं. पण ते पडले पोलीस. आपल्यालाच खड्ड्यात टाकतील. तेव्हा आलेल्या गोष्टीला तोंड द्यावं हे बरं.

''मर्डर केस है क्या?''

''नाही.''

''मग तुम्ही तर कापडावर रक्ताचे डाग असतील म्हणताय.''

''त्याने तिचा खून करायचा प्रयत्न केला.''

''तिचा?''

''अरे बाबा, तू सकाळचा पेपर वाचलास की नाही? त्या नर्सचं प्रकरण वाचलंस?''

''होय साहेब. पण पेपरात आलंय की त्याने तिची भयानक हालत केलीये. खुनाच्या प्रयत्नापेक्षा भयंकर.''

''कायद्यामध्ये खून असतो किंवा खुनाचा प्रयत्न. अधेमधे काही नाही. तुम्ही

मरता तरी किंवा नाही तरी.''

"पण मी वाचलं की ती बिचारी नर्स धड जिवंतही नाही आणि मेलेलीही नाही. रेप किया ऐसा भी बोलता है.''

"तिच्या बाजूने तशी काही तक्रार नाही.''

"ती कशी बोलणार साहेब? पेपरात लिहिलंय की ती कोमामध्ये आहे.''

"तिचं कुटुंब आहे, डॉक्टर्स आहेत. त्यांनी तक्रार करायला वैद्यकीय पुरावा घेऊन पुढे यायला पाहिजे.''

"अजीबच दुनिया है,'' मेहेर मान हलवतो.

दापोडीच्या दिशेने पुन्हा प्रवास सुरू होतो.

पश्चिम घाट पार करून ते खंडाळ्यात पोचतात. आजूबाजूला हिरवाई आणि थंड, स्वच्छ हवा. पोलीस अधिकारी दीर्घ श्वास घेतात.

"मुंबईतून बाहेर पडायला किती बरं वाटतं. तेही इतक्या मस्त वातावरणात.''

मेहेर आपली बाजू मांडायचा प्रयत्न करतो. "साहेब, काही सापडलं आणि कोर्टात यायला लागलं तर धंद्याच्या टायमाला नका बोलवू हां.''

पोलीस अधिकारी जोरात हसतात. "हिंदी सिनेमातही कोर्ट रात्री चालत नाहीत. सकाळच्या वेळातच असतात. त्यामुळे तुला धंद्याच्या टाइमालाच यावं लागेल. एवढी काळजी नको करूस. वेळ येईल तेव्हा सांगू आम्ही तुला.''

"त्याचीच तर काळजी वाटतेय ना,'' मेहेर म्हणाला.

सीएमईच्या मागच्या बाजूच्या त्या झोपडीत ते पोचतात तेव्हा संध्याकाळचे चार वाजलेले असतात. पोलीस आपली शोधाशोध सुरू करतात. त्यांना फार वेळ लागत नाही. एका कोपऱ्यात पडलेली ट्रंक ते उघडतात. आत सोहनलालच्या बायकोचे कपडे, रक्ताचे डाग असलेली एक खाकी हाफ पॅन्ट, समोरच्या बाजूला पण खाली रक्त लागलेला शर्ट आणि पुढच्या बाजूला रक्त लागलेली पुरुषाची अंडरवेअर त्यांना मिळते. हे नंतरचे तीनही कपडे डाग घालवण्याचा प्रयत्न करून मग ट्रंकेत अगदी खाली कोंबल्यासारखे दिसतात.

पोलीस अधिकारी झोपडीबाहेर घुंगट ओढून बसलेल्या विमलाला ते कपडे दाखवतात. घाबरत घाबरत हळू आवाजात ती ते कपडे आपल्या नवऱ्याचेच असल्याचं सांगते.

टॅक्सी मुंबईला निघते. या लफड्यात अडकलोय... म्हणजे आता आपल्याला कोर्टाच्या चकरा माराव्या लागणार... या विचारात मेहेर बुडून गेलाय.

संध्याकाळचे ६.००. आरोपी सोहनलाल भरत वाल्मीकीला मुंबईचे पोलीस सर्जन सी.ए.फ्रॅन्कलिन यांच्याकडे वैद्यकीय तपासणीसाठी पाठवण्यात येतं. त्यांचा

रिपोर्ट – डाव्या गालावर ओरबडल्याच्या तीन खुणा, पहिली बहिर्गोल. दुसरी, तोंडाच्या कोनापासून १.५ से.मी. डावीकडे. तिसरी, पहिली आणि दुसरीच्या मध्यापासून. दुसरी आणि तिसरी संसर्गदूषित.

मानेच्या कंठाच्या डाव्या बाजूला ओरबाडल्याच्या खुणा. ०.८ सें.मी. व्यासाच्या अनेक. त्याची नखं नुकतीच कापलेली, त्याच्या स्वत:च्या खाजवल्याने झालेल्या या खुणा नाहीत.

डाव्या कोपराच्या आतल्या बाजूला ०.४ सें.मी. व्यासाची ओरबाडल्याची खूण.

जखमा अगदीच मामुली. अघोरी कृत्य करताना बाईने केलेल्या झटापटीची चिन्हं नाहीत. पण बलात्काराचा प्रयत्न केल्याचं कोर्टात सिद्ध करण्यासाठी ही यादी पुरेशी आहे यात शंकाच नाही. पण ज्यांनी हे सिद्ध करायला हवं आणि जे हे सिद्ध करू शकतात त्यांना मात्र या कशाची दखलच घ्यायची इच्छा दिसत नाही.

दुसऱ्या दिवशी सकाळी दोन लांब पल्ल्याचे टेलिफोन कॉल्स केले जातात. एक बंगलोरहून असतो. अरुणा शानबागची बातमी इतर वृत्तसेवांनी उचलून दक्षिणेच्या आणि महाराष्ट्राच्या वर इतर राज्यांमध्ये पाठवली होती. इंग्लिश आणि स्थानिक वर्तमानपत्रांनी ती वापरलीही होती. बंगलोरहून एका बाईचा फोन होता. ''मी अरुणा शानबागसाठी प्रार्थना करतेय. प्लीज, तिला हे सांगा.'' तिच्यासाठी अनेकांनी फुलं पाठवली होती. काही जण डीनच्या ऑफिसमध्ये येऊन तिला बघायची इच्छा व्यक्त करत होते. ''तुम्हाला काय ही सर्कस आणि ती त्या सर्कशीतला जोकर वाटली?'' डीनने रागाने विचारलं आणि सुरक्षा रक्षकांना बोलावून त्या सगळ्यांना बाहेर घालवून दिलं.

संपादकांना लिहिलेल्या पत्रांचा ओघ वर्तमानपत्रांमध्ये लागलाय. मुंबईसारख्या ठिकाणी असं घडू शकत असेल तर देशात इतरत्र काम करणाऱ्या महिला किती सुरक्षित आहेत, असा प्रश्न रागारागाने विचारला जातोय. ५०० रुपयांसाठी एका बाईची अशी अवस्था होते. आपली इस्पितळं कोणत्या प्रकारे चालवली जातायत यावर बीएमसीला काय उत्तर द्यायचंय? रागारागाने काही अग्रलेखही लिहिले जातात. आपल्या कामकाजाविरुद्ध उठलेला आवाज अधिक प्रखर होण्यापूर्वी काहीतरी करायला हवं असं बीएमसी ठरवते. या प्रकरणावरचं लक्ष दुसरीकडे वळवायला हवं. ताबडतोब राज्य सरकारशी संपर्क साधला जातो, तिथून मुंबईच्या पोलीस कमिशनरांशी संपर्क होतो. हे प्रकरण क्राईम ब्रँचकडे सोपवायचं ठरतं. ''पण भोईवाडा पोलिसांनी संशयिताला अटकही केलीये. त्याची शिक्षा अटळ आहे.''

''तुम्हाला सांगितलंय तेवढं करा.''

संदीप आपला अधिकाधिक वेळ अरुणाबरोबर काढतोय. तिचा चुलतभाऊ रामदासही त्याच्याबरोबर आहे. रामदासची बहीण निर्मला नुकतीच लग्न होऊन आपल्या नवऱ्याच्या गावी गेली होती, ती परत आलीये. तीसुद्धा अरुणाजवळ आहे.

"काय करू मी? तिच्यासाठी काहीतरी तर करू शकते मी."

ती एवढी हादरलीये की पेशंटला अस्वस्थ करेल म्हणून नर्सेस तिलाच वॉर्डमधून बाहेर जायला सांगतात.

"तुला शक्य असेल तेव्हा ये. बोरिवलीला खूप लांब राहतेस तू," संदीप निर्मलाला म्हणतो. "शिवाय तुला आता तुझं नवं घरही सांभाळायचंय. पण रामदासला फोन करत राहा. तो रोज तुला काय घडलं ते सांगत राहील. ती डोळे उघडेल त्या दिवशी मात्र ताबडतोब ये. तिला खूप आनंद होईल."

अरुणाचा भाऊ आलाय का? तिची बहीण आणि भाच्या तिच्याजवळ बऱ्यापैकी वेळ घालवताहेत का? निर्मलाला या प्रश्नांची उत्तरं हवीयेत. संदीप निरुत्तर.

दरम्यान, खुद्द अरुणाचं काय? तिच्यातल्या त्या प्रबळ इच्छाशक्तीचं काय? तिची लढाई चालू आहे. मधेच थकून तिचं शरीर हार मानतं आणि क्षणात पुन्हा उभारी घेतंय. तिला फेफरं येतंय, फिट्स येतायत. वेगवेगळ्या औषधांचे मोठमोठे डोस तिला दिले जाताहेत. तिच्या शरीरावरील जखमा दुखताहेत. त्या बऱ्या व्हायला वेळ लागतोय. शौचासारखी क्रिया करताना तिला प्रचंड त्रास होतोय. त्या प्रत्येक वेळी ती आपल्या अर्धवट बेशुद्धावस्थेत जोरात ओरडते. तिच्या अंगात सतत ताप आहे. वेगवेगळ्या प्रकारचे संसर्ग तिला होताहेत. छातीचा, मूत्रमार्गाचा. त्यामुळे मग आणखी औषधं गिळता येत नसल्याने घशात दाटलेला कफ आणि लाळ सक्शन मशीनने काढलं जातंय. सतत कोणती ना कोणती टेस्ट घेतली जातेय. राइल्स ट्युबने तिला अन्नपुरवठा होतोय. अख्ख्या हॉस्पिटलमध्ये अशी एकही नर्स नाही जी तिला पुन्हा तिच्या पायावर उभं करण्यासाठी झटत नाहीये. ती अजून अर्धवट कोमात आहे. क्वचित तिचे डोळे मिचकावल्यासारखे होतायत. जणू डोळ्यांची उघडझाप केल्यासारखे.

प्लानटार्स एक्सटेनसर्स. तेवढं मात्र बदलत नाही.

३ डिसेंबर. अरुणा शानबागची केस क्राईम ब्रँचकडे सोपवण्यात आलीये. भोईवाडा पोलीस स्टेनशातून तिची फाईल क्रॉफर्ड मार्केटसमोरच्या क्राईम ब्रँचकडे पाठवली जाते. पोलीस इन्स्पेक्टर वाकटकर, सहायक पोलीस इन्स्पेक्टर तरटे आणि सब-इन्स्पेक्टर सहस्रबुद्धे या अधिकाऱ्यांच्या हाती केसचा तपास सोपवला जातो.

प्रत्येकाच्या मनात असलेल्या प्रश्नाला सब-इन्स्पेक्टर केशव श्रीधर सहस्रबुद्धे वाचा फोडतात. त्या सगळ्यांनी या प्रकरणाविषयी पेपरमध्ये वाचलंय. भोईवाडा

पोलिसांशी फोनवर या बाबतीत त्यांची चर्चा झालीये. ''त्यांच्या अहवालामध्ये व्हजायनल पेनिट्रेशन नसल्याचं म्हटलं. पण एखादा अनैसर्गिक गुन्हा घडला किंवा नाही याचा रिपोर्ट त्यांनी का नाही दिला? ते जर सिद्ध झालं तर त्याला आणखी दहा वर्षांची शिक्षा होऊ शकेल.''

''कदाचित तिचं लग्न ठरलंय, म्हणून असेल.''

''मग किमान ५११ बरोबर ३७६ तरी लावायचं. बलात्काराचा प्रयत्न? नाहीतर ३५४, विनयभंगाचा भयंकर प्रयत्न. म्हणजे त्याला आता जी शिक्षा मिळणारेय त्यात आणखी दोन वर्षांची भर पडणार नाही का?''

''देव जाणे!''

''त्याचं स्वत:चं स्टेटमेंटही पुरेसं नाही. आपल्याला वैद्यकीय तपासणीचा अहवाल लागणारच. आणि त्या अनुषंगाने केलेली तक्रार.''

''तक्रारदार कोण आहे पाहा. भोईवाडा पोलीस स्टेशनातला आपल्यापैकीच एक जण. तिच्या स्वत:च्या घरचं कोणीच नाही... बरं, आता जरा त्या केसची काळजी करायचं सोडून गोदरेजमधल्या त्या दंगलीचे कागद नीट ठेवायला मला मदत कराल का?''

विक्रोळीला दत्ता सामंतांचे कामगार आणि शिवसेना यांच्यात झालेल्या दंगलीमध्ये एक पोलीस अधिकारी मारला गेलाय, शंभरेक लोकांची स्टेटमेंट घेतली गेलीत. सब-इन्स्पेक्टर सहस्रबुद्धे त्याचीच कागदपत्रं नीट लावण्याच्या कामाला लागतात.

४ डिसेंबर. सहायक मेट्रन दुर्गा मेहता गुजरातमधल्या अमरेली या आपल्या गावाहून परतल्यात. स्टेशनहून आपल्या बॅगा घेऊन त्या सरळ केईएममध्ये येतात. दरवाजापाशीच त्यांना सिस्टर प्रेमिला कुशे भेटतात. सिस्टर त्यांच्या आईच्या तब्येतीची चौकशी करतात.

''आता खूप बरी आहे ती. अशा वेळी आपण नर्स असल्याचा बराच फायदा होतो.''

''हा आईला आलेला पॅरलेसिसचा तिसरा झटका होता ना?''

''नाही, चौथा. या वेळी तिची वाचा गेली होती. पण आता ती बरी झालीये, बोलायलाही लागलीये. म्हणून तर म्हणतेय, नर्स असल्याने स्वत:च्या घरीही फायदा होतो.''

''इथे सगळ्यांचंच तसं मत असेल असं मला नाही वाटत.''

''का? काय झालं?''

''काय झालं नाहीये? स्टाफ नर्स अरुणा शानबागसाठी नर्सेस तीन दिवसांच्या संपावर गेल्या होत्या. तिच्यावर सीव्हीटीसीच्या तळघरात हल्ला झाला. काही

म्हणतात बलात्कारही.''

''देवा रे!''

सहाय्यक मेट्रन मेहता झटपट चालत मेट्रन बेलीमलांच्या ऑफिसमध्ये जातात आणि सगळी माहिती मिळवतात. खेदाने त्या म्हणतात,

''तिकडे कपडे बदलू नकोस असं सांगितलं होतं मी तिला. नर्सेसनी वाटेल तिथे कपडे बदलता कामा नये. नर्स म्हणून तुम्हाला आदर हवा असेल तर तुम्ही तसं वागायलाही हवं.''

मेट्रन बेलीमलनी मान हलवली. ''हे तर सगळ्याच बायकांच्या बाबतीत खरं आहे.''

प्रेमा पैही तिथे हजर होती. तिने मेट्रनना म्हटलं, ''आता तरी ते कायमसाठी सीव्हीटीसी डॉग सर्जरी बंद करतील.''

दुर्गा मेहता मेट्रनशीच बोलत होत्या, ''मला वाटतं, नर्सेसनी तिथे कपडे बदलणं कसं चुकीचं होतं यावर चर्चा करण्यात काहीच अर्थ नाही. आपण याविषयी जितकं जास्त बोलू, तितका त्यातून आपण आपल्या नर्सेसवर ताबा ठेवू शकत नाही असाच अर्थ काढला जाईल. आणि स्टाफ नर्स अरुणा शानबागने सूचनांचं नीट पालन केलं नाही, असं आता म्हणण्यात तरी काहीच हरकत नाही. ठीकेय, मी कपडे बदलून माझ्या ड्युटीसाठी रिपोर्ट करते.''

सहाय्यक मेट्रन मेहता ऑफिसमधून बाहेर पडल्या. सिस्टर पै त्यांच्यावर प्रचंड रागावली होती. कोंकणीमध्ये ती मेट्रन बेलीमलना म्हणाली, ''असं कसं बोलतात त्या? अरुणाला हे असं काही व्हायला हवं होतं का? अरुणाने दुसरीकडे कुठेतरी कपडे बदलले असते तर हे घडलं नसतं असं सूचित करणंही गैर नाही का? काय समजतात दुर्गा मेहता स्वत:ला?''

''पण तळघरात कपडे बदलण्यासाठी अरुणा एकटी गेली नसती तर हे झालं असतं? या हॉस्पिटलमध्ये किंवा अगदी या शहरात तरी असा प्रसंग तिच्यावर आला असता? असता किंवा नसताही. आणि दुर्गा मेहता काय समजतात असं तू म्हणत असशील तर मी सांगेन की या हॉस्पिटलमधल्या सर्वोत्कृष्ट नर्सेसपैकी त्या एक आहेत. केईएमविषयी त्यांना मनापासून प्रेम आहे. आपल्या या व्यवसायामध्ये दुर्गा मेहतांसारख्या जास्तीत जास्त नर्सेस असायला हव्यात असं मला वाटतं. अरुणाच्या या प्रकरणानंतर तर विशेषच.''

सिस्टर पै बराच वेळ मेट्रन बेलीमलकडे पाहत राहिली. ती बोलू लागली तेव्हा तिच्या शब्दांना धार आली होती. ''असा विचार करताय तर तुम्ही वरिष्ठ बायका? तिने सूचनांचं पालन केलं नाही हे तिचं पाप झालं. आणि त्याची शिक्षा तिला मिळाली. तीही देवानेच केली असं तुम्ही म्हणत असाल. थोडक्यात, बायका

चुकीचं वागल्या तर त्यांना बेदम मारहाण करणं आणि त्यांच्यावर बलात्कार करणं यात काहीच चूक नाही.''

मेट्रन बेलीमल नकारार्थी मान हलवून प्रेमाला कोंकणीमध्ये म्हणतात, ''तुझी जीभ सुटली की सुटतेच. अरुणावर जो प्रसंग आलाय त्याची तरफदारी कोणीच करत नाहीये. माझं म्हणणं इतकंच आहे की स्वत: बायकांनीच आपली काळजी घ्यायला हवी. स्वत:च्या शरीराची आणि मनाचीही. सतत. गेली कित्येक शतकं भारतीय बायका अशाच वागत आल्यात. अलीकडे स्त्री-पुरुष समानतेविषयी खूप चर्चा होते. बायकांनी पुरुषांसारखं वागावं असं सांगणारे खूप लेख माझ्या वाचनात आलेत. मला हे समजत नाही. बायकांनी आपला नैसर्गिक तोल ढाळून पुरुषांसारखं कशासाठी व्हायला हवं?''

सिस्टर पैचा आवाज आणखीनच धारदार झाला. ''सॉरी मेट्रन, पण हे सगळं तत्त्वज्ञान अरुणाला लागू होत नाही. अरुणा मुंबईला आली ती नर्स बनायला. गावातल्या एखाद्या मठ्ठ पुरुषाशी लग्न करून जे आयुष्य वाट्याला येईल त्यापेक्षा अधिक बरं आयुष्य जगायचं होतं तिला, म्हणून. त्या मेहतर सोहनलालने हे केलं ते आता आपल्या सगळ्यांना ठाऊक झालंय. का केलं त्याने हे? कारण त्यांच्या विभागात फक्त आणि केवळ अरुणाच तो कुत्र्याचं जेवण चोरत असल्याबद्दल तक्रार करत होती. इथे नैसर्गिक तोल ढळला जाण्याचा प्रश्न येतोच कुठे? इथे समानतेचा सवाल तरी कुठे उठतो? ती केवळ तिचं काम योग्य प्रकारे करत होती. ती बाई होती की पुरुष याच्याशी त्या कामाचा काहीही संबंध नव्हता.''

मेट्रन बेलीमलचा आवाज थकल्यासारखा वाटू लागला.

''ती त्याच्याशी फार कडकपणे बोलायची असं माझ्या कानावर आलंय.''

''मग?''

''तिने हायर ऑथॉरिटीला हे सांगायला हवं होतं आणि ॲक्शन घेणं त्यांच्यावर सोपवायचं. मेहतर लोकांच्या तोंडाला कशाला लागायचं?''

''मेट्रन, काय बोलताय तुम्ही? तीच तर तिथे हायर ऑथॉरिटी होती. अरुणाची जीभ जरा तिखट होती - सॉरी, आहे - हे खरंय. पण त्या तिखटपणाचा उपयोग तिने मुक्या जनावरांच्या रक्षणासाठी केला. आणि ज्या संस्थेकडून पगार घेतो त्या संस्थेच्या भल्यासाठी केला. ती कडकपणे बोलायची तेव्हा तिची निष्ठाच व्यक्त होत होती. आता संस्थेशी निष्ठावान राहिल्याबद्दल तिला शिक्षा झाली की काय या चर्चेत काहीच अर्थ नाही. तुम्हीच काही मिनिटांपूर्वी म्हणालात, तिला जे काही केलं गेलंय त्याला क्षमा नाही.''

''प्रेमा, माझ्या वयाच्या आणि इतकी वर्षं काम करत असल्याच्या अनुभवावरून मी सांगते, आपल्याला आपला धर्म पाळावाच लागतो. या धर्माची व्याख्या तू तुला

हवी तशी कर. केवळ काम समज किंवा जबाबदारी. सदसद्विवेक समज किंवा जन्माचा धर्म समज. आणि या धर्माचं पालन करताना आपल्याला आपली काळजीही घ्यावी लागते. कारण 'समानता' असं काही नसतंच. स्त्री आणि पुरुषांमध्ये नाही, की दोन वर्गांमध्येही नाही. हा तोल असतो. तो साधू नका. तुम्हाला त्रास होणारच. लहानपणापासून तू ऐकत नाही आलीस, हिंदीत म्हणतात ते, छोटे लोगोंके मूँह नहीं लगना चाहिये. त्याचा अर्थ आता कळला असेल तुला.''

प्रेमा पुन्हा एकदा जोरजोरात उत्तर देणार तेवढ्यात मेट्रनच्या ऑफिसचा दरवाजा धाडकन उघडून एक तरूण नर्स आत आली. ''मेट्रन, लवकर चला. अरुणा झोपेत ओरडायला लागलीये.''

स्फाट नर्स अरुणा शानबागच्या पेशंट चार्टवर केलेल्या काही नोंदी -

७ डिसेंबर. शुद्ध येण्याची पातळी किंचित सुधारलीये. वेळोवेळी किंकाळ्या मारणं चालू. डोळे उघडून मिचकावणं बरेचदा. मात्र हाक मारल्यावर डोळे उघडत नाही. छातीमध्ये कफ आहे. प्रत्येक दोन-तीन तासांनी घशाला सक्शन.

८ डिसेंबर - लारगॅक्टिलमुळे शांत. छाती स्वच्छ. शौचाच्या जागी जखम नाही. हाता-पायांची हालचाल मंद. पेशंट त्रासलेली. ह्युमिडिफायरमार्फत मधूनमधून प्राणवायूचा पुरवठा.

९ डिसेंबर. सतत किंचाळतेय. दिवसातून चार वेळा २५ मिलीग्रॅमचा लारगॅक्टिलचा डोस देऊन शांत ठेवावं लागतंय. चेहेरा वेडावाकडा नाही. प्लानटार्स एक्सटेनसर्स. बेड सोर्स नाही. आकडी किंवा फिट येणं बंद. राइल्स ट्युबने अन्नपुरवठा.

१० डिसेंबर. दर सहा तासांनी २५ मि.ग्रॅ. लारगॅक्टिलने शांत. ताप नाही.

१२ डिसेंबर. ईईजी पुन्हा काढला. मिडलाइन एको मिळतोय.

१३ डिसेंबर. सतत किंचाळणं चालू. दात चावणं, काहीतरी चावत असल्यासारखा जबडा हलवणं आणि प्रतिक्षिप्तक्रिया म्हणून चोखणं या गोष्टींची नोंद.

१४ डिसेंबर. काही बदल नाही.

१५ डिसेंबर. काही बदल नाही.

१६ डिसेंबर. काही बदल नाही.

१७ डिसेंबर. सतत किंचाळणं. लारगॅक्टिल आणि काम्पोजच्या इंजेक्शन्सचा काही परिणाम नाही. सहा तासांनी गार्डिनलचं १०० मि.ग्रॅ.चं इंजेक्शन देण्यात आलं. त्यामुळे चार तास झोप.

१८ डिसेंबर. कॅथेटरच्या बाजूने सतत लघवी गळणं चालू. ब्लॅडर वॉश केला. न्युरॉलॉजिकल फरक नाहीत. सतत किंचाळणं. चोखण्याची प्रतिक्षिप्तक्रिया आणि जबडा हलवणं त्यातही चालू. प्लॅनटार्स अप.

रात्रीचे ९.०० - गार्डिनलमुळे पेशंट शांत. ताप नाही. कॅथेटरच्या बाजूने गळणं चालू. स्त्री-रोगतज्ज्ञाला याबाबत कळवण्यात आलंय.

१९ डिसेंबर. गार्डिनलमुळे शांत. कॅथेटरच्या बाजूने गळणं चालू. ताप नाही. न्युरॉलॉजिकल बदल नाहीत. जबडा चावणं आणि चोखणं चालू. हात-पाय अतिशय आखडल्यासारखे.

१९ डिसेंबर. दुपारचे दोन. पंचनाम्यासाठी दोन पंच, सीआयडी ऑफिसर्स आणि आरोपी सोहनलाल भरत वाल्मीकी क्राईम ब्रँचच्या ऑफिसबाहेरील वाहनात बसतात. संध्याकाळी साधारण ६.००च्या सुमारास ते दापोडीला पोचतात.

झोपडीच्या बाहेर असहाय्य विमला उभी आहे. चेहऱ्यावर घुंगट असल्याने तिच्या भावना दिसत नाहीयेत. हातकडी घातलेला तिचा नवरा पोलिसांबरोबर झोपडीत शिरतो. विमला अठरा-एक वर्षांची असावी. तिचा बाप, मुख्तियार विक्रम बिलर, हाही तिच्या सासऱ्याप्रमाणेच मुकादमाचं काम करतो. तो अजून कामावरून आलेला नाही. तिची आई बिरमा आजारी आहे. झोपडीत ती औषध घेऊन पांघरूण ओढून झोपलीये.

बिरमाच्या अवतीभोवती पोलिसांचा शोध चालू आहे. ताडपत्रीच्या छपरामध्ये लपवलेलं एक पाकीट त्यांना सापडतं. एका मळक्या बनियनमध्ये हे पाकीट कोंबलंय. आत एक प्लॅस्टिकच्या बॅगेत एक सोन्याची चेन आहे. षटकोनी पेंडंट आहे आणि ट्रेसा मेकचं मनगटी घड्याळ आहे. या घड्याळाच्या मागच्या बाजूला ए.एस. अशी आद्याक्षरं कोरलेली आहेत.

पंचनामा होतो.

ड्रायव्हर मुंबईला निघायला गाडी रिव्हर्स घेतो. सोहनलालला मधे बसवून सगळे निघतात.

त्याने विमलाशी बोलायचा प्रयत्न केलेला नसतो. त्याने तिच्याकडे बघितलेलंही नसतं.

२२ डिसेंबर. डॉ. संदीप सरदेसाई आपल्या हाताने अरुणाचं तापलेलं कपाळ थोपटतो. ती शांत आहे. शांत ठेवण्यासाठी तिला दिलेल्या औषधांची यादी तिच्या बाजूच्या चार्टवर दिसतेय. गार्डिनल. लारगॅक्टिल. सिक्विल. काम्पोज. त्या चार्टवर लिहिलेल्या इतर अनेक गोष्टी डॉक्टर म्हणून डॉ. सरदेसाईला समजताहेत. पण या बाईचा प्रियकर म्हणून तो त्या सगळ्या गोष्टींकडे दुर्लक्ष करू मागतोय.

तो स्टुलवर बसतो. तिचा हात हातात घेतो. आणि हळू आवाजात तिच्याशी बोलायला सुरुवात करतो. ''सॉरी, गेले काही दिवस मी इथे आलो नाही. पण माझी

एमडीची परीक्षा चालू होती हे ठाऊकेय तुला. माझ्यापाशी पर्याय होता. मी रोज परीक्षा देऊन इथे येऊ शकत होतो. किंवा परीक्षा संपल्यावर तुला भेटू शकत होतो... तुला सांगू? वाटलं होतं त्यापेक्षा चांगले गेलेत पेपर्स मला. बरं वाटलं ना? आणखी एक आनंदाची बातमी. माझी कन्सल्टिंग रुम म्हणून वापरता येईल अशी एक जागा मला भाड्याने मिळालीये. दादरमध्ये. एका नर्सिंग होमचा भागच आहे. आपण ठरवलं होतं त्यानुसार पुढच्या महिन्यापासून मी तिथे बसायला लागेन. आता दोन हॉस्पिटलमध्ये दिवसभर कसं अटॅच व्हायचं याचाही विचार करायला हवा.''

संदीप थांबतो. जणू तिचं म्हणणं ऐकून घेतोय. मग मान हलवत म्हणतो, ''होय, होय. इतर कुठल्या हॉस्पिटलमध्ये मी काम करावं असं तुला वाटतंय ते ठाऊकेय मला...'' दोघे बराच वेळ बोलत असतात. बोलताना संदीप आपली जागा सतत बदलत असतो. तिचे सांधे, तिच्या प्रतिक्षिप्तक्रिया तपासत असतो. नंतर मग तो डीनशी बोलतो. ''गेले तीन आठवडे अरुणाच्या शारीरिक हालचाली शून्य आहेत. त्यामुळे ती कडक झालीये. आपण प्लीज फिजिओथेरपी आणि पोश्चारिंग सुरू करू शकतो का?''

फिजिओची वेळ नक्की केली जाते. तो रोज येऊ लागतो. या प्रत्येक सेशनला डॉ. सरदेसाई हजर असतो.

क्राईम ब्रँचचे सहायक पोलीस इन्स्पेक्टर यशवंत जाबजी तरटे विचार करत होते. सब-इन्स्पेक्टर सहस्त्रबुद्धे आणि त्यांचे सहकारी यांच्यात झालेल्या चर्चेचा. अरुणा शानबागशी आपण बोलू शकलो तर... असं त्यांच्या मनात येत होतं. ती अगदी काही महत्त्वाचे शब्द जरी पुटपुटली तरी आरोपीवर आणखी काही गुन्हे नोंदवता येतील. त्यांनी केईएममध्ये फोन करून डॉ. दस्तूरांशी भेट ठरवली.

''पहिल्या दहा दिवसांमध्ये तिच्यात सुधारणा दिसून येत होती,'' डॉ. दस्तूर सहायक पोलीस इन्स्पेक्टर तरटेंना म्हणाले. ''पण त्यानंतर काही फार बदल तिच्यात झालेले नाहीत.''

''मी तिच्याशी बोलायचा प्रयत्न करू शकतो?''

''होय. पण वैद्यकीयदृष्ट्या ती अजून कोमामध्ये आहे आणि कोमामध्ये असलेले पेशंटस सहसा उत्तरं देत नाहीत.''

''डॉक्टर, अजून किती वेळ ती बेशुद्धावस्थेत राहील असं तुम्हाला वाटतं?''

''नेमकी तारीख नाही सांगू शकत मी, इन्स्पेक्टर. आणि जरी मी एखादा ठराविक काळ तुम्हाला सांगितला तरी त्यावर आशा लावून बसू नका असाच सल्ला मी तुम्हाला देईन.''

''आजच्या घडीला या प्रकरणाची पूर्ण तयारी झालेली आहे. या मुलीला पूर्ण

न्याय मिळावा एवढीच माझी इच्छा आहे. त्यामुळे तुम्ही साधारण किती काळ थांबावं लागेल हे जरी मला सांगितलंत तरी बरं होईल.''

''हं. तिची आताची परिस्थिती आणि सुधारणेची गती बघता मला वाटतं, अजून किमान तीन आठवडे तरी लागतील. म्हणजे तुमच्या प्रश्नांना उत्तरं देण्याइतपत शुद्ध येण्यासाठी म्हणतोय मी.''

''थँक यू डॉक्टर. मग तीन आठवड्यानंतर करू मी फोन तुम्हाला? आणि समजा, त्याआधीच ती कोमामधून बाहेर आली, तर कळवण्यासाठी तुमच्या डिपार्टमेंटकडे माझा फोन नंबर देऊन ठेवू?''

''अगदी नक्की. पण मी तुम्हाला पुन्हा एकदा सांगतो, आशा लावून राहू नका. तिचा मेंदू संपूर्णपणे कार्यरत नाही. यापुढे कधीच असणार नाहीये. तेव्हा तिच्या स्मरणशक्तीवर त्याचा परिणाम झाला असण्याची शक्यता आहे.''

स्टाफ नर्स अरुणा शानबागच्या पेशंट चार्टवरील नोंदींमधला काही भाग –

२३ डिसेंबर. अजूनही पाच-दहा मिनिटांनी ती किंचाळत असते. आज अंगात ताप नाही. श्वासोच्छ्वास तुलनेने शांत. मूत्राची गळती बरीच कमी. चावण्याची क्रियाही पूर्वीपेक्षा कमी. चोखण्याच्या प्रतिक्षिप्तक्रियेबाबतही तसंच. ॲम्पिसिलीन, ल्युमिनल, लारगॅक्टिल, काम्पोज चालू.

२५ डिसेंबर. अर्धवट बेशुद्धावस्था. रडतेय.

२६ डिसेंबर. अस्वस्थ. ओरडतेय. कॅथेटर आणि बल्ब ब्लॉक झालाय. बल्ब मोठा होत नाहीये. मूत्र ॲसिडिक. त्यात खडे होऊन कॅथेटरमध्ये अडथळा येण्याची शक्यता. कॅथेटर बदलला.

२७ डिसेंबर. कॅथेटरच्या बाजूने मूत्र गळती. फिस्च्युला नाही. रात्रीचे ९.००. पेशंट अस्वस्थ आणि आक्रमक. जोरजोरात आणि सतत रडणं चालू. डॉ. सुनील पंड्यांना कळवलं. लारगॅक्टिल ५०मि.ग्रॅ. स्टॅट. टॅबलेट, काम्पोज १० मि.ग्रॅ. स्टॅट. देण्याचा डॉक्टरांचा सल्ला.

२८ डिसेंबर. ब्लड प्रेशरमध्ये किंचित वाढ, १५०/१००. नाडीचे ठोके १२०. मान उंच करून पेशंटला ठेवण्यात आलंय. मधूनमधून किंचाळणं चालू. रात्रीचे ८.३०. पेशंटने उलटी केली.

२९ डिसेंबर. अरुणावर कॅरोटिड ॲन्जिओग्राफी (कॅरोटिड नावाच्या रोहिणीमार्गे मेंदूच्या रक्तवाहिन्यांचा एक्स-रे) करण्याचा निर्णय डॉ. दस्तूरांनी घेतला. तिच्या जवळच्या नातेवाईकांपैकी कोणी भेटायला आलं की फॉर्मवर त्यांची सही घेऊन ठेवायला डॉक्टरांनी नर्सला सांगितलं. त्या फॉर्मवर अरुणाचा भाऊ किंवा बहीण यांचीच सही आवश्यक आहे, आणि त्यांच्यापैकी कोणीच अरुणाच्या जवळ दिसत नाहीये.

कॅरोटिड म्हणजे डोक्याच्या दोन बाजूंना असणाऱ्या दोन मोठ्या रक्तवाहिन्या (रोहिणी). डोक्याला रक्तपुरवठा करणाऱ्या या रक्तवाहिन्या दोन मोठ्या भागात असतात. बाहेरील वाहिनी मान, चेहरा आणि इतर बाहेरच्या भागांना रक्तपुरवठा करते. ॲन्जिओग्राफी म्हणजे शरीराच्या विशिष्ट भागाची आणि त्या भागाच्या रक्तवाहिन्यांची शिरेमधून रेडिओपाक इंजेक्शन देऊन मग एक्स-रे काढून केलेली पाहणी.

मानेजवळ कॅरोटिड आर्टरी (रोहिणी) श्वासनलिकेला समांतर जाते.

सोहनलाल भरत वाल्मीकीने आपल्याकडची कुत्र्याची साखळी अरुणा शानबागच्या मानेभोवती त्वेषाने आवळली तेव्हा तिच्या श्वासनलिकेमध्ये अडथळा निर्माण झाला आणि मेंदूला होणारा प्राणवायूचा पुरवठा थांबला. परिणामी तिच्या मेंदूतील अनेक पेशी मारल्या गेल्या.

अरुणाच्या मानेभोवती ती साखळी आवळताना सोहनलालने तिच्या मेंदूला रक्तपुरवठा करणाऱ्या कॅरोटिड आर्टरीलाही धक्का पोचवला होता का? असेल तर त्या रक्तवाहिनीचं किती नुकसान झालं होतं? हे नुकसान औषधांनी भरून निघण्यासारखं आहे का?

कॅरोटिड ॲन्जिओग्राफीमुळे या प्रश्नांची बहुतेक उत्तरं मिळणार होती. त्याची तारीख ठरवली गेली.

अरुणाच्या नातेवाईकांनी परवानगीच्या फॉर्मवर सही करण्याचं नाकारलं.

हा काय प्रकार आहे हे त्यांना नीट समजावलं गेलं. ॲन्जिओग्राफीच्या वेळी तिथे हजर राहण्याची विनंती केली गेली. या चाचणीचे फायदे सांगितले. तरीही त्यांचा नकार कायम होता.

डीनना हे कळवण्यात आलं. वैद्यकीय कायद्याच्या दृष्टीने ही सही आवश्यक आहे असं त्यांनी सांगितलं.

डॉ. सरदेसाई फॉर्मवर आपली सही घ्यावी म्हणून डीनना सांगत होता. त्याला समजावताना डीनच्या नाकीनऊ येत होते.

"मुला, स्वत:ला तू माझ्या जागी बसवून पाहा. या हॉस्पिटलचं नाव मी कोणत्याही परिस्थितीत खराब करू शकत नाही. त्यातून या गोष्टीमुळे कायद्याने आपण अडचणीत सापडू शकतो हे ठाऊक असताना तर नाहीच नाही. मुळातच या विचित्र परिस्थितीचा, फायदा घ्यायला लोक टपलेले आहेत."

न्यूरोसर्जरीमधली ड्युटीवर असलेली नर्स सिस्टर पैशी बोलते. अरुणाच्या भावाचं आणि बहिणीचं मन वळवण्याचा प्रयत्न करायला सांगते. सिस्टर पै अरुणाच्या बहिणीशी संपर्क साधते. नकार देत बहीण म्हणते, "मी नाही परवानगी देऊ शकत. माझ्या भावाला विचारा."

पेशंटला हॉस्पिटलमध्ये आणल्यानंतर इतरही काही कागदपत्रं असतात ज्यावर सह्या लागतात. सिस्टर पै तेही तिला सांगते.

''माझ्या भावाशी बोला. मी कशावरही सही करणार नाही.''

शेवटी अरुणाच्या भावाला ताबडतोब आपल्याशी संपर्क साधायला सिस्टर पै सांगते. तो फोनही करत नाही. सिस्टर पै अनेक ठिकाणी त्याला फोन करते, पण तो कुठेच भेटत नाही. मुंबईत असताना तो जिथे राहायचा तिथे ती जाते.

''त्यांच्याकडे कोणीतरी आजारी आहे म्हणून दहा दिवसांसाठी तो मुंबईबाहेर गेलाय. आणि तो परतेपर्यंत ॲन्जिओग्राफी किंवा इतर काहीही केलं जाऊ नये, असं त्याने सांगितलंय.'' तिथे असलेले एक नातलग सांगतात.

कॅरोटिड ॲन्जिओग्राफी रद्द होते.

ती पुन्हा कधीच केली जात नाही. कागदपत्रांवर सही करण्यासाठी कोणी तयारच नसतं.

३० डिसेंबर अजूनही अर्धवट बेशुद्धावस्थेत असलेली स्टाफ नर्स अरुणा शानबाग हसू लागते.

खूप वेळा. नुसतंच हसणं.

मग ती किंचाळते.

मग पुन्हा हसू लागते.

यातल्या कोणत्याही भावना तिच्या चेहेऱ्यावर उमटत नाहीत.

३१ डिसेंबर, १९७३ सालातला हा शेवटचा दिवस. डॉ. संदीप सरदेसाई संपूर्ण दिवस अरुणाजवळ बसून असतो. या येणाऱ्या नवीन वर्षाच्या सुरुवातीलाच तर त्यांनी लग्न करायचं ठरवलेलं होतं. आहे.

तिचा डावा हात आपल्या हातात घेऊन तो तिच्याशी गप्पा मारतोय. आपण हनीमूनला कुठे जायचं याविषयी.

ती किंचाळते. तो डोळे मिटतो. ''प्लीज, प्लीज असं करू नकोस,'' तो पुटपुटतो.

ती हसते. तिच्या हातात तो आपला चेहेरा लपवतो.

नवीन वर्षासाठी नवीन कागद. अरुणा शानबागच्या फाईलमधल्या नवीन कागदावरच्या या नोंदी –

१ जानेवारी १९७४. जेवण दिल्यानंतर दोन वेळा ओकारी.

२ जानेवारी. ओकारी नाही. हसण्याचे झटके नाहीत. हातामधलं आखडलेपण

बरंच कमी. कॅथेटरच्या मदतीशिवाय लघवी होतेय. ताप नाही.

३ जानेवारी. पेशंटने राइल्स ट्यूब काढली. ती पुन्हा लावण्यात आली.

४ जानेवारी. खूप रडतेय. हात-पाय उत्स्फूर्तपणे हलवतेय.

६ जानेवारी. सकाळी खूप मोठी ओकारी. रडण्याचे झटके. हसण्याचे झटके नाहीत. पलंगावर उत्स्फूर्तपणे वळते.

१० जानेवारी. पेशंटला अपर ब्रेन स्टेम इन्ज्युअरी (मस्तिष्कपुच्छाच्या वरच्या भागाला दुखापत) असल्याची डॉ. दस्तूरांची नोंद.

१९ जानेवारी. मज्जासंस्थेच्या अवस्थेत फरक नाही. अजूनही अंग मुडपून राहण्याकडे कल. अजूनही किंचाळणं चालू. लारगॅक्टिल किंवा काम्पोजचा परिणाम नाही. तोंडाने दिलेल्या सूचनांना प्रतिसाद नाही.

२१ जानेवारी. डॉ. दस्तूरांकडून तपासणी. पेशंट आपले डोळे उघडे ठवते, पण समोर हालचाल झाली तर मिचकावत नाही. पोस्ट-सेरेब्रल आर्टरी (मेंदू मागची रोहिणी)ला धक्का पोचल्याने अंधत्त्व. (कॉर्टिकल ब्लाइंडनेस). तिच्या डोळ्यांची बाहुली मात्र चांगला प्रतिसाद देते. जोरात झालेल्या आवाजाच्या दिशेने डोळे वळतात.

२३ जानेवारी. डॉ. ई. पी. भरुचा पेशंटला तपासतात. त्यांचं मत : एक्सटेन्सिव्ह अपर स्टेम इन्ज्युअरी विथ कॉर्टिकल ब्लाइंडनेस. (मस्तिष्कपुच्छाला मोठ्या प्रमाणात इजा पोचल्याने मेंदू डोळ्यांपर्यंत कोणतीही प्रतिमा पोचवू शकत नाही.)

३० जानेवारी. पेशंट पूर्णपणे शुद्धीत. सूचनांचं पालन नाही. डायरिया झालाय. डोळे उघडे आणि हात-पाय वाकवलेले या अवस्थेत पेशंट पडून. आजूबाजूला बघण्याचा प्रयत्न. रडतेय.

एक पुरुष. त्याच्यातल्या जनावराने आवळलेली एक साखळी. आणि त्याचं वीर्यपतन होण्यासाठी लागलेले तीस सेकंद.

या सगळ्यामुळे उन्मळून पडलेली एक बाई. मेंदूला झालेलं नुकसान एवढं मोठं की त्यावर प्रतिमाच कोरल्या जात नाहीत. अतिशय तंदुरुस्त डोळ्यांच्या बाहुल्या आणि आयुष्यभराचं अंधत्त्व.

डॉ. संदीप सरदेसाईच्या आयुष्यातला कोणताही एक दिवस.

रोज सकाळी नऊ वाजता तो केईएममध्ये असतो. तोपर्यंत अरुणाची आंघोळ किंवा स्पंजिंग झालेलं असतं. तिला पावडर लावून, स्वच्छ कपडे घालून व्यवस्थित बनवलेल्या पलंगावर ठेवलेलं असतं. तिच्या पलंगाशेजारीच एक छोटा लॉकर आहे. डॉ. सरदेसाईने त्यात लाल आणि काळ्या रंगाच्या कुंकवाच्या टिकल्यांची पाकिटं आणून ठेवली आहेत. तो त्यातली एक टिकली काढून अरुणाच्या

कपाळावर टेकवतो. पहिल्यांदा त्याला हे करताना पाहिलं आणि ड्युटीवर असलेल्या नर्सच्या घशात आवंढा आला. दुसऱ्या दिवशी ती स्वत:ला आवरू शकली नाही आणि रडू लागली. आठवडाभराने मेट्रन बेलिमल त्याच्या बाजूला उभ्या होत्या. त्यांनी डॉ. सरदेसाईला अरुणाच्या कपाळावर टिकली लावताना पाहिलं. त्याच्या खांद्यावर थोपटून त्या फक्त म्हणाल्या,

"देव तुझं भलं करो!"

त्यानंतर प्रत्येक वेळी लॉकर उघडून डॉ. सरदेसाईने वर बघितलं की कोणी ना कोणी नर्स त्या क्षणी तिथे हजर असलेली त्याला दिसू लागली.

फिजिओथेरपिस्ट येण्याची वेळ होते. डॉ. सरदेसाई मदतीला असतोच. तो सतत अरुणाला प्रोत्साहन देत असतो. फिजिओ झाल्यानंतर थोडा वेळ तो तिच्याशी गप्पा मारत थांबतो. मग तो तिथून निघतो आणि चहाच्या वेळी परत येतो. नर्सेसच्या मदतीने तो तिच्या शरीराची हालचाल होईल हे पाहतो. कधी पलंगावर बसवतो तर कधी खुर्चीवर. कधी कधी पलंगावरून खाली उतरवून तो तिला चालायला लावतो. चालणं कसलं, फरफटत नेणंच असतं ते. अरुणाच्या एका बाजूला संदीप आणि दुसऱ्या बाजूला एखादी नर्स किंवा त्याचा डॉक्टर मित्र. तिच्या खांद्याला धरतात. वाकून तिचं एकेक पाऊल पुढे टाकतात. एकदा डावा पाय, मग उजवा. ती कोलमडते. त्यांचे प्रयत्न मग पुन्हा सुरू होतात. तिला वर उचलतात. वाकून तिचं एकेक पाऊल पुढे टाकतात. एकदा डावा पाय, मग उजवा.

साधारण सव्वापाच वाजेपर्यंत संदीप आपल्या दादरच्या क्लिनिकमध्ये पोचतो. डायबेटिस हा त्याचा विषय. त्यात तो अधिकाधिक प्रावीण्य मिळवतोय. त्याच्याकडे पेशंटसची गर्दी होऊ लागलीये. साधारण साडेआठ वाजले की तो निघतो. पण त्याआधी रोज केईएममध्ये फोन करून अरुणाचं खाणं, औषधं आणि वागणं याचा रिपोर्ट घ्यायला तो विसरत नाही. अर्थात, त्या रिपोर्टमध्ये क्वचितच काही बदल झालेला असतो.

टीपीआरएन म्हणजे टेंपरेचर, प्रेशर, रेस्पिरेशन नॉर्मल. ती हात-पाय आखडून पलंगावर पडलेली असते. तिचे हात-पाय सरळ राहावेत म्हणून स्प्लिण्ट्‌सचा (मोडलेलं हाड जागी बसावं म्हणून त्याच्याभोवती बांधायला वापरतात ती फळी) उपयोग करण्यात येतो. कधी कधी ती गर्भातील बाळासारखं शरीर दुमडून घेते. जोरात रडते, सावकाश अश्रू गाळते. कधी कधी दोन-दोन तास नुसते किंचाळण्याचे झटके तिला येत राहतात.

दिसत नाही. जेवण तोंडाने घेते. भरवलं की खाते. बहुधा पोट भरलं की थांबते. मूड असेल त्यानुसार सूचनांना प्रतिसाद देते. काही डॉक्टरांनाच जीभ काढून दाखवते. अस्वस्थ झाली की तिला सांभाळणं कठीण जातं, कारण ती आक्रमक

बनते. अगदी थोड्या काळासाठी स्वत:चं डोकं स्वत:हून वर करू शकते.

न्युरोसर्जरीच्या सूचनांनुसार डॉ. सुशीला यू. सेठ यांनी तिच्यावर स्पीच थेरपी सुरू केलीये.

पिरासेटम देऊन पाहिलं. पण उपयुक्त परिणाम झाला नाही. माइल्ड थ्रॉम्बोसायटोपेनिआ विथ सबक्युटेनिअर परप्युरिक स्पॉटस. यामुळे तिची सगळी औषधं थांबवण्यात आली. अपवाद फक्त फेफरं येऊ नये म्हणून देण्यात येणाऱ्या औषधांचा. पिरासेटममुळे जखमी झालेल्या मेंदूत सुधारणा होण्याच्या प्रक्रियेला थोडा वेग येतो म्हणतात. परदेशी काही ठिकाणी तसे परिणाम दिसून आलेले आहेत.

गादीतच लघवी करते. एनिमा किंवा परगेटिव्हशिवाय दर दोन किंवा तीन दिवसांनी शौचाला होतं. मासिक पाळी नियमित. तीन दिवस असते.

संपूर्ण शरीरावर रॅश उठलेली. बोटांच्या बेचक्यांमध्येही. स्केबिज असल्याचा संशय. त्यानुसार औषधोपचार. त्यात मलमाचाही समावेश.

वेदना पूर्वी नाही, पण आता अचूक ओळखते. हात-पाय-गुडघे मुडपून ठेवत असल्याने मनगट आणि कोपरामध्ये व्यंग निर्माण होतंय. हात-पाय सरळ करायचा प्रयत्न केला तर रडते.

अशी अरुणा आयुष्यातल्या त्या धुसर जाणिवांमध्ये जगत राहते.

डीन देशपांडेंना अतिशय अस्वस्थ वाटतंय. या बैठकीसाठी मेट्रन बेलिमलना बोलावलं याचं त्यांना बरं वाटतंय. त्यांची परवानगी घेऊन मेट्रन सिस्टर पैलाही घेऊन आल्यात. त्यांच्या ऑफिसमध्ये ते सगळे स्टाफ नर्स अरुणा शानबागच्या बहिणीशी बोलताहेत. दोन वाक्यांमधली शांतता एवढी भयाण आहे की वर फिरणाऱ्या पंख्याचा स्पष्ट आवाज त्यांना ऐकू येतोय.

डीन घसा खाकरतात, ''तुमचा भाऊ शिमोग्याहून कधी परतणार आहे तुम्हाला ठाऊक नाही असं म्हणताय तुम्ही?''

''नाही.''

''तुम्ही फोन करून त्याला विचारू शकता.''

''आमच्याकडे फोन नाही.''

''माझ्या ऑफिसमधून, इथून तुम्ही ट्रंक-कॉल लावू शकता आणि लाइन मिळेपर्यंत इथे कितीही वेळ बसू शकतात.''

''त्याच्याकडे फोन नाही.''

''अरुणाला तुम्ही तुमच्या घरी नेणार आहात का?'' मेट्रन बेलिमल हळूच विचारतात.

"मी तिला का घरी नेऊ?"

"ती तुमची बहीण आहे ना?"

"इथे हॉस्पिटलमध्ये तुम्ही तिच्यावर अशी वेळ आणलीत. आणि आता तुम्हाला ती नकोशी झालीये."

"हे बोलणं बरोबर नाही. आम्ही आमचं काम करतोय. त्याहीपेक्षा कितीतरी जास्त करतोय."

"तुम्ही करताय त्यापेक्षा खूप जास्त." मधेच प्रेमा कोंकणीमध्ये म्हणते. मेट्रन तिच्याकडे डोळे वटारून बघतात.

"इथे मुद्दा असा आहे की अरुणाला आता डिस्चार्ज देण्याची वेळ आलीये. कारण इथे तिला ठेवण्यात यापुढे काहीच अर्थ नाही. तिला आता कोणत्याही वैद्यकीय उपचारांची आवश्यकता नाही. आम्हाला तिला घरी पाठवायलाच हवं."

"मुंबईत तिचं घर नाही हे ठाऊकेय तुम्हाला. तिचं घर कर्नाटकात, हळदीपूरला आहे. तिथे तिची आजारी आई राहतेय."

"मला म्हणायचं होतं की, तिला तुम्ही तुमच्या घरी न्यायला हवं. कृपया तिला घरी न्या. इथले डॉक्टर्स नियमितपणे तिची तपासणी करण्यासाठी येत राहतील. जेव्हा केव्हा औषधं लागतील, आम्ही पाठवत जाऊ."

"माझी खोली खूप छोटी आहे. एवढ्याशा खोलीत तिला कुठे ठेवणार? आणि तिला खायला कसं घालणार? आम्ही गरीब लोक आहोत."

डीन घसा खाकरतात. "तिला कॉम्पेन्सेशन मिळेल. त्यातून तिचा खर्च निघेल."

"किती?"

"अरुणाच्या परिस्थितीचा फायदा उठवून तुम्हाला पैसा करायचाय?" सिस्टर प्रेमा पै रागाने म्हणते.

अरुणाच्या बहिणीला हा आरोप अमान्य होता. थंड सुरात ती आपली परिस्थिती सांगत होती. घरातली जागा अपुरी आणि आर्थिकदृष्ट्याही कमकुवत असल्याने आपण हा बोजा सहन करू शकणार नाही एवढंच तिचं म्हणणं होतं. ती रोज दिवसातून दोन वेळा लोकांकडे दूध पोचवायला जायची. कोणाची काळजी घेता येईल एवढाही वेळ तिला मिळत नसे. तिच्या मुली वयात आलेल्या. त्या केईएममध्ये अरुणाला जेवण घेऊन येत असतात. लवकरच त्यांची लग्नं होतील आणि त्या जातील. बस्स.

"तुम्ही यातून काही मार्ग काढता येईल का याचा विचार केलाय?" मेट्रन बेलिमल विचारतात.

अरुणाची बहीण थोडी चिडते. "तिची काळजी घेण्याची जबाबदारी तुमची

आहे. कारण हॉस्पिटलमध्ये ड्युटीवर असताना तिच्यावर हा प्रसंग गुदरलाय. तुमच्याच एका नोकरामुळे.''

''पण तरीही आम्ही तुम्हाला खूप निरोप पाठवले. तुम्ही या वेळी इथे आलात. मग मधल्या काळात तुम्ही काहीतरी विचार केलेला असेलच. अरुणाला घरी न्यावंसं वाटेल असं काही.''

तिची बहीण थोडा वेळ थांबते. मग म्हणते, ''तिचा पगार तुम्ही चालू ठेवा बोनससकट. शिवाय वरळी डेअरीजवळ बीएमसीच्या क्वार्टर्समध्ये एक मोठं घर द्या. पर्मनंट.''

अरुणाच्या भावाबरोबरची डीनची मीटिंग असमाधानकारक होते.

अरुणाला भेटायला तिचा भाऊ आला की ताबडतोब आपल्याला कळवावं, आपण घरी असलो, तरी, अशी स्पष्ट सूचना डीनने दिलेली असते. त्यानुसार त्यांना कळवण्यात येतं.

डीन अजिबात वेळ न दवडता वॉर्ड नं. ३३ मध्ये जातात, स्वत:ची ओळख करून देतात आणि त्याच्याशी बोलायचा प्रयत्न करतात.

''शिमोग्याहून परतलात तर तुम्ही.''

''होय.''

''बऱ्याच दिवसांनी आलात तुम्ही.''

शांतता.

''पुन्हा येण्याचं ठरवलं असेलच.''

''नाही.''

''अच्छा. हे पाहा, मी थेट मुद्यालाच हात घालतो. तुमची बहीण गेले दहा महिने आमची पेशंट आहे. केईएममध्ये मोफत सेवा मिळते. त्या परंपरेला जागून आम्ही तिची काळजी घेतलीये, मोठ्यातल्या मोठ्या टेस्टस करवून घेतल्यात. अर्थात, इथे मुद्दा पैशाचा नाहीय. विशेषत: आमच्या स्टाफने तर आपली सहकारी म्हणून दिवस-रात्र तिची सेवा केलीये. ती कोणत्या अवस्थेत इथे आणली गेली ते तर तुम्हाला ठाऊकच आहे. त्यानंतर तिच्यामध्ये झालेली एकूण सुधारणाही तुम्ही पाहताय.''

''ती पूर्ण बरी कधी होईल?''

''ते सांगता येणार नाही. ती किती बरी होईल हेही सांगणं कठीण आहे.''

शांतता.

''वैद्यकीयदृष्ट्या तुमच्या बहिणीला आता हॉस्पिटलच्या काळजीची गरज नाही. तुम्ही तिला घरी घेऊन जायला याल त्या क्षणी आम्ही तिला डिस्चार्ज देऊ.''

''मी इथे राहात नाही.''

''मला कल्पना आहे. पण तुम्ही लक्षात घ्यायला हवं की कोणताही पेशंट कायमचा हॉस्पिटलमध्ये राहू शकत नाही.''

शांतता.

''मग केव्हा घेऊन जाताय तुमच्या बहिणीला इथून?''

''डॉक्टर, तुम्हाला ठाऊकेय मी शिमोग्याला राहतो. तिला तिथे नेणं कसं शक्य आहे?''

''तुम्ही मुंबईत तिची कशी सोय करू शकता. इथे एखाद्या नातेवाईकाकडे ठेवू शकता. बीडीडी चाळीत तुमची बहीण राहते, तिच्याकडे.''

''कोणी जर तशी तयारी दाखवली असती तर मी तुम्हाला सांगितलं नसतं का?''

''मग तुम्हाला शिमोग्यालाच घेऊन जावं लागणार. ती तिथे सुरक्षित पोचेल याची काळजी आम्ही घेऊ. एक डॉक्टर, एक नर्स आणि दोन मदतनीस तिच्याबरोबर ट्रेनमध्ये असतील. तुम्ही सगळ्या पेपर्सवर सही केल्यानंतर तुम्हाला कॉम्पेन्सेशनची रक्कमही मिळेल.''

अरुणाच्या भावाच्या स्वरात राग आला. ''इथे कॉम्पेन्सेशनचा प्रश्न येतोय कुठे? मी अलीकडेच मुंबई सोडून शिमोग्याला नव्याने बस्तान बसवतोय. तिथेच मेन रोडवर मी भागीदारीत एक उडिपी हॉटेल टाकलंय. ते बरं चालावं अशी प्रार्थना सगळे करताहेत. पण मी तिथेच स्थायिक होऊ शकेन की नाही, हे मला अजून माहीत नाही. तुम्हाला समजतंय का मी काय म्हणतोय ते?''

डीन होकारार्थी मान डोलावतात. आणि म्हणतात, ''या गेल्या ३०१ दिवसांमध्ये मनुष्यस्वभावाविषयी मी बरंच काही समजू लागलोय.''

हे ठिकाण अगदी आदर्श मानलं गेलं होतं. इथून सरकारी कामकाज चांगलं चालेल, अशी धारणा होती. अथांग पसरलेला अरबी समुद्र, मधे मोठंच्या मोठं अंडाकृती (ओव्हल) मैदान आणि मग ही इमारत. मुंबई सरकारसाठी. या इमारतीची आखणी मुंबईसाठी सरकारच्या ज्या योजना होत्या त्याला अनुसरूनच करण्यात आली होती. भव्य पण शक्य असलेली. १६ एप्रिल, १८६७ या दिवशी या इमारतीचं बांधकाम सुरू झालं. १२, ८०, ७३१ रुपयांचं बजेट त्यासाठी संमत झालं. ही इमारत पूर्ण झाली २० मार्च, १८७४ साली. खर्च झाला होता १२, ६०, ८४४. मुंबईत किंवा देशात इतरत्रही काम पूर्ण व्हायला एवढी वर्षं लागूनही ते बजेटमध्ये होण्याचं असं उदाहरण क्वचितच ऐकायला मिळेल.

खरोखरच काम करण्यासाठी ते उत्तम ठिकाण होतं. ऑफिस त्याच्यासमोर

ओव्हल मैदान आणि बाजूला निळाशार समुद्र. वाऱ्याच्या झुळकीबरोबर समुद्राच्या लाटेची गाजही कानावर पडत असे. मैदानावर चाललेल्या क्रिकेट सामन्यात बॅटला लागून होणारा चेंडूचा कडक आवाज ऐकू येत असे.

शंभर वर्षांच्या या जुन्या इमारतीचं ऐतिहासिक मूल्य आणि सौंदर्य कमी झालं ते या इमारतीला सेशन्स कोर्टाचं रूप आलं तेव्हा. मोठमोठ्या व्हरांड्यांचं रूपांतर क्लेरिकल ऑफिसमध्ये झालं. तिथे लाकडाचं फर्निचर येऊन पडलं. कॉरिडॉर्सच्या जागी कोर्टाच्या खोल्या आल्या. अतिशय महागड्या लाकडाने बनवलेल्या दरवाजासमोर गंजलेली स्टीलची कपाटं सरकवण्यात आली. पक्षी आत येऊ नयेत म्हणून मोठमोठ्या खिडक्यांना गज लावण्यात आले. पण कबूतरांनी त्यातूनही मार्ग काढला. आणि सेशन्स कोर्टात त्यांनी आपलं घरटं बनवलं. एका रांगेत असलेल्या टयूबलाइट्सवर त्यांचं गुटर्रगू चालू लागलं आणि कॉरिडॉरच्या बाजूने त्यांनी शिटून ठेवलं. म्हणूनच बहुधा वकील आणि त्यांची अशिलं येण्या-जाण्याच्या मार्गावरच कोंडाळं करून बोलत असलेली दिसतात.

याच सेशन्स कोर्टात १० एप्रिल, १९७४ या दिवशी सोहनलाल भरत वाल्मीकीची केस दाखल होते. त्याची सुनावणी सुरू होते. ७ ऑगस्ट, १९७४ला. तो म्हणतो, "गुन्हा अमान्य." या केससाठी ३८ लोकांची उलटतपासणी झालीये. साक्षी सुरू होतात. आरोपीने 'तिचा पाठलाग केला, ती जायला निघत असताना तो अचानक आला आणि त्याने खेचत तिला ऑपरेशन थिएटरमध्ये नेलं आणि आपली वासना पूर्ण करायचा प्रयत्न केला. मात्र असं दिसतं की अरुणाची तेव्हा मासिक पाळी चालू असल्याने त्याला स्वत:ला आवरावं लागलं.' असं या उलटतपासणीमध्ये नोंदलं जातं. इतरही अनेक गोष्टींची तोंडी नोंद होते. पण उपयोग काय?

२ ऑक्टोबर, १९७४. राष्ट्रपिता महात्मा गांधी यांच्या जयंतीदिनी कोर्टाचं काम चालू आहे. माणसातल्या चांगुलपणावर आणि सर्वांना न्याय मिळावा या तत्त्वावर नितांत श्रद्धा असणाऱ्या महात्म्याची जयंती. त्याच दिवशी सोहनलाल भरत वाल्मीकीला शिक्षा सुनावली जाते. इंडियन पीनल कोडच्या कलम ३०७ आणि ३९७ द्वारे तो दोषी ठरतो. खुनाचा प्रयत्न आणि चोरी. या गुन्ह्यांसाठी त्याला प्रत्येकी सात वर्षांची सक्तमजुरीची शिक्षा होते. मात्र याआधी त्याच्या नावावर कोणताही गुन्हा नोंदवलेला नसल्याने या दोन्ही शिक्षा तो एकाच वेळी भोगू शकतो. शिवाय त्याला २८ नोव्हेंबर, १९७३ या दिवशी अटक झाली असून आजच्या दिवसापर्यंत तो कोठडीत असल्याने, क्रिमिनल प्रोसिजर कोडच्या ४२८ कलमान्वये हा काळ त्याच्या शिक्षेतून वजा करण्यात येतो.

सोहनलाल भरत वाल्मकीची अटकेची तारीख खरं म्हणजे २९ नोव्हेंबर

असायला हवी. याच दिवशी पहाटे दोन वाजता त्याला पुण्याला पकडण्यात आलं आणि सकाळी ११.०५ मिनिटांनी अधिकृतरीत्या त्याला अटक करण्यात आली. या नजरचुकीमुळे त्याला तुरुंगात एक दिवस कमी घालवायला मिळतो.

पण, दोन्ही शिक्षा एकत्र भोगाव्या लागल्याने सात वर्षं ज्याच्या शिक्षेतली कमी झालीत, तिथे एक दिवस इथे-तिथे झाल्याने काय फरक पडणारेय? शिवाय, विनयभंग झाल्याची तक्रार कोणी केली नसल्याने त्याची आणखी दोन वर्षं कमी झाली, त्याचं काय? किंवा कागदावर अनैसर्गिक गुन्हा घडल्याची नोंद न झाल्याने दहा वर्षांची शिक्षा झालीच नाही, त्याचं काय? आणि मेंदूला कधीच बरी न होणारी हानी करून माणसाला मृतवत जिवंत ठेवलं यासाठी कायद्यामध्ये नेमकी शिक्षा नसल्याने त्याची एकूण किती वर्षांची शिक्षा कमी झाली याची गणनाच करायला नको का?

३ ऑक्टोबर, १९७४. 'द टाइम्स ऑफ इंडिया'च्या 'शहर आणि उपनगर'च्या पानावरील मथळे :

दोघा संशयितांना अटक. टॅक्सी गर्दीत घुसली. दोन दंगलींमध्ये १९ जणांना पकडलं. बाय बाय मॉन्सून.

या छोट्या छोट्या बातम्यांच्या वर मोठी हेडलाइन. आर्किटेक्टच्या खुनासाठी शिक्षा.

या हेडलाइनखालची बातमी अशी होती – मि. मिनू रुस्तमजी करंजिया या धोबी तलाव येथील सिव्हिल इंजिनीयर आणि आर्किटेक्ट यांच्या खुनाचा आरोप अन्सारी अहमद इम्तियाज याच्यावर सिद्ध झाला असून, या गुन्ह्यासाठी आरोपीला अतिरिक्त सत्र न्यायाधीश श्री. वाणी यांनी जन्मठेपेची शिक्षा ठोठावली आहे. ५ ऑक्टोबर, १९७३ या दिवशी श्री. करंजियांचा त्यांच्याच बरोबर राहणारा भाचेनातू अर्धा तास दरवाजावरची घंटी वाजवत होता. परंतु आपल्या मामे-आजोबांकडून त्याला कोणताही प्रतिसाद मिळाला नाही. त्यानंतर आरोपीने दरवाजा उघडला आणि आत शिरलेल्या भाचेनातवाला रक्ताच्या थारोळ्यात पडलेले करंजिया दिसले. त्यांच्या अंगावर एक चादर टाकण्यात आलेली होती. आपला बचाव करताना आरोपीने सांगितलं की 'अनैसर्गिक गुन्हा' करण्यासाठी आपल्याला या फ्लॅटमध्ये आणण्यात आलं. परंतु आपण हे कृत्य करण्यास नकार दिल्याने श्री. करंजियांनी आपल्यावर हल्ला केला. या झटापटीत स्वत:चा बचाव करण्यासाठी आपण हातात सुरा घेतला. न्यायमूर्तींनी आरोपींच्या बचावावर अविश्वास व्यक्त करून त्याला जन्मठेपेची शिक्षा सुनावली.

काय सनसनाटी बातमी आहे! २ ऑक्टोबरला सत्र न्यायालयामध्ये गेलेल्या

वार्ताहराला हीच बातमी वाचायला वाचकांना अधिक आवडेल, असं वाटल्याने त्याने तीच बातमी लिहिली.

सहा वर्ष, एक महिना आणि सव्वीस दिवसांची किंवा चांगली वर्तणूक असेल तर त्याहीपेक्षा कमी शिक्षा झालेल्या मेहतरविषयी कोणाला उत्सुकता असणार?

डॉ. सुनील पंड्या यांना स्पीच थेरपिस्ट डॉ. सुशीला यू. शेठ यांनी हाताने लिहिलेली चिठ्ठी –

''मी मिस शानबागची तपासणी केली आणि स्पीच थेरपीचा उपचार करता येईल किंवा नाही याची चाचपणी केली. सध्या पेशंटचं अधेमधे ओरडणं वगळता कोणतंही बोलणं होत नाहीये. ती हसू शकते पण तेही अनियंत्रित हास्याचे झटके येतात तेव्हाच. ती गिळू शकते याचा अर्थ तिथल्या स्नायूंवर तिचं नियंत्रण आहे. एखादी सूचना मोठ्या आवाजात दिली तर त्यानुसार ती आपली जीभ दाखवू शकते किंवा डोळे मिटू शकते किंवा हात किंचित वर उचलू शकते. याचा अर्थ उच्चारलेल्या शब्दांचा थोडाफार अर्थ तिला कळतोय. टाळ्या वाजवल्या तर तिकडे लक्ष देत नाही किंवा तो आवाज ऐकल्याचं दर्शवतही नाही. तिला दाखवण्यात आलेली एखादी वस्तू ती पाहू शकते की नाही, हे कळणं अशक्य आहे. तेव्हा अशा परिस्थितीत आम्ही पेशंट्सना प्रशिक्षण देण्यासाठी सहसा जी पद्धत वापरतो त्यासाठी तिच्याकडून सहकार्य मिळणं कठीण वाटतंय. तिच्या कुटुंबातील लोकांनी, तो आता घालवतात त्यापेक्षा जास्त वेळ तिच्याबरोबर घालवला तर तिला मदत होईल असं वाटतंय. या बाबत त्यांच्याशी वैयक्तिरीत्या बोलता आलं तर फारचं बरं. त्यांना मग तिला सतत बोलता येण्यासाठी काय प्रशिक्षण देता येईल, याच्या सूचना देऊ शकू. मी अर्थातच तिला प्रशिक्षण देण्याचे माझे प्रयत्न सुरूच ठेवणार आहे. मात्र तिची शारीरिक आणि मानसिक दुरवस्था पाहता हे काम अतिशय कठीण आहे, यात शंकाच नाही.''

२८ नोव्हेंबर, १९७४. न्युरोसर्जरीकडून डीनने एक नोट मागवलीये. त्यांना ती बीएमसीला द्यायचीये. या प्रकरणावर तिथे प्रश्न विचारले जाताहेत. एकाच पेशंटने बारा महिने एक बेड का अडवून ठेवावा? त्या जागेची आणि देखभालीची गरज असणारे आणखी कित्येक आजारी लोक असताना?

डॉ. सुनील पंड्या एक पत्र टाइप करून डीनच्या ऑफिसमध्ये पाठवून देतात.

''स्टाफ नर्स अरुणा शानबागला २८ नोव्हेंबर, १९७३ या दिवशी ॲडमिट करण्यात आलं. तपासणी केल्यानंतर तिच्या शरीरावर बाहेरच्या बाजूला अनेक जखमा असल्याचं, तसंच मेंदूच्या मस्तिष्कपुच्छाला (ब्रेन स्टेम) धक्का बसल्याची

चिन्हं दिसत होती. शरीरावरच्या जखमा लवकरच बऱ्या झाल्या. त्यानंतर काही महिन्यांमध्ये डोळे उघडून रोखून पाहणं, द्रव आणि मऊ पदार्थ गिळणं आणि पलंगावर स्वत:ची स्वत: कूस बदलणं या गोष्टी करण्याएवढी सुधारणा तिच्यात झाली. कधी कधी तिला समजतंय असंही वाटतं. मात्र तिच्याकडून अर्थपूर्ण प्रतिसाद येत नसल्याने ही गोष्ट खात्रीपूर्वक सांगता येत नाही. आपल्या स्वत:च्या कोणत्याही गरजा तिला पूर्ण करता येत नाहीत. तिला जेवू-खाऊ घालावं लागतं, तिचे कपडे बदलावे लागतात. तिच्याशी संवाद साधणं अशक्य आहे. आपल्याला काय हवंय, हे ती सांगू शकत नाही. ती अस्वस्थ असली की मोठ्याने रडते. कधी कधी उत्स्फूर्त आणि स्वाभाविकच अतार्किक हास्याचे झटकेही तिला येतात. हात-पाय आणि तिचं शरीर खूप कमजोर झालंय. शरीराच्या भागांचं एकमेकांशी संतुलन नाही. ती आपणहून बसू शकत नाही. तिचे सांधे आखडू नयेत आणि स्नायू निकामी होऊ नयेत म्हणून आमचा फिजिओथेरपिस्ट खूप प्रयत्न करतोय. आमची स्पीच थेरपिस्ट तिने बोलावं म्हणून उपाययोजना करतेय, पण अद्यापि तिला त्यात यश आलेलं नाही. सुरुवातीला थोडी सुधारणा दाखवल्यानंतर तिच्या या स्थितीमध्ये बदल झालेला नाही. तिच्या ब्रेन स्टेम आणि बेसल गॅंग्लीयाला दुखापत झाली असल्याचंच यावरून दिसून येतं.''

डॉ. पंड्या यांचं हे पत्र कॉर्पोरेशनमध्ये वाचलं जातं. केईएमला केवळ दोनच प्रश्न विचारण्यात येतात.

पहिला प्रश्न - ती बरी होऊ शकेल?

वैद्यकशास्त्रात अनुभवावर आशा-आकांक्षा जिथे मात करतात तिथेच या प्रश्नाचं उत्तर मिळू शकतं. गिनीज बुक ऑफ रेकॉर्डसमध्ये अशा अनेक घटना नोंदलेल्या आहेत. कोमामधून उठून चालायला लागलेल्या आणि पुढे व्यवस्थित आयुष्य जगलेल्या अनेकांची उदाहरणं या जगात आहेत. अर्थात, आयुष्यभर कोमामध्ये राहून नंतर वय झाल्याने मृत्यू आलेल्यांचीही अनेक उदाहरणं आहेत. पण ही केस थोडी वेगळी आहे. पेशंट आता कोमामध्ये नाही. बहुधा जगातली ही अशी एकमेव केस असावी. पण याची खातरजमा करून घेणं अर्थातच शक्य नाही. तिच्या मेंदूचा एक भाग कायमचा मृत असल्याचं सध्या तरी वाटतंय. नेमकं सांगता येणार नाही. वैद्यकशास्त्र रोजच्या रोज प्रगती करतंय. एक दिवस तिच्यासाठीही औषध सापडू शकेल. मात्र आजच्या घडीला या प्रश्नाचं उत्तर नाही असंच आहे.

दुसरा प्रश्न - तिच्या कुटुंबाने तिला टाकून दिलंय का?

तिला घरी घेऊन जा, असं सांगितल्यापासून तिचे कुटुंबीय क्वचितच हॉस्पिटलमध्ये येतात. त्यांनी नियमित येऊन अरुणाशी कोंकणीमध्ये, तिच्या मातृभाषेत बोलावं; तिच्या स्पीच थेरपीसाठी आणि एकूणच शुद्धीत असल्याची जाणीव वाढवण्यासाठी

त्याचा प्रचंड उपयोग होईल, असं नर्सेसनी त्यांना सांगितलंय. कुटुंबीय आणि मित्र-मैत्रिणींनी पेशंटसशी त्याच्या भोवतालाविषयी प्रेमाने आणि सतत बोलणं मेंदूला झालेल्या दुखापतीमधून बरं होण्यासाठी फायदेशीर ठरतं हे सिद्ध झालेलं आहे. आपल्याला त्रास दिला जात असल्याने आपण हॉस्पिटलमध्ये कमी येतो, असं उत्तर अरुणाच्या कुटुंबियांनी दिलेलं आहे. काही कुटुंबीय तर हक्काच्या नावाखाली जास्तीत जास्त सवलती मिळवून घेण्याचा प्रयत्न करताहेत. हे हक्क मिळाले तरच आपण तिला घरी नेण्याविषयी विचार करू, अशी त्यांची वृत्ती आहे. तेव्हा तिचे कुटुंबीय कायमचे तिला टाकून देण्याच्या मन:स्थितीत असल्याचा निष्कर्ष इथे काढता येईल.

कॉर्पोरेशनमध्ये एक बैठक घेतली जाते. त्यात एक निर्णय होतो आणि तो डीनना कळवण्यात येतो. मुंबईतल्या दूरवरच्या उपनगरात जीवघेणा आजार झालेल्या लोकांसाठी असलेल्या शुश्रुषागृहात (कॉनव्हॅलेसंट होम) तिची रवानगी करावी. या केंद्रात भयंकर वेदना होणाऱ्या पेशंटसना दिली जाणारी ग्लानीची औषधं वगळता इतर वैद्यकीय उपचार होत नाहीत. इथल्या आवारात मृत्यूची चाहूल असते. आतमध्ये पेशंट्स त्याची आतुरतेने वाट पाहत असतात. मदर तेरेसांच्या घरांसारखं इथे मरणाऱ्या पेशंटसची शेवटपर्यंत प्रेमाने देखभाल करणारं कोणी नसतं. कधी कधी मृत्यू येण्यासाठी महिनोन् महिने वाट पाहावी लागते. जे सुदैवी असतात ते काही आठवड्यांमध्येच सुटतात.

स्टाफ नर्स अरुणा शानबागला तिथे हलवण्याची तयारी सुरू होते. नर्सेसच्या कानावर ही बातमी पडते. ती खरी आहे की नाही हे माहीत करून घेण्यासाठी त्या मेट्रनच्या ऑफिसमध्ये येतात.

''आपल्याकडच्या कोणालाच हे व्हायला नकोय,'' मेट्रन निराशेने म्हणतात.

''आपण तिच्यासाठी इतकं करतोय. आणि तिच्यात काहीच सुधारणा होत नाहीये हे पाहून वैफल्यच येतं. कदाचित तिला तिच्या नशिबाच्या हवाली करण्याची वेळ आली असावी. कधी कधी माझ्या मनात विचार येतो, तिची एवढी काळजी घेण्यात आपलं काही चुकतंय का? तिला हवा असून आपण तिला मृत्यूपासून दूर नेतोय का? जगण्यासाठी आता तिच्यापाशी काय आहे? देवाने तिच्या नशिबात हेच लिहिलंय हे तर खरंच आहे,'' बोलता बोलता मेट्रनच्या घशात आवंढा येतो. डोळ्यांत पाणी दाटून येतं. ''मी रोज पूजा करताना देवाला विचारते, हा भोग तिच्याच नशिबी का? या किंवा मागच्या जन्मात असं कोणतं पाप केलं तिने, म्हणून एवढी भयंकर शिक्षा मिळतेय तिला? जगातली दुसरी कोणतीही स्त्री अरुणाएवढी कमनशिबी नसेल. होय, मला वाटतं, निसर्गाला तिचं भवितव्य ठरवू देण्याची वेळ आलीय.''

मेट्रनचं हे स्वगत रागारागाने होणाऱ्या कुजबुजींमध्ये विरून जातं.

''मुळात आपल्यासमोर दुसरा पर्याय नाही. बीएमसीमधून आदेशच आलाय तसा.''

''पण आपण त्याला विरोध करायला हवा. असं नाही वागू शकत ते तिच्याशी.''

''कोण विरोध करणार? कॉर्पोरेशनवाले विरोध करणाऱ्यांनाच तिला घरी घेऊन जायला सांगतील.''

''त्या केंद्रात बेड-सोअर्स होतील तिला. आपण बदलतो तशी तिची कूस तिथे कोणी बदलत राहणारेय का?''

''ती मरेल तिथे.''

''त्यांना तेच तर हवंय. तिचा मृत्यू.''

''पण तिनं मरावं हे ठरवण्याचा कॉर्पोरेशनला काय हक्क आहे? तिने मरावं अशी देवाची इच्छा असती तर त्या सीव्हीटीसीच्या तळघरातच तिचा श्वास थांबला असता.''

''आणि तिने कुठे मरायचं हे तरी बीएमसी काय म्हणून ठरवणार? तिची वेळ येईल तेव्हा शांतपणे आणि आनंदाने इथे – या केईएम हॉस्पिटलमध्ये तिचे प्राण जातील.''

''हे म्युनिसिपल कमिशनर काय समजतात स्वत:ला? त्यांचा पगार कोण देतंय? आणि कॉर्पोरेशनमध्ये बसून स्वत:चे खिसे भरणाऱ्या त्या नगरसेवकांचा पगार तरी कुठून येतो? आपल्याला पगार मिळतो त्यांच्याकडून, म्हणजे या मुंबईच्या नागरिकांकडून ना? अरुणावर महिन्याला खर्च होणाऱ्या ५०० रुपयांची काळजी वाटते या लोकांना? मग या शहराला शून्य उपयोग असूनही हे लोक स्वत:वर हजारो रुपये उडवतात त्याचं काय?''

किंग एडवर्ड मेमोरियलच्या स्टाफ नर्सेस उत्स्फूर्तपणे ताबडतोब संप पुकारतात.

तीन तासांनी डीनमार्फत त्यांना बीएमसीचा आदेश येतो की, त्यांची सहकारी स्टाफ नर्स अरुणा शानबाग हॉस्पिटलमध्येच राहणार आहे, तेव्हा कृपया त्यांनी कामावर रुजू व्हावं.

तिने जगायला हवं असं काहींचं मत असतं. त्यापेक्षा तिचा मृत्यू परवडला असं इतर काहींना वाटत असतं. तिचे कुटुंबीय तर एक जिवंत व्यक्ती म्हणून तिचा विचारच करायचं नाकारत असतात.

आपलं भविष्य घडवण्यासाठी ती दक्षिणेहून आली. तिच्यावर प्रेम करणारा पुरुष पश्चिमेकडून आला. तिची लालसा धरणारा उत्तरेचा होता.

एक दुर्दैवी स्त्री या सगळ्याचा केंद्रबिंदू ठरली.

सुरुवातीला ती अशी अजिबात नव्हती. उलट आपल्या सहकाऱ्यांविषयी चर्चा न करण्याची दक्षता घेत असे ती. पण आता, नर्सेसना वाटायला लागलंय की अरुणाला गॉसिप ऐकायला आवडतंय.

तिची चादर बदलताना किंवा तिला आंघोळ घालताना किंवा नुसतंच तिच्याबरोबर असताना त्या गप्पा मारतात. इतर नर्सेसबद्दल. स्वतःला फार समजतं असं मानणाऱ्या ज्येष्ठ नर्सेसबद्दल, आपलं काम नीट न येणाऱ्या नवीन नर्सेसबद्दल, डॉक्टर्सबद्दल, डीनबद्दल, या सगळ्यांविषयी बिनधास्त चर्चा होते, घडलेल्या घटनांची उजळणी केली जाते. थोडक्यात, बऱ्यापैकी गॉसिपिंग होतं. आणि अरुणा जणू ते ऐकत असते. तिच्या निर्विकार चेहेऱ्यावर लक्षपूर्वक ऐकत असल्याचा एक भाव उमटतो. ती शांत होते. जे ऐकू येतंय त्यात तिला मजा वाटत असते. एखादं लहान मूल भीती नसलेली गोष्ट ऐकताना जसा चेहरा करेल तसा तिचा चेहरा असतो.

"मग आता तुम्ही तिला शिकवायचा प्रयत्न करताय?"

डॉ. जी. एच तिळवे वॉर्ड नं. ३३ मध्ये शिरता शिरता विचारतात. मेडिसिनचे ते विभागप्रमुख आहेत. आणि स्टाफ नर्स अरुणा शानबागला त्यांनी येऊन तपासावं अशी विनंती त्यांना सतत नर्सेसकडून होत असते. खोकला झाला, नाक गळतंय, पोट बिघडलंय, छोटीशी रॅश आलीये, तळपायावर ओरखडे उठलेत, अशा अनेक तक्रारी असतात. तळपायावरचे ओरखडे तर तिच्या वाढलेल्या नखांमुळे उठलेले असतात. ती नखं गेले काही दिवस कापलेली नसतात म्हणून.

डॉ. तिळवे तिला ताप आहे की नाही हे तपासतात, तिचं प्रेशर, श्वासोच्छ्वास, डोळे, जीभ - एक झटपट शारीरिक तपासणी.

"ती एकदम नॉर्मल आहे. काय झालं? मला का बोलावलंत तुम्ही?" ते विचारतात.

खोलीतल्या दोन्ही नर्सेस एकमेकींकडे बोलायचं या नजरेने बघतात. मग एक जण थोडी घाबरत म्हणते, "तिच्या भुवयांच्या वरती आणि खाली रॅश आलीये. तिच्या वरच्या ओठावर आणि हनुवटीवरही."

नर्सेस अडखळतात. आता दुसरी नर्स बोलते, "थोड्याच वेळापूर्वी. आम्ही तिच्या भुवयांचं थ्रेडिंग केल्यानंतर. ती इथे आल्यापासून तिच्या भुवया शेप केल्या गेल्या नव्हत्या. खूप वाईट दिसत होतं ते. म्हणून मग आम्ही विचार केला... काही प्रॉब्लेम नाहीये ना डॉक्टर?"

डॉ. तिळवे मनापासून हसतात. "आता यानंतर तुम्ही काय करणार आहात?"

"तिला आता आंघोळ घालणार आहोत. तिच्या चेहेऱ्यावर पाणी टाकायला

हरकत नाही ना?''

''अजिबात नाही. पण कोमट पाणी घ्या. आणि आज कुठला साबण आणि शाम्पू वापरणार आहात?''

''डॉक्टर, तुम्ही आमची चेष्टा करताय.''

डॉ. तिळवे पुन्हा हसतात. ''अजिबात नाही. तुम्ही सगळ्या जणी बाजारात आलेल्या प्रत्येक नवीन साबणाचा, शाम्पूचा आणि पावडरींचा प्रयोग अरुणावर करून पाहता हे सगळ्या हॉस्पिटलला ठाऊक आहे.''

''तिला चांगल्या गोष्टी आवडायच्या, डॉक्टर. अजून आवडतात.''

''का नाही, का नाही! तुम्ही तिला आंघोळीला नेताय ना? चला, तिला उचलायला मदत करतो मी.''

अरुणाला व्हील-चेअरवर ठेवायला नर्सेसना मदत करून डॉ. तिळवे वॉर्डमधून बाहेर पडतात, तेव्हा त्यांच्या चेहेऱ्यावर स्मित असतं. दोघीही नर्सेस मग वॉर्डमधल्या शिकाऊ नर्सेसना बोलावतात आणि अरुणाला बाथरूममध्ये नेण्यासाठी मदत मागतात. एकमेकींशी गप्पा मारत मग तिला साग्रसंगीत आंघोळ घालण्याचा एक मोठा कार्यक्रम सुरू होतो. अरुणाला रोज व्यवस्थित स्पंजिंग केलं जातंय. आंघोळ, अगदी डोक्यावरून आंघोळ घातली जाते आठवड्यातून दोन वेळा.

तिचे कपडे काढत असतानाच बाथरूमच्या दरवाजावर टकटक होते. दोघींपैकी एका नर्सला घरून अर्जंट फोन आलेला असतो. ती आपला भलाथोरला रबर एप्रन काढते, पटकन घड्याळ, स्टॉकिंग्ज आणि बूट घेऊन बाथरूममधून बाहेर पडते. जाता जाता आपण एका स्टुडंट नर्सला पाठवून देऊ, असं सांगते. ती शिकाऊ नर्स येते ती घाबरतच. तिने यापूर्वी कोणत्याच पेशंटला आंघोळ घातलेली नसते. आणि इथे तर एक जवळजवळ मृत वजनाला हाताळण्याचा प्रकार असतो. दुसरी नर्स तिला शांतपणे, सावकाश काय काय कसं कसं करायचं ते सांगते. नर्स अरुणाचा तळहात धुण्यासाठी हळूच तिची मूठ उघडते. अरुणा वेदनांनी कळवळते. ती अरुणाचं कोपर सरळ करते. अरुणा पुन्हा किंचाळते.

प्रत्येक वेळी अरुणा ओरडली की ती शिकाऊ नर्स दचकते. ''काळजी करू नकोस. तुझं काही चुकत नाहीये यात. तिचे सांधे आखडले गेलेत. शिवाय अनोळखी स्पर्शाबाबतही ती खूप संवेदनशील झालीये. म्हणून आम्ही तिला पलंगावरून उठवताना वॉर्ड बॉईजचीही मदत घेत नाही. त्यांचा स्पर्श झाला की ती जोरजोरात किंचाळायला लागते.''

शिकाऊ नर्स आवंढा गिळते. ''तिच्यावर बलात्कार झाला असं ऐकलंय मी. पुरुषांनी हात लावला की ती घाबरते ते म्हणूनच का?''

''तिला तपासणारे बहुतेक डॉक्टर्स पुरुष आहेत. तिचा होणारा नवरा – आता

येईल तो फिजिओथेरपीच्या वेळी, तेव्हा बघशील त्याला तू – तोही पुरुषच आहे. पण या लोकांची तिला आता सवय झालीये. आणि अनोळखी बाईपेक्षा अनोळखी पुरुषाच्या स्पर्शाने ती अधिक अस्वस्थ होते हेही खरंय. पण कदाचित वॉर्ड बॉईजचे हात खरखरीत असतात म्हणूनही असेल. तो साबण दे मला एक मिनिट इकडे. तुझा साबण लावून झाला का सगळीकडे? बरं, मग आता वळव तिला. सावकाश. साबणाचं पाणी तिच्या डोळ्यांत आणि तोंडात जाणार नाही याची काळजी... सावकाश, सावकाश, अरे देवा!''

४ डिसेंबर, १९७४. आज सकाळी आंघोळ घालताना पेशंट पडली. टु स्काल्प इन्जुअरीज, वन नियर ऑक्सिपूट ॲण्ड दि अदर जस्ट अबाव्ह इट. द लोअर वन इज अ हिमॅटोमा. दि अपर वन इज अ लॅसरेटेड वुण्ड. वन स्टीच गिव्हन.

(डोक्याच्या त्वचेला दोन जखमा. एक डोक्याच्या मागच्या बाजूला. आणि दुसरी त्याच्या थोडीशी वर. खालच्या जखमेत रक्त साकळलेलं. वरच्या जखमेत चामडी फाटलेली. एक टाका घालण्यात आला.)

३० सप्टेंबर, १९७५. केईएमचे मेडिकल रेकॉर्ड्स ऑफिसर एम. ए. शितोळे यांनी न्युरो सर्जरीला एक मेमो टाईप करून पाठवला. बीएमसीच्या कमिशनरांनी अरुणाच्या सुधारणेबाबत एक संक्षिप्त अहवाल मागवला असल्याचं त्या मेमोमध्ये म्हटलेलं होतं. नगरसेवकांच्या आगामी बैठकीमध्ये मांडण्यापूर्वी त्यांना स्वत:ला तो अभ्यासायचा असतो.

डॉ. आर. डी. नागपाल, सहायक न्युरो सर्जन उत्तर पाठवतात. मिस शानबागमध्ये कोणतीही सुधारणा नाही. ती सर्वस्वी परावलंबी आहे. तिला खाऊ घालावं लागतं, अंघोळ, स्वच्छता आणि कपडे बदलणं याही गोष्टी कराव्या लागतात. तिला समजत नाही. ती चालू किंवा बोलू शकत नाही. यापुढे तिच्यामध्ये सुधारणा होण्याची कोणतीही शक्यता नाही.

१५ डिसेंबर, १९७५. शितोळे आणखी एक मेमो न्युरोसर्जरीला पाठवतात – स्टाफ नर्स अरुणा शानबागच्या अगदी अलीकडचा स्थितीविषयीचा अहवाल कृपया पाठवाल का? मंगळवार, १६ डिसेंबर, १९७५ या दिवशी म्युनिसिपल कमिशनरांबरोबर डीनची भेट ठरली असून, त्या भेटीत हा विषय चर्चेला घेतला जाणार आहे.

न्युरो सर्जन डॉ. एस. के. पंड्या उत्तर पाठवतात – आज सकाळी पाठवण्यात आलेल्या चिठ्ठीबाबत धन्यवाद. आम्ही दिलेल्या मागच्या अहवालानंतर स्टाफ नर्सच्या स्थितीत कोणताही बदल झालेला नाही. आम्ही पुन्हा एकदा तिला शुश्रुषागृहात पाठवण्याची विनंती करू इच्छितो. तिथे तिच्या गरजांकडे लक्ष पुरवलं

जाईल. आता तिला कोणत्याही न्युरोसर्जिकल उपचारांची गरज नाही. तिला इतरत्र हलवल्यास शस्त्रक्रियेची गरज असणाऱ्या रुग्णांसाठी आणखी एक पलंग उपलब्ध होईल.

याच वॉर्डमध्ये तिने अनेक रुग्णांची देखभाल केलेली होती. ते बरे होऊन आपल्या घरी जाण्यासाठी होणाऱ्या त्यांच्यावरील उपचारांना हातभार लावला होता. ही काही फार पूर्वीची गोष्ट नव्हती. पण आता तसं कोणाला वाटत असल्याचं दिसत नव्हतं. तिला स्वत:लाही नाही. गेले चोवीस महिने स्टाफ नर्स शानबागच या वॉर्डमधल्या एका पलंगावर पडून होती. इथे आता तिच्यावर आणखी उपचारही होऊ शकत नव्हते.

वॉर्ड नं. ४ ला जोडून असलेल्या एका खोलीत तिला हलवण्यात आलं. त्याआधी त्या खोलीतल्या जुन्यापुराण्या फायली ठेवलेली कपाटं आणि कोळिष्टकं दूर करून, ती खोली झाडून-पुसून लख्ख करण्यात आली. अनेक नर्सेसच्या खास देखरेखीखाली.

काही काळानंतर 'एका पेशंटने एवढा मोठा काळ एक प्रायव्हेट खोली का अडवून ठेवावी?' असा प्रश्न बीएमसी करेल.

ही खोली प्रायव्हेट नव्हती, आता ती तशी बनलीये, डीन आपल्या उत्तरात म्हणतील. त्यातून तिच्या सगळ्या नातेवाईकांनी तिला टाकून दिलेलं असल्याने, किंबहुना 'तिचे नातेवाईक नाहीसे झाल्याने' म्हणणं अगदी योग्य ठरेल – दुसरा पर्यायही नाही. केईएम हॉस्पिटल हेच आता तिचं कुटुंब बनलंय. तिच्या कुटुंबियांना काही अधिकृत पत्र पाठवण्यात आलंय का, असा प्रश्न मग पालिका करेल. अरुणाच्या नोकरीच्या अर्जातून मग एक पत्ता काढला जाईल. अरुणाचा भाऊ मुंबईत असताना त्याने लिहिलेला पत्ता. तो नोकरी करत असलेल्या उडिपीचा. त्या पत्त्यावर एक पत्र पाठवलं जाईल. ते तसंच, न उघडता परत येईल. 'व्यक्ती मिळत नाही' असा शिक्का घेऊन. नर्स प्रेमा पैला अरुणाच्या बीडीडी चाळीत राहणाऱ्या बहिणीचा पत्ता शोधण्याची विनंती केली जाईल. तिथे एक पत्र पाठवलं जाईल. त्याला प्रतिसाद येणार नाही. तार केली जाईल. त्याकडे दुर्लक्ष होईल. तिच्या भावाच्या नावावर आणखी एक पत्र तिच्या बहिणीच्या पत्त्यावर पाठवलं जाईल. त्याचं काय होईल कोण जाणे.

अखेर पालिकेमधून डीनना फोन येईल – मागच्या वेळेस तिला नेलं नाही, पण त्या शुश्रुषागृहात तिला पाठवण्याचा पुन्हा विचार करावा.

डीन सुस्कारा साडून विचारतील, 'तुम्हाला आणखी एक संप व्हायला हवाय का?'

हे प्रकरण मग आणखी काही काळ इथेच रेंगाळत राहील.

२५ डिसेंबर, १९७६. केईएमचे डीन डॉ. देशपांडे प्रचंड संतापलेत. त्यांना एवढं रागावलेलं कोणीच पाहिलेलं नाही. त्यांच्या सचिवाने नाही की मेट्रनने नाही की त्यांच्याबरोबर असलेल्या नर्सेसनी नाही. त्यांना कसं शांत करायचं हेही कोणाला कळत नाहीये; कारण ते का चिडलेत हेच कोणाला ठाऊक नाहीये. स्टाफ नर्सेससाठी होणाऱ्या वार्षिक स्नेहसंमेलनाच्या बजेटची चर्चा करायला दरवर्षीप्रमाणे सिस्टर्स आलेल्या असतात. बजेटविषयी बोलणं तर महत्त्वाचं असतंच, पण या निमित्ताने डीनने लक्ष घालावं अशा गोष्टीही त्यांच्या कानावर घातल्या जातात. पण या वेळेस अजून कोणी काहीच बोललेलं नव्हतं, कारण डीन चिडचिड करत होते आणि ते कशाबद्दल रागावले आहेत ते कोणाला समजत नव्हतं.

त्याच वेळी ॲण्टी-चेंबरमध्ये डॉ. तिळवे येतात. त्यांना डीनशी काही बोलायचं असतं. ‘‘काही मागण्यासाठी ही वेळ योग्य नाही,’’ डीनचा सचिव त्यांची अवस्था सांगून म्हणतो.

‘‘मी काही मागण्यासाठी आलेलो नाही,’’ डॉ. तिळवे ‘मागण्यासाठी’ या शब्दावर जोर देऊन म्हणतात. ‘‘प्लीज, डीनना सांगा, मी त्यांच्या ऑफिसमध्ये येतोय.’’

दरवाजात डॉ. तिळवेंना बघून डीन म्हणतात, ‘‘या, डॉ. तिळवे, आत या. या महिलांसमोर मी बोलू शकत नव्हतो. तुम्ही या आणि मला सांगा, माणसं इतकी विकृत कशी असतात? माणसं नाही, काही पुरुष. या पुरुषाकडे, त्याच्या मनोवृत्तीकडे बघा. मला तर त्याचा खून करून टाकावासा वाटतोय. आता तुम्ही आलाच आहात तर ताबडतोब आपण त्याला बोलावून घेऊ आणि झोडून काढू.’’

‘‘अगदी नक्की,’’ समजावणीच्या सुरात डॉ. तिळवे म्हणतात, ‘‘पण तुम्हाला का मार द्यायचाय त्याला?’’

‘‘या जनावराने मला एक पत्र लिहिलंय. त्यात त्याने म्हटलंय की, तिच्याशी पूर्वी जे करण्यात आलं तेच परत करायला हवं!’’

‘‘हो का? आणि कोणाविषयी म्हणतोय तो हे असं?’’

‘‘आपल्या स्टाफ नर्स, अरुणा शानबागबद्दलच.’’

‘‘अरे हो.’’

‘‘मी आत्ताच प्यूनला त्याच्या घरी पाठवतो आणि त्याला इथे ऑफिसमध्ये बोलावून घेतो. नाहीतरी ‘या चांगल्या कामासाठी माझी तयारी आहे’ असं त्याने लिहिलेलंच आहे.’’

‘‘डॉ. देशपांडे, रागावू नका, पण हा पुरुष राहतो कुठे? हे पत्र मुंबईतूनच आलंय हे कसं ठाऊक तुम्हाला?’’

‘‘नाही ठाऊक. पण एक मिनिट, बघू मला –’’ डीनने आपल्या टेबलावरचा

एक कागद उचलला आणि उलटसुलट करून पाहिला. ''डॅम इट! त्याने आपला पत्ताच दिलेला नाही. हे असले लोक कधीच देत नाहीत.''

''मला दाखवता ते पत्र?''

डॉ. तिळवेंनी त्या पत्रावर एक नजर टाकली. अरुणा शानबागवरील लेख आपण वाचला. तिच्यावर जो प्रसंग गुदरला त्यामुळे तिची ही अवस्था झालीये - ना धड जिवंत, ना धड मृत. आपल्या मते तिच्यावर पुन्हा बलात्कार झाला आणि तिचा गळा आवळला गेला तर त्या धक्क्याने ती बरी होईल. शिवाय हे तिच्या भल्यासाठी असल्याने आपण या कामाला तयार आहोत, असं त्या पुरुषाने लिहिलेलं होतं. डॉ. तिळवेंनी ते पत्र मेट्रनच्या हातात दिलं.

''कोणत्या लेखाविषयी बोलतोय तो पुरुष?''

''मी सांगू शकेन,'' थोडंस अडखळत मेट्रन म्हणाल्या. साधारण महिनाभरापूर्वी एका हिंदी नियतकालिकातून एक पत्रकार आला होता. अरुणा कोमात गेल्याला तीन वर्षं झाल्याबद्दल त्याला एक लेख करायचा होता. ती कोमात नाही हे मी त्याला सांगितलं. पण तो आग्रही होता. आम्ही त्याला सगळे तपशील दिले, पण आम्ही बलात्काराविषयी काही बोललो नाही. तिच्या प्रकृतीची चौकशी करणारे दोन-तीन फोन आले आणि तिला बघायला काही जण आले, तेव्हाच तो लेख छापून आला असणार हे माझ्या लक्षात यायला हवं होतं.''

''तिला बघायला येणाऱ्यांमध्ये तिचे नातेवाईक होते?''

''ठाऊक नाही, डॉ. देशपांडे. तिचा भाऊ आणि बहीण कसे दिसतात तेवढं आम्हाला माहितीये. काही महिन्यांपूर्वी एक बाई आली होती. बोरिवलीहून. आपण अरुणाची चुलत बहीण आहोत असं तिचं म्हणणं होतं. पण लोक काय वाटेल ते सांगतील. अरुणाला भेटायची परवानगी मी कोणालाच देत नाही.''

''तेच म्हणतोय मी, मेट्रन. या हॉस्पिटलचा डीन म्हणून मी तुम्हाला किंवा इतर कोणालाही 'स्टाफ नर्स अरुणा शानबागला भेटण्याची परवानगी नाकारावी' अशी कडक सूचना देतोय. यात ती गिधाडं, पत्रकारही आले. जागा कशी भरायची हे त्यांना ठाऊक नसतं. मग येतात एका असहाय्य, पराभूत स्त्रीविषयी लिहायला. यापुढे कोणत्याही पत्रकाराशी कोणीही बोलायचं नाही. त्यांना इथे डीनच्या ऑफिसमध्ये यायला सांगायचं. मग आम्ही बघू काय करायचं ते. तिच्याविषयी जितकं अधिक लिहिलं जाईल तितकी जास्त प्रसिद्धी तिला मिळेल आणि तेवढे जास्त लोक एखादी वस्तू बघायला जावी तसे तिला बघायला येतील, एवढंही नाही समजत त्यांना? आणि विचार करा, त्या पत्रकाराच्या लेखामुळेच या रानटी पुरुषाच्या मनात ही पाशवी कल्पना आली ना?''

''सॉरी, डॉ. देशपांडे. पुन्हा असं होणार नाही.''

डीन एकदम शांत झाले. त्या पत्राचे त्यांनी बारीक बारीक तुकडे करून ते कचऱ्याच्या बादलीमध्ये टाकले. ''या पुरुषाची जागा तिथेच आहे. मेट्रन, तिच्याविषयी फारसं लिहून येणार नाही याची काळजी आपण घेण्यामागे आणखी एक कारण आहे. समजा, बीएमसीतल्या लोकांनी ते वाचलं आणि पुन्हा हे प्रकरण उकरून काढलं तर? आधीच त्यांच्या नजरेपासून तिला दूर ठेवणं मला कठीण जातंय. प्रत्येक वेळी तिचा विषय निघाला की हॉस्पिटलचे इतर प्रश्न मांडून मी त्यांचं लक्ष दुसरीकडे वळवतो.''

सगळे जण होकरार्थी मान हालवतात.

डीन सगळ्यांसाठी चहा आणि बिस्किटं मागवतात.

डॉ. संदीप सरदेसाईला आज थोडा उशीर झालाय. तो येतो तेव्हा त्याला कळतं की आजची अरुणाची फिजिओथेरपी रद्द करण्यात आलीये. ती सहकार्य देत नव्हती. रागाने ओरडत होती. आणि आता तिची चिडचीड सुरू होती.

''आज काय झालंय असं वागायला?'' तो तिला कोंकणीमध्ये विचारतो. बोलता बोलता त्याने लॉकरमधून टिकल्यांचं पाकीट काढलेलं असतं. ''मला थोडा उशीर झाला म्हणून? पण हा तर वेडेपणा आहे. असं नसतं वागायचं.'' तिच्या मूडला साजेशी म्हणून काळी बिंदी तो तिच्या कपाळावर चिकटवतो. तसं तिला सांगतोही.

गेले काही दिवस तिचा मूडच तसा झालाय. नर्सेस नोंदही तशीच करताहेत – पेशंट मूडी, पेशंट मूडी, पेशंट हिंसक. डॉ. सरदेसाई आपल्या शर्टाच्या खिशातून एक छोटी डायरी काढतो आणि त्याची पानं उलटतो.

''तरीच तू अशी वागतेयस. तुझा मन्थली पीरियड जवळ आलाय. खरं म्हणजे तीन दिवसांपूर्वीच यायला हवा होता तो. ठीक आहे. आता काही दिवस तुझ्यावर नीट लक्ष ठेवू आम्ही आणि मग ठरवू काय करायचं ते.''

तिच्याशी बोलता बोलता तो पलंगाभोवती फिरतोय. उशीवर ती गोंधळून आपली मान इकडे-तिकडे हलवतेय. त्याचा आवाज येतोय त्या दिशेने. डोळ्यांना काही दिसत नाहीये. ती तडफड चेहेऱ्यावर उमटलीय. तो स्टुल घेऊन तिच्या बाजूला बसतो. त्याचं बोलणं चालूच आहे. तिच्या डोक्याची हालचाल आता थांबलीय. पण डोळे मात्र काहीतरी शोधताहेत. कुठेय तो? डॉ. सरदेसाई अखेर उन्मळून पडतो आणि रडायला लागतो. ती आंधळी आहे हेच तो परतपरत विसरत असतो. घसा खाकरून तो पुन्हा गप्पा मारायला सुरुवात करतो. आपल्या क्लिनिकबद्दल, हॉस्पिटलबद्दल, वाढत चाललेल्या आपल्या पेशंटसच्या यादीबद्दल, काही पेशंटसच्या विचित्र स्वभावाबद्दल.

आज सकाळी आपण कुठे होतो हे मात्र तो सांगत नाही. मुंबईतल्या एका

देवळात त्याने ती बरी व्हावी म्हणून पूजा ठरवलेली असते. मनातल्या इच्छा पूर्ण करणारा देव अशी इथली ख्याती. अशा अनेक देवळांमध्ये तो आजवर जाऊन आलाय. पूजाअर्चा केल्यात. काहीही - सगळं काही तो करतोय. आपल्या इच्छेविरुद्ध तो अनेक ज्योतिषांनाही भेटतोय. तिचा भाऊ रामदास सगळीकडे त्याच्याबरोबर आहे. एकमेकांना न सांगता पण एकमेकांबरोबर ते दोघे प्रचंड आशा आणि भयंकर असहाय्यता यांच्यामध्ये हेलकावे खाताहेत.

तिचा चेहेरा आता त्याच्या दिशेने वळलाय. तिचे डोळे मिटलेत. मात्र तिच्या अजूनही गुलाबी राहिलेल्या ओठाच्या कडेशी एक किंचित सुरकुती आहे. त्याला तर ते स्मितच वाटतंय. लहान बाळासारखी तिला डुलकी लागलीय.

बाहेर कॉरिडॉरमध्ये त्याला डॉ. तिळवे भेटतात. सरदेसाई हा डॉ. तिळवेंचा विद्यार्थी. दोघेही एकमेकांशी हस्तांदोलन करतात.

"कसं चाललंय सगळं, डॉक्टर?"

"खूप छान. थँक यू डॉक्टर."

"आम्ही अरुणाची ज्या तऱ्हेने काळजी घेतोय त्याविषयी काही तक्रार तर नाही?"

"नाही नाही. अजिबात नाही. उलट आज ती माझ्याकडे पाहून हसली."

आवंढा गिळण्याची पाळी आता डॉ. तिळवेंची असते.

डीनना वाटणारी भीती त्यांच्या अपेक्षेपेक्षा लवकर खरी ठरते. नर्सेसबरोबरच्या चहा-बिस्किटांनंतर बरोबर सहा दिवसांनी.

कॉर्पोरेशनमध्ये अनेक बदल झालेले असतात. नवीन आलेली लोकं मागची घाण आपण साफ करणार असल्याचं दाखवत असतात. बीएमसी चालवत असलेल्या हॉस्पिटलमधले अवांतर खर्च कसे थांबवता येतील याचा अभ्यास करायला काही अधिकाऱ्यांची नेमणूक केली जाते. वर्षाच्या शेवटच्या दिवशी त्यांचा अहवाल अपेक्षित असतो. उत्साही अधिकाऱ्यांच्या अहवालाच्या अखेरीस स्टाफ नर्स अरुणा शानबागसमोर प्रश्नचिन्ह असतं.

१९७७ सालातल्या दुसऱ्या दिवशी तिला शुश्रुषागृहात हलवावं, अशी सूचना डीनना टेलिफोनवरून मिळते. लवकरात लवकर.

डीनसाठी ही पुनरावृत्तीच असते. "नर्सेस, तिच्या सहकारी पुन्हा संपावर जातील." डीनना आता हा हुकुमाचा एक्का पुढे करायला मजा वाटू लागलेली असते.

"जाऊ दे."

डीनना धक्का बसतो. "काय?"

"आमच्या अंदाजानुसार यापूर्वी तिला जो पाठिंबा मिळत होता तो यापुढे

मिळणार नाही. नवीन, तरुण नर्सेस तिला ओळखत नाहीत. तिच्यामुळे करावं लागणारं जास्तीचं काम त्यांना कदाचित आवडतही नसेल. तिच्याबरोबरच्या काही नर्सेस लग्न होऊन नोकरी सोडून गेलेल्या असतील. या सगळ्याचा विचार केला तर पूर्वीपेक्षा या नर्सेसची ताकद तीस टक्क्यांनी कमी होते. आता ज्या संपावर जातील त्यांना कारणेदाखवा नोटीस देण्यात येईल, इतरही उपाय योजले जातील. एका पेशंटसाठी त्या संपूर्ण हॉस्पिटलला नाही वेठीला धरू शकत. तेव्हा कृपया आवश्यक ती तयारी करा. अरुणा शानबाग या महिना अखेरीपर्यंत केईएमच्या बाहेर असली पाहिजे.''

डीन देशपांडे या निर्णयाचे पडसाद कसे उमटतील याचा थोडा वेळ विचार करतात. जानेवारीच्या मध्यावर ते आपल्या सचिवाला तीन फोन करायला सांगतात. पहिला असतो शुश्रुषागृहात. १ फेब्रुवारीपासून अरुणासाठी एक पलंग राखून ठेवायची सूचना त्यांना देण्यात येते. दुसरा असतो डॉ. संदीप सरदेसाईला. तो काम करत असलेल्या वेगवेगळ्या हॉस्पिटल्सपैकी एकामध्ये तो सापडतो. डीनना त्यांच्या घरी येऊन संदीपने भेटावं असा निरोप त्याला देण्यात येतो. तिसरा फोन अंतर्गत असतो. मेट्रनना ताबडतोब डीनना भेटायला बोलावलेलं असतं. डीन मेट्रनना कॉर्पोरेशनशी झालेल्या आपल्या संवादाविषयी सांगतात.

''या वेळी त्यांचा निश्चय पक्का आहे. अगदी पक्का. त्यांना विरोध करणाऱ्या नर्सेस गंभीर अडचणीत सापडतील.''

''पण ते एवढे अमानुष का होताहेत? हजारो बेडस असलेल्या हॉस्पिटलमध्ये एका बेडमुळे असा काय फरक पडणार आहे?''

डीन फक्त असहाय्यतेने खांदे हलवतात.

''मी सिस्टर्सना काय सांगू?''

''खरं काय ते सांगा.''

मेट्रन आपल्या ऑफिसमध्ये येतात. नर्स प्रेमा पै त्यांच्या चेहेऱ्याकडे बघते आणि काय घडलंय याचा अंदाज तिला येतो. या वेळी विरोध करण्याएवढी आपली ताकद नाही हेही तिला समजतं.

डीनची डॉ. सरदेसाईबरोबरची भेटही फारशी बरी होत नाही.

''मी तुला का बोलावलं हे कळलंच असेल तुला, डॉक्टर सरदेसाई.''

''होय, डॉ. देशपांडे. बीएमसी तिला कॉनव्हॅलेसंट होममध्ये नेताहेत. मला इथे बोलावून तुम्ही हे सांगितलंत याबद्दल आभारी आहे मी तुमचा.''

''मला माफ कर, मुला. मी पूर्ण प्रयत्न केले.''

''मला ठाऊकेय. तुमच्यावर दडपण असणार. तेही मी समजू शकतो. कारण माझ्यावरही घरच्यांचं खूप दडपण येतंय.''

''लग्न करण्यासाठी?''

डॉ. सरदेसाई होकारार्थी मान हलवतो. ''माझे मित्र म्हणतात की, तिच्या मेंदूला झालेली इजा कायमची आहे हे न कळण्याएवढा तू मूर्ख नाहीस. ती कधीच बरी होणार नाही. ते माझ्या होकाराची वाटही न पाहता माझ्यासाठी मुली बघू लागलेत. माझ्या घरचे तर केव्हापासूनच मुली पाहू लागलेत.''

''तुझ्या घरच्यांना ठाऊकेय अरुणाबद्दल? काय सांगितलंयस तू त्यांना?''

''काहीच नाही. काय आहे सांगण्यासारखं? मी क्लिनिक उघडल्यानंतर त्यांना सांगायचं ठरवलं होतं. आता त्यांना कधीच कळणार नाही.''

''तुझं कौतुक करावं तेवढं थोडं आहे. इतकी वर्ष तू निःस्वार्थी वृत्तीने तिच्या पाठीशी उभा राहिलास. खरंच, खूप चांगला मुलगा आहेस तू.''

डॉ. सरदेसाई मान हलवतो पण काहीच बोलत नाही.

डीन थोडेसे थांबतात. आणि मग म्हणतात, ''तू हवं तर उत्तर नको देऊस याचं, पण मला हा प्रश्न खूप वेळा पडलाय. तू इतका चांगला डॉक्टर आहेस, मग तरीही तू... म्हणजे तुझं तिच्यावर खूप प्रेम आहे हे ठाऊकेय मला. पण एक डॉक्टर म्हणून तिला कोणतीही आशा नाही हे तुला कळत नव्हतं?''

त्याच्या आवाजात एक रिकामेपणा आलाय. ''एक टक्का चमत्कार होतो, यावर माझा भरवसा होता. नाहीतर पहिल्या सहा महिन्यांमध्येच ती बरी होणार नाही हे लक्षात आलं होतं माझ्या.''

''तू खरंच खूप चांगला मुलगा आहेस, सरदेसाई.''

त्याचे डोळे निस्तेज होते. ''खरंच आहे का? मी या बाईशी लग्न करणार होतो. माझं अख्खं आयुष्य तिच्याबरोबर घालवणार होतो. माझ्या क्लिनिकसाठी, आमच्या एकत्र आयुष्यासाठी ती पैसे साठवत होती. आणि आता मी तिला सोडून देणारेय. मरायला. तो मृत्यूही फार चांगला किंवा सहज नाही हे ठाऊकेय मला. मी जर चांगला माणूस असतो तर तिला घेऊन माझ्या घरी गेलो नसतो का?''

डॉ. राजेश पारीख हा केईएमला बांधील असलेल्या वैद्यकीय महाविद्यालयात शिकणारा विद्यार्थी. या संस्थेविषयी त्याच्या मनात खूप आदर आहे. त्याचे वडील डॉ. महेंद्र पारीख हे केईएममध्ये सूतिकाशास्त्र (अब्स्टेट्रिक्स) शिकवतात. त्यामुळे राजेशचं बालपण जवळजवळ केईएमच्या कॅम्पसमध्ये गेलंय. आ ३१३ या विषयात प्रावीण्य मिळवायचंय हे डॉ. राजेश पारीखने केव्हाच ठरवलंय. केईएम हा त्याच्या स्वप्नाचा, भविष्यातील योजनांचा आणि बांधिलकीचा एक भाग आहे. दोन लेक्चर्सच्या मध्ये असलेल्या वेळेत हॉस्पिटलच्या दगडी कॉरिडॉरमधून फिरताना तो याचाच विचार करत असतो.

अचानक त्याच्या लक्षात येतं की आपण वॉर्ड नं. ४ जवळ आलो आहोत. त्या नर्सच्या खोलीसमोर. आपलं इथे येणं योग्य नाही याची जाणीव त्याला आहे. त्याने तिच्याविषयी ऐकलंय. मेडिकलला येणाऱ्या प्रत्येक विद्यार्थ्याला पहिल्याच वर्षी तिची गोष्ट ऐकवली जाते. आपण असं आत जाता कामा नये, तो स्वत:ला सांगतो. तो पडदा बाजूला करतो. दरवाजा अर्धवट उघडा असतो. तो आत जातो आणि दरवाजाच्या दुसऱ्या बाजूला उभा राहतो. आपण नकोसे पाहुणे आहोत असं त्याला वाटत असतं. आत काय सापडावं अशी आपली अपेक्षा आहे हेही त्याला ठाऊक नसतं.

खोलीतल्या एकमेव खिडकीचे पडदे ओढलेले असतात. आतल्या अंधाराला त्याचे डोळे सरावतात तेव्हा तिथल्या चुरगळलेल्या पलंगावर मुटकुळं करून पडलेलं एक लहानगं शरीर त्याला दिसतं. उशीच्या एका बाजूला वाकलेलं डोकं. डोळे उघडे. तो आपला श्वास रोखून धरतो. तिला त्रास द्यायचा नसतो त्याला. आपण खोलीत उभं असल्याचं जाणवून तिने घाबरू नये अशीही इच्छा असते त्याची. ते शरीर हलतं. गुडघे एका कोनात वर उचलले जातात. मनगट आणि कोपऱ्यात हात दुमडतात. मुठी आवळतात. डोकं पुन्हा एकदा हलतं. मग ते अचानक लोंबकळतं. डोळे थेट त्याच्यावर रोखलेले.

ती आंधळी आहे हे त्याला ठाऊकेय. ती अजूनही त्याच्याकडे बघतेय. तो श्वास रोखून स्वत:लाच शिव्या घालतो. तिला दिसत नाही या वस्तुस्थितीचा असा उपयोग करून घेण्याचा हक्क आपल्याला नाही हे त्याला समजतंय.

ती हसते. बराच वेळ, एकाच सुरात होणारं भावनाहीन हास्य.

अजूनही त्याने श्वास रोखून धरलाय. मग तो नि:श्वास सोडतो. तिच्या हसण्याचा झटका कमी होण्याची वाट बघतो. ती अशी हसत असताना आपण बाहेर पडावं हे त्याला बरोबर वाटत नाही. जितक्या आकस्मिकपणे तिचं हसणं सुरू होतं तितक्याच अचानक ते थांबतं. मध्येच कोणीतरी रेडिओ बंद केल्यासारखं. ''आय ॲम सॉरी,'' तो पुटपुटतो आणि खोलीतून बाहेर पडतो.

त्याच्या मागे, त्या खोलीतून तिचे रडण्याचे आवाज सुरू होतात. उद्‌ध्वस्त झालेलं रडणं. उद्‌ध्वस्त करणारं रडणं.

२

राष्ट्रीय महामार्ग क्र. १७ कन्याकुमारीपासून सुरू होतो. पूर्वी त्याला केप कॉमोरीनही म्हणत. भारताच्या दक्षिणेकडच्या टोकावर असलेली ही जागा. इथेच अरबी समुद्र आणि बंगालचा उपसागर एकमेकांना येऊन मिळतात. या महामार्गाचा प्रवास भारताच्या पश्चिमेकडील पाच राज्यांमधून होतो. तामिळनाडू, केरळ, कर्नाटक, गोवा आणि महाराष्ट्र. पनवेलला हा महामार्ग येऊन मिळतो आणि मुंबईत प्रवेश करतो. पश्चिम किनाऱ्यावरचा प्रवास खरोखरच सुरेख वाटतो. डाव्या बाजूला सतत लखलखणारा समुद्र. सूर्याच्या प्रकाशात चमकणाऱ्या वाळूचे तर कितीतरी प्रकार. आणि सभोवताली हिरवीगार माडाची आणि काजूची झाडं. नुकतेच पिकू लागलेले केळ्यांचे घड आणि तांदळाची रोपं. निसर्गाने जणू मुक्तहस्ताने उधळण केलीये या प्रदेशावर. देवाचा प्रदेश.

पश्चिम किनाऱ्यावरील अनेक गावांपैकी एकात वस्ती करायला आलेल्या शानबागांना तरी तसं वाटत होतं. अनेक शतकांपूर्वी बरीच गौड सारस्वत ब्राह्मण कुटुंबं आपल्या मूळच्या राज्यातून बाहेर पडली. किती शतकांपूर्वी, हे नेमकं सांगणं कठीण आहे. कारण आर्य इथून भारतात शिरले की भारतातून बाहेर पडताना या राज्यांतून गेले या कधीच एकमत न होणाऱ्या वादावर ते अवलंबून आहे. बंगालच्या आजूबाजूच्या भूप्रदेशाला तेव्हा गौड देश म्हटलं जायचं. आणि सरस्वती नदीच्या काठावर राहणारे हे ब्राह्मण लोक होते. म्हणून त्यांना 'गौड सारस्वत ब्राह्मण' किंवा अधिक परिचयाचं म्हणजे 'जीएसबी' म्हटलं जाऊ लागलं. त्यांच्या जमिनी दुष्काळाने सुकून गेल्या आणि या शाकाहारी मंडळींना मासे खाण्याची परवानगी ऋषी-मुनींना द्यावी लागली. पण मग नद्याही आटू लागल्या

आणि आपलं गाव सोडणं त्यांना भागच पडलं.

या समाजाच्या लोकांना 'आपण केवळ शेतीवर अवलंबून राहता नये' हे जाणवलं. व्यापार ही त्यांची स्वाभाविक निवड होती. अशा तऱ्हेने काही जीएसबी पार काश्मीर आणि अफगाणिस्तानपर्यंत आपला व्यापार घेऊन गेले. आणखी काही जणांनी नदीचा मार्ग हाच आपला रस्ता ठरवला. कच्छमध्ये व्यापाराची शक्यता त्यांनी आजमावून पाहिली. दक्षिण ध्रुवाला त्यांनी आपलं लक्ष्य केलं आणि समुद्रमार्गे आपला व्यापार फैलावला. कच्छमध्ये दक्षिण ध्रुवाच्या दिशेने रंगवलेला एक बाण अजूनही असल्याचं नामवंत पत्रकार एम. व्ही. कामथ सांगतात.

जीएसबींमधल्या शानबाग कुटुंबाला कच्छ फारसं मानवलं नाही. त्यांनी मग पुन्हा स्थलांतर करायचं ठरवलं आणि आपले देवादिक, बायका-मुलं यांना घेऊन ते गोव्याच्या दिशेने निघाले. इथे पोर्तुगीजांचं राज्य होतं. या राज्यकर्त्यांनी त्यांच्यावर धर्मांतराची सक्ती केली आणि शानबाग कुटुंबाने पुन्हा एकदा बाडबिस्तरा आवरला. समुद्र पार करून, डोंगर आणि जंगलं मागे टाकत ते वस्ती करण्यासाठी जागा शोधत राहिले. उत्तर आणि दक्षिण कॅनराच्या दिशेने सुरू झालेल्या नदीने त्यांचं स्वागत केलं. हळदीपूर गावात ते पोचले. काही वर्षांनी त्यांच्यातलेच काही जण जमीनदार शेतकरी बनून याच गावात परतले.

व्यापार करणाऱ्या जीएसबींनी विजयनगर प्रांत, विजापूर राज्य, अरब, गोरे लोक यांच्याशी संबंध जोडले आणि हळूहळू त्यांनी मुंबईत शिरकाव केला. आपल्या जन्मस्थानासारखीच हवा आणि मासे देऊ करणारं हे ठिकाण त्यांना भावलं आणि त्यांच्या अनेक पिढ्यांनी इथेच आपली भरभराट केली. नुसतेच मासे नाहीत, अगदी नेमकं सांगायचं तर माशाची आमटी आणि भात. जीएसबींमध्ये एक विनोद हमखास सांगितला जातो. यमाने एकदा मुंबईत येण्याचं ठरवलं. त्याला भेटला एक अत्यंत यशस्वी जीएसबी. सातासमुद्रापार तो मसाले आणि मलमल विकण्याचा व्यवसाय करत होता. ''मी तुला माझ्याबरोबर घेऊन चाललोय. आज रात्री आठ वाजता आपण निघायचंय.'' यम त्याला म्हणाला. तो पुरुष एकदम रडायलाच लागला. यम रागावला, ''शोभतं का हे वागणं तुला? तुझ्यासारख्या पुरुषाने मृत्यूला घाबरायचं नसतं.'' जीएसबी म्हणाला, ''यमदेवा, मी मृत्यूला भीत नाही. पण तुम्ही जी वेळ ठरवलीयेत ती ऐकून मी रडतोय. रात्रीच्या जेवणानंतर आपण निघू शकत नाही का? आज घरी माशाची आमटी आणि भात आहे!''

मुंबईतले जीएसबी आपल्या गावातून आलेल्या आपल्या आप्तेष्टांना त्यांच्या वस्तू विकायला मदत करत. दर मार्च महिन्यात पश्चिम किनाऱ्यावरील हे शेतकरी आपल्या मन्जीसमध्ये, खास बनवलेल्या बोटीमध्ये तांदूळ, आलं, मिरी, नारळ, दालचिनी वगैरे पदार्थ भरून मुंबईला येत. पण एकाच वेळी येणाऱ्या एवढ्या

पाहुण्यांना खायला कुठून घालणार? त्यातून हे लोक ब्राह्मण. त्यामुळे कोणाच्याही हातचं, कुठेही खाणं शक्य नाही. म्हणून मग त्यांच्या लग्नांमध्ये, सणासुदीला उडिपी इथे मठात जे जेवण बनवत त्या स्वैपाक्यांकडे ही मंडळी मदतीसाठी धावली. आणि मग अस्तित्वात आले मुंबईचे उडपी. रोज हजारोंनी इडली-डोसा-वडा ते तयार करू लागले. घरच्यासारख्या गरमागरम सांबराबरोबर वाढू लागले.

उद्योग वाढू लागला तशा त्यांनी स्वत:साठी बँका काढल्या. मग आपोआप रोजगारही वाढला. कॅनरा आणि गोव्यातील गावांमधून जमिनीवर पोट न भरणाऱ्या कुटुंबातील तरुण मुलं शहरात येऊ लागली. ज्यांचं बस्तान बसलं त्यांनी गावातल्या आपल्या भाऊबंदांना मुंबईत यायला मदत केली.

उदाहरणार्थ, यशवंत लक्ष्मण शानबाग. हळदीपूरमधला यजमान. जमीनदार. भलंमोठं, लाकडी खांबांचं घर. शेतात तांदूळ पिकायचा, परसात माडाची झाडं होती आणि जवळच्याच बडगानी नदीत भरपूर मासळी. मात्र आपल्याला भविष्याचा विचार करायला हवा, याची कल्पना यशवंतला होती. तो मुंबईत आला आणि त्याने एक उडिपी हॉटेल सुरू केलं. आग्रीपाडा पोलीस स्टेशनजवळ - 'हिंदू विश्रांती गृह'. लवकरच गावातल्या अनेक जीएसबी तरुणांची या हिंदू विश्रांती गृहात अ‍ॅप्रेंटिसशिप सुरू झाली. स्वैपाकी म्हणून, मॅनेजर, कॅशियर, अकाउंटण्ट, विक्रेता, खरेदीदार, वेटर, साफसफाई करणारे म्हणून. यशवंत लक्ष्मण शानबाग आपल्या वाडवडिलांची परपंरा पुढे नेत होता.

कुटुंबातल्या सगळ्यांचीच भरभराट होते असं मात्र नाही. काही नातेवाईक तेवढेसे कर्तृत्ववान नसतात. आपण विचार करतो तसं नशीब घडतं, असं त्यांना सांगायचा प्रयत्न करा; ते ताबडतोब दैवाचा हवाला देतील. अगदी लहानपणीच अरुणा रामचंद्र शानबागला हे समजलं होतं. आपले काका यशवंत यांचं प्रशस्त घर आणि आपलं स्वत:चं घर यांची तुलना केली की झालं.

एका संध्याकाळी, तेल घालून दिवा पेटवताना ती आपल्या आईला म्हणाली, ''अम्मा, मी मुंबईला चाललेय.''

सीताबाई रामचंद्र शानबाग अतिशय साधी बाई होती. हळदीपूरमधल्या काहींना तर ती मूर्ख वाटत असे. पण तसं म्हणणं योग्य नव्हतं. तिच्या सहा मुलांपैकी दोघं मात्र थोडी मंद होती. पण तिची सर्वांत धाकटी मुलगी अरुणा अचानक तिला धक्के देत असे.

''आपण बाळकृष्णसाठी थांबू या.''

''त्यामुळे काय होईल?''

प्रश्न विचारला की सीताबाई नेहमीच गोंधळून जात. त्यातून अरुणाचं समाधान

पटकन होत नसल्याने त्यांच्या गोंधळात भरच पडायची.

"म्हणजे मग तू आणि तुझा भाऊ काय ते ठरवू शकाल," त्या चाचरत म्हणाल्या.

"यात अजून ठरवायचं काय आहे? मी मुंबईला चाललेय. तिथे नोकरी करेन मी."

सीताबाईंसाठी यापुढे काही ऐकणं अशक्य होतं. दुसऱ्या दिवशीसाठीच्या इडली-वड्यासाठीचा तांदूळ आणि उडदाची डाळ वाटण्याचं त्यांनी थांबवलं आणि त्या भिंतीला टेकल्या. मग अगदी हळू आवाजात त्या म्हणाल्या,

"मागच्या वेळेस बाळकृष्ण आला होता तेव्हा तुझ्या लग्नाविषयी बोलत होता. काही मुलगे सांगून आलेत. दिसायला चांगली आहेस तू. तुझ्या दोन बहिणींसारखं लग्न का नाही करून टाकत? हळदीपूरच्या कधी बाहेर पडलेली नाहीस. आणि आता थेट मुंबईला जायचं म्हणतेस? या गावातल्या एकाही मुलीने नोकरीसाठी कधी गावाबाहेर पाऊल टाकलेलं नाही."

सीताबाईंच्या तुलनेने एवढं बोलणं थकवणारंच होतं. त्यांना अशक्तही वाटू लागलं. पण या मधूनच अनोळखी वाटणाऱ्या आपल्या मुलीसाठी म्हणून त्यांनी सगळं बळ एकवटलं आणि त्या पुढे म्हणाल्या,

"बाळकृष्ण तुझा भाऊ आहे. तुझे आपा गेल्यापासून तोच आपल्याला सांभाळतोय. तेव्हा त्यालाच आपलं बरं-वाईट कळेल ना?"

"माझ्यासाठी काय बरं आहे हे माझं मला नाही कळू शकत? आणि दर वेळी तू हा बायका-बायकांमधला प्रश्न का करतेस? मला चांगलं काम करायचंय. कुठल्या उडिपीमध्ये इडली-वडे नाही बनवायचेत. मग इथे बाई आणि पुरुष असण्याचा काय संबंध?"

सीताबाईंना आता मात्र काही बोलवेना. ही अरुणा प्रत्येक गोष्टीत प्रश्न का विचारते? सगळ्या बायकांप्रमाणे जे आहे ते स्वीकारत का नाही?

"देवा रे... हे एवढं वाटून ठेव. मी खूप दमलेय आज."

आपली आई हळूहळू चालत आतल्या खोलीत जाताना अरुणाने बघितलं. या सीतेचं लग्न रामाशी झालं होतं. म्हणजे आदर्श जोडपंच म्हणायला हवं. पुराणाप्रमाणे तरी. अरुणाने मान हलवून हा विचार झटकला आणि ती त्या भल्यामोठ्या दगडी रगड्यावर डाळ-तांदूळ वाटायला बसली. हे काम तिला अजिबात आवडत नसे. तास न् तास करावं लागणारं वाटणं आणि त्याचा तो आवाज. वाट, तिने मनात म्हटलं. वाट, वाट, वाट. लग्न कर आणि घरात भरडली जा. सराईताप्रमाणे तिचे हात डाळ-तांदूळ भरडत होते. आईप्रमाणे. आणि तिच्या नऊ मुलांप्रमाणे. आपल्या आईने नऊ मुलं होऊ का दिली? आणि आपण तर किती उशीरा झालो तिला! मग का? इतर बायकांना एवढी मुलं नाहीत. म्हणजे कुटुंब छोटं आणि आनंदी

ठेवण्याचे काहीतरी उपाय तर असणारच. तिने एकदा आपल्या आईला हे विचारलं होतं. आणि नेहमी मिळायचं तेच उत्तर तिला मिळालं. तिच्या वडिलांच्या तोंडून तर तो शब्द तिने असंख्य वेळा ऐकलेला होता - दैव.

अरुणाने मांडी बदलली आणि त्या डाळ-तांदूळावरून एक शेवटचा हात फिरवला. आता उद्या सकाळी चांगलं फुगून येईल हे मिश्रण. कोणत्याही गोष्टीचं उत्तर द्यायचं असलं की बहुतेक जण हाच शब्द वापरतात. दैव. तिच्या जन्मापूर्वी भागीदारीत त्यांचं एक दुकान होतं. धान्य, मिरची, मसाला यांसारख्या वस्तू विकण्याचं. याच घरात, तिचा जन्म झाला त्या घरात ते दुकान होतं. हमरस्त्यावर. पण मग त्यांना रस्ता अधिक रुंद करायचा होता, राष्ट्रीय महामार्ग बनवण्यासाठी. एनएच १७. म्हणून त्यांनी ते दुकान पाडलं. पण बदल्यात सरकारने त्यांना पैसे दिले होते. तिच्या आपांनी ते आपल्या भागीदाराकडे मागितले का नाहीत? दैव.

त्यांच्या शेताचं काय झालं? दैव.

हळदीपूरमध्ये हगवणीची लागण झाली त्यात तिचे वडील का वारले? दैव.

अरुणा खुद्कन हसली. आणखी तीस दिवसांनी, मार्चमध्ये तिची अकरावीची परीक्षा होती. मॅट्रिकसाठीची. तिने अजून अभ्यासाला सुरुवातही नव्हती केली. आपल्याला वाईट मार्क मिळाले तर उत्तर काय द्यायचं, हे मात्र तिने ठरवून ठेवलेलं होतं – दैव!

दुसऱ्या दिवशी सकाळ अगदी स्वच्छ उजाडली. कढईत तळत असलेल्या कुरकुरीत वड्यासारखी. अरुणाला इडली-वडा म्हणजे जीव की प्राण. एक मऊ, पांढरीशुभ्र वाफवलेली इडली. एखाद्या ढगासारखी जिभेवर ठेवताच विरघळून जाणारी. आणि मग मेदूवड्याचा कुरकुरीत घास. कधी कधी तर वड्यात घातलेला खोबऱ्याचा तुकडाच तोंडात येत असे. तोही तिला आवडे. पण या सगळ्यावर मात करायला तो माशाच्या आमटीचा वास. मसाल्याच्या वाटणात खदखदणारी ती आमटी पाहिली की गरम गरम भातावर ती कशी लागेल या कल्पनेनेच खूश व्हायला होत असे. आमटीसाठी नारळ अगदी बारीक वाटला जायला हवा. नाहीतर आमटी गेली कामातून.

अय्यो, नारळ! अम्माने तिला चटणीसाठी अंजय्याकडून ताजे नारळ काढून आणायला सांगितलं होतं. कालच तिने सांगितलं होतं आणि अरुणा साफ विसरून गेली होती. आज आता अंजय्या सापडण्याची चिन्हं कमीच होती. आज जत्रा, म्हणजे अरक पिऊन अंजय्या कुठेतरी पडलेला असणार. अम्मा आता पुन्हा अस्वस्थ होणार. इडली-वड्याबरोबर चटणी नाही म्हणजे तिच्या गृहिणीपणाला काळिमाच. पण एक गोष्ट अरुणाला समजत नसे. रोजच्या जेवणात आपल्याला नारळ लागतो. आपल्या परसात माड आहेत. मग आपलं स्वत:चं फळ झाडावरून खाली काढण्यासाठी बाहेरून एखाद्या पुरुषाला का बोलवायचं? गावातल्या इतर

पुरुषांप्रमाणे शानबागांचे पुरुष का नाही झाडावर चढायला शिकत? तिला अनेक्दा सांगण्यात आलं होतं, जमीनदारांनी आपला मान राखायचा असतो. जमीनदार म्हणे! जमीन नसलेले जमीनदार!!

"अरुणा. अरुणा-"

अम्मा. अरुणा घरातून बाहेर पडली आणि पटकन काही फुटांवर असलेल्या एनएच १७ वर पोचली. सहज म्हणून तिने उजवीकडे पाहिलं. इथून दोन तासांवर कारवार. तिथून आणखी दोन तासांवर पणजी. आणि तिथून बसने रात्रीचा प्रवास केला की सकाळी मुंबई. मुंबईत लोकांकडे आपला व्यवस्थित पत्ता असतो. ब्लॉक, बिल्डिंग, रस्ता लिहिलेला. इथे हळदीपूरमध्ये रस्तेच नाहीत, मग नावं कुठून येणार? आणि तेच बरंय. पाऊस सुरू झाला की सगळ्या हळदीपूरप्रमाणे रस्त्यांवरही मातीच्या नद्यांचे पाट वाहू लागत.

पण एक खरं, फेब्रुवारी महिन्याच्या मधल्या दिवसांत जत्रा आली की हळदीपूर अगदी जिवंत व्हायचं. गावातली वस्ती जेमतेम चार हजाराची. पण झाडून सगळे आपला आळस झटकून तयारीला लागत. बायका आपल्या जरीच्या साड्या बाहेर काढत. मुलींना केसांना चापून तेल लावून, रंगीबेरंगी रिबीनी लावून, त्यांच्या वेण्या घातल्या जात. पुरुष उघड्याने एनएच १७ वर दोन रांगा करून उभे राहात. हातात भला प्रचंड दोर. हायवेच्या पलीकडे असलेल्या गोपीनाथ वेंकटरमण्णाच्या देवळातला रथ ओढला जाई. त्यावर फुलांची उधळण होत असे. कापराचा वास आसमंतात दरवळे, भटजींचं मंत्रपठण सुरू होईल. त्यात बायका, पुरुष - सगळेच सहभागी होत.

गोपीनाथाऽऽऽ. वेंकटरमणाऽऽ. गो-पी-ना-थ. वेंकट-रम-णा.

लाकडावर हाताने कोरीव काम केलेल्या त्या रथात हळदीपूरचा देव असे. सुरुवातीला रथ रुतून बसायचा. मग आणखी जोर लावला की चाकं हलायची. एकच जल्लोष. हळूहळू तो एनएच १७ वर आणला जायचा. हायवेवरचं सगळं ट्रॅफिक ठप्प होत असे. अंजय्या आणि त्याच्यासारखे प्यायलेले इतर अनेक रस्त्याच्या मधोमध उभं राहून गाड्यांना थांबवत. येणाऱ्या-जाणाऱ्या गाड्यांवर गुलाल उधळला जाई. हायवेवरच्या या भागात माणसं राहतात हेच जणू त्यांना जगाला ओरडून सांगायचं असे. मग हळदीपूर नावाच्या गावाचं नाव तुमच्या कानावर कधीच का पडलं नसेना!

आणि या गावात वीज आणि रेल्वेचं स्टेशन का नसेना, हात दाखवल्यावरच गाड्या थांबत असेनात, पण इथे परंपरा होती.

या जत्रेतच हळदीपूरमध्ये वर्षातून एकदा सिनेमा दाखवण्याचा कार्यक्रम होई. गावातल्या मोकळ्या जागेवर एक मोठा तंबू उभारला जाई. समोर पडदा. आणि

बरोबर मधे प्रोजेक्टर. तंबूच्या मागे कुठेतरी जनरेटर ठेवला जाई. पडद्यावरच्या संवादांमध्ये या जनरेटरचा आवाजही मिसळून जायचा. सिनेमाचं तिकीट ठरवलेलं असायचं. दरवर्षी एक आण्याने त्यात वाढ व्हायची आणि गाववाले तक्रार करायचे. कोणी कुठेही बसायचं. बहुतेक मुलं प्रोजेक्टर ठेवलेल्या टेबलाच्या पायाशी जागा पकडायचा प्रयत्न करत.

सिनेमा हिंदीच हवा. इतक्या महत्त्वाच्या दिवशी दुसऱ्या कुठल्याही भाषेतला सिनेमा चालणं शक्यच नाही. मुंबईत नुकताच लागलेला सिनेमा हवा, असा आग्रह मात्र कोणाचाच नसे. तो पुढच्या वर्षीही बघता येईल, त्यात काय! पण त्यात बायकांसाठी भरपूर रडणं, पुरुषांसाठी देमार मारामारी आणि मुलांसाठी हसवणारा विनोद हवाच. शिवाय सगळ्या प्रेक्षकांना नायक आणि नायिकेला ताबडतोब ओळखता यायला हवं. सिनेमा सुरू होण्यापूर्वी गोळी-सोडा पिणंही महत्त्वाचं असायचं. बाटलीच्या तोंडाशी असलेली गोळी तो विक्रेता आपल्या बोटाने झटक्यात बाटलीत ढकलायचा आणि सोड्याचे बुडबुडे यायचे. बाटलीतून फसफसून बाहेर येणारा तो सोडा अननुभवी लोकांच्या हातावर सांडे. हे सगळे सोपस्कार आटोपले की सूर्यास्तानंतर सिनेमाला सुरुवात व्हायची.

गाव दाखवणारे सगळे सिनेमे अरुणाला मूर्ख वाटत. गावात आनंदाने नांदणारे लोक, टंच बायका तरी दाखवल्या जायच्या किंवा तिथली गरिबी तरी. हे लोक हळदीपूरला कधीच आलेले नाहीत. ही जागा भारताच्या नकाशावरही नाही. तिने आपल्या भूगोलाच्या मास्तरांबरोबर ही वस्तुस्थिती तपासलेली होती. त्यांना मात्र तिच्या प्रश्नाचा उद्देशच समजलेला नव्हता तेव्हा.

अरुणा सिनेमाला जायची ती गाण्यांसाठी. तिला गाण्यांचं प्रचंड वेड होतं. आपल्या घराबाहेर हायवेकडे तोंड करून ती तास न् तास बसून राहायची. रस्त्यावरून जाणाऱ्या गाड्यांमधली गाणी कानावर पडावीत म्हणून. मुंबईला गेलं की आपण एक रेडिओ विकत घ्यायचा आणि रात्रंदिवस फक्त गाणी ऐकायची. तिथे तर बटण दाबलं की वीज चालू. मुंबईला जाऊन आपण काय करायचं, हे ठरवण्याआधी तिने ही गोष्ट नक्की केलेली होती.

सिनेमा संपेपर्यंत मधे मधे अनेक अडथळे यायचे. प्रोजेक्टर फिरायचाच नाही. मग जनरेटर बंद पडायचा. कधी कधी सिनेमाचं रीळच बसलेल्या एखाद्या मुलाच्या अंगावर पडायचं. मग तो मुलगा जणू हार असल्यासारखं ते रीळ गळ्यात घालून मिरवायचा. मधेच मग एक रीळ संपून दुसरं लावेपर्यंत वेळ जायचा. प्रेक्षक आरडाओरडा करत, मस्ती करत. एकूण सगळे धमाल करत.

त्या रात्री सिनेमा संपल्यावर अरुणा त्यातलंच एक गाणं गुणगुणत घरी परतली. तिला अजिबात भीती वाटत नसे. आपण आता मोठे झालोत. सतरा

वर्षांचे. आणि आपल्याच गावात कशाची भीती? अंधारात तिची दणकट, पच फुटी मूर्ती एखाद्या मुलासारखी वाटे. घरात शिरता शिरता ती थबकली. आतून आवाज येत होते. मंद झालेल्या तेलाच्या दिव्याच्या प्रकाशात भिंतीवर एक सावली पडली होती.

"मी उडिपी सोडलंय. मला कमला मिल्सच्या डाईंग विभागात काम मिळालंय. दोनशे रुपये पगार आहे. इतरही काही फायदे आहेत."

बाळकृष्ण. बरं झालं. आता आपल्याला त्याच्याशी बोलता येईल. मुंबईतल्या आपल्या डॉक्टर नातेवाईकाला शोधून त्यांच्याशी कुठे अर्ज भरायचा, कुठून फॉर्म्स आणायचे ते विचारून घेण्याचं काम त्याला करावं लागेल. अम्मा काही मधेच बोलली नाही म्हणजे मिळवलं.

अम्मा नेहमीप्रमाणे आपल्या मंद आवजात काहीतरी बोलत होती.

अरुणा घराबाहेरच भिंतीला टेकून बसली. तिने वर आकाशात पाहिलं. रात्र खरोखरच सुरेख होती. हळदीपूरमधली आपली ही शेवटची जत्रा. आपण ही रात्र कधीच विसरणार नाही.

बाळकृष्णचा आवाज चढला होता. "चांगल्या घरांमधून मुलं सांगून येताहेत तिला. एक मुलगा तर कुमट्याच्या जवळच आहे राहायला. त्यांना हुंडाही फार नकोय मग तिला इथे सुख मिळेल की मुंबईत? इतकं वाईट शहर आहे ते. आणि मुंबईत करणारेय काय ती? राहणार आहे कुठे? माझं स्वत:चं काही अजून निश्चित नाहीये."

भिंतीच्या पलीकडून अरुणाचा स्वच्छ, ठाम आवाज आला. "मी कोणावर बोजा बनून राहणार नाही. शिकत असतानाच मी पैसे कमवेन. आणि माझी राहायची सोय हॉस्टेलमध्ये होईल. मी नर्स बनणार आहे."

आतमध्ये एकदम शांतता पसरली. बाजूच्या विहिरीजवळ सुकलेल्या पानांची सळसळ आणि हायवेवरून सुसाटत जाणाऱ्या गाड्यांमधले अस्पष्ट संगीताचे सूर एवढाच काय तो आवाज ऐकू येत होता.

परळच्या कामगार वस्तीमध्ये अचानक मोठी मराठी गाणी वाजू लागली आणि ते सूर वर्गात शिरले. वर्गात परीक्षा चालू होती. फक्त मुंबईतच गिरणीत काम करणारे असे लोक असतात, अरुणाच्या मनात विचार आला. हे हॉस्पिटल आहे आणि इथे रोगी असतात याची काळजीच नाही कोणाला. बाळकृष्णकडून घेतलेल्या पेनने तिने सुवाच्च अक्षरात उत्तरपत्रिकेवर आपलं नाव लिहिलं. लिहिताना तिने नीब थोडी दाबली आणि भसकन एक शाईचा थेंब पेपरवर पडला. अय्योयो! आता नवीन उत्तरपत्रिका मागायची का? पण पेपर वाया घालवला म्हणून मार्क कापले तर?

अरुणाने डोळे मिटले आणि प्रश्नपत्रिका मिळण्याची वाट ती पाहू लागली.

तिच्यावर थोडं दडपण आलं होतं. सगळी उत्तरं इंग्लिशमध्ये लिहायची होती आणि तो तिचा आवडता विषय नव्हता. मॅट्रिकला इंग्लिशमध्ये तिला तिसरा वर्ग होता. जनरल सायन्समध्येही तिसरा वर्ग. सगळ्यात चांगले मार्क कन्नडमध्ये. पण त्याचा इथे उपयोग नव्हता. तिने मनाशी प्रार्थना म्हटली. तशी ती देवाला फारसा त्रास देत नसे. पण आज त्याची आवश्यकता होती.

"देवा, या हॉस्पिटलमध्ये नर्स बनायला मला मदत कर."

ते हॉस्पिटल म्हणजे सातवे किंग एडवर्ड मेमोरियल हॉस्पिटल. सेठ गोवर्धनदास सुंदरदास मेडिकल कॉलेजशी बांधील असलेलं. म्हणजेच केईएम आणि जीएस. अरुणा आपली नर्सिंगची परीक्षा देत होती तो दिवस होता १५ फेब्रुवारी, १९६६. बरोब्बर चाळीस वर्षांपूर्वी केईएमची स्थापना झालेली होती. आजही देशातल्या सर्वोत्कृष्ट इस्पितळांमध्ये त्याची गणना होत होती. अख्ख्या आशियातलं हे सर्वात चांगलं आणि सर्वात मोठं हॉस्पिटल असल्याचं लोक बोलत आणि जीएस मेडिकल कॉलेजमधून उत्तमोत्तम डॉक्टर्स बाहेर पडत होते. अजूनही या जागेशी बांधीलकी असणारे अनेक होते. भारताच्या स्वातंत्र्यलढ्याच्या काळात हे हॉस्पिटल बांधलं जात असताना रुजलेली आपलेपणाची भावना अजूनही उखडली गेली नव्हती.

त्या वेळी मुंबईत केवळ एकच वैद्यकीय संस्था होती. ग्रॅण्ट मेडिकल कॉलेज. आणि या संस्थेतला महत्त्वाच्या पदांवर भारतीयांना बसवणं इंग्रजांना मंजूर नव्हतं. डॉ. के. एन. बहादुरजी, सर फिरोजशहा मेहता, सर नारायण चंदावरकर, सर चिमणलाल सेटलवाड एकत्र आले आणि आपला दबाव गट तयार केला. १९०७ मध्ये सर फिरोजशहांनी कामाला सुरुवात केली. मुंबईचं सरकार तेव्हा इथल्या इस्पितळांची देखभाल करत असे, तर शहरातल्या पोलीस दलाचा पगार बॉम्बे म्युनिसिपल कॉर्पोरेशन (बीएमसी) करत असे. सर फिरोजशहांनी ते उलट करून घेतलं.

मधे मग आणखी चार वर्षं गेली. सातवा राजा एडवर्डचा मृत्यू झाला आणि कामाला पुन्हा वेग आला. १९११ मध्ये बीएमसीकडे एक सूचना आली - 'शहराच्या उत्तर भागात एक इस्पितळ उभारलं तर स्वर्गीय राजेसाहेबांच्या स्मृतीला ते योग्य अभिवादन ठरेल.' परळच्या कामगार वस्तीमध्ये ५० हजार चौरस वार एवढी मोकळी जागा या कामासाठी बाजूला काढण्यात आली. त्या काळी या जागेची बाजारातली किंमत होती पाच लाख रुपये. इस्पितळाच्या बांधकामासाठीही आर्थिक मंजुरी देण्यात आली आणि ५ लाख ७५ हजार रुपयांचा पहिला हप्ताही दिला गेला.

हीच योग्य वेळ होती. स्वर्गीय सेठ गोवर्धनदास सुंदरदास यांच्या मालमत्तेचे विश्वस्त होते डॉ. बहादुरजी, सर फिरोजशहा, सर चंदावरकर आणि सर सेटलवाड.

त्यांनी आपल्या विश्वस्त निधीतून सरकारला १४ लाख ५० हजार रुपयांचं कर्ज देऊ केलं. ३.५ टक्के व्याजाने. एक वैद्यकीय महाविद्यालय बांधण्यासाठी हे कर्ज होतं. मात्र ते देताना विश्वस्तांनी काही अटीही घातल्या. एक म्हणजे हे कॉलेज केईएमशी बांधलेलं असावं, मुंबई विद्यापीठाची मान्यता त्याला मिळावी, इस्पितळाप्रमाणे कॉलेजच्या देखभालीची जबाबदारीही बीएमसीचीच राहावी आणि या कॉलेजमध्ये शिकवणारे प्राध्यापक आणि शिक्षक भारतीय असावेत. बीएमसीने तत्परतेने या अटी स्वीकारल्या.

इस्पितळाच्या बांधकामाची रक्कम २५ लाख २७ हजार ३९९ आणि महाविद्यालयाच्या बांधकामाची रक्कम १३ लाख ६४ हजार ५७४ रुपयांच्या घरात जात होती. साल होतं १९१७. आपलं स्वत:चं महाविद्यालय आणि त्याला जोडून एक इस्पितळ बांधलं जातंय हे समजल्यावर भारतीयांकडून देणग्या यायला सुरुवात झाली. सर करीमभॉय इब्राहिम यांनी १ लाख २० हजार ६५५ रुपये दिले, पुरुषोत्तम मंगलदास नथुभॉय यांनी आपली स्वर्गीय पत्नी बाई लीलावती यांच्या स्मरणार्थ १ लाख रुपये दिले. डॉ. हबीब इस्माईल जान मोहम्मद यांच्याकडून ५० हजार रुपये आले. डॉ. कावस ललकाका यांच्या नावे १७ हजार रुपये आले. पोस्टाने छोट्या छोट्या रकमा येऊ लागल्या. हाती रोख रक्कम देणाऱ्यांची संख्या वाढू लागली. भारतीयांना, विशेषत: मुंबईकरांना यातली प्रत्येक वीट स्वत:ची असायला हवी होती.

लंडनच्या किंग्ज कॉलेज इस्पितळाचे आर्किटेक्ट डब्ल्यू. ए. पाईट यांना बोलावण्यात आलं. जॉर्ज विटेट यांनी बनवलेला प्लॅन त्यांच्याकडून संमत करून घेण्यात आला. त्यांनी काही बदलही सुचवले. वॉर्ड्स पॅव्हेलियनसारखे बनवा. मेट्रन आणि नर्सेससाठी वॉर्डपासून वेगळं पण त्याला जोडलेलं पॅव्हेलियन असावं. शिवाय इस्पितळाच्या इमारतीचा विस्तार करण्यासाठी जागा असू द्या. पाईट यांच्या सूचना योग्य होत्या. जॉर्ज विटेट यांनी त्यानुसार आपला प्लॅन बदलला. आणि मग सरकारने अगदी नाममात्र किंमतीमध्ये बीएमसीला मूळ जागेच्या उत्तरेकडे एक आणि दक्षिणेकडे एक असे आणखी दोन प्लॉट्स विकले. महाविद्यालयाच्या बांधकामाची जबाबदारी टाटा इंजिनीयरिंग कंपनीवर सोपवण्यात आली.

१९२४ मध्ये बीएमसीने हा ठराव संमत केला - 'किंग एडवर्ड ७ मेमोरियल हॉस्पिटलमध्ये नोकरीसाठी घेतले जाणारे कर्मचारी हे योग्य तऱ्हेने शिक्षित आणि स्वतंत्र भारतीय हवेत. सरकारी नोकरीत त्यांनी असता कामा नये.' पुढच्याच वर्षी महाविद्यालय सुरू झालं तेव्हा त्यात ४६ विद्यार्थी होते. पैकी सहा मुली होत्या. महाविद्यालयामध्ये एकूण तीनशे विद्यार्थ्यांची शिकण्याची आणि शंभर जणांच्या राहण्याची सोय होती. १९२६ मध्ये इस्पितळ रोग्यांसाठी खुलं करण्यात आलं. त्यात ३०४ पलंगांची सोय करण्यात आली होती आणि गरज पडल्यास गर्दी होऊ

न देता ४०० रोगी राहू शकतील, असं पाहण्यात आलं होतं. डॉ. जीवराज मेहता, एम.डी., एफ.आर.सी.पी.(इंग्लंड) यांची डीन म्हणून नेमणूक झाली. ग्रॅण्ट मेडिकल कॉलेजमध्ये त्यांना नोकरी नाकारण्यात आलेली होती.

सगळ्यांसाठीच तो काळ अभिमानाचा होता. भारतीयांसाठी भारतीयांनी चालवलेलं हॉस्पिटल. त्यांच्या बरोबरीने परदेशी लोकांचं आयोजन. त्यांचीच सत्ता असताना, त्यांच्याच काही पैशांवर चालणारं आपलं हॉस्पिटल. बीएमसीचे अध्यक्ष जोसेफ बॅप्टिस्टा यांनी हा भाव आपल्या भाषणात नेमका पकडला. ''या दोन्ही संस्थांसाठी एकूण खर्च ७७ लाख रुपये एवढा झाला असून त्यावर ६ लाख रुपये वार्षिक खर्च होणार आहे. पैसे खर्च करून जे विकत घेता येईल ते सगळं विकत घेऊन आम्ही या इस्पितळाची उभारणी केलीये. शिवाय पैशाने विकत घेता येणार नाहीत अशाही अनेक गोष्टींचा याला हातभार लागलाय. या गोष्टी केवळ नागरिकांच्या प्रेमातूनच मिळू शकतात. हाती घेतलेलं काम पूर्ण करण्यासाठी अनेक उत्साही स्त्री-पुरुषांचा या इस्पितळाच्या उभारणीत सहभाग आहे.''

त्या क्षणी परीक्षागृहात पेपर लिहीत असलेली अरुणा शानबाग मात्र फारशी उत्साही नव्हती. प्रश्नपत्रिकेकडे ती एकटक पाहात होती. ज्या गोष्टींविषयी तिने कधी काही ऐकलेलंही नव्हतं, असे प्रश्न त्यात तिला दिसत होते. आधुनिक नर्सिंगचा अग्रदूत कोण आहे? १२० ग्रॅम कॅल्शियम जर चार औंस पाण्यात विरघळवलेलं असेल तर ३० ग्रॅम कॅल्शियम मिळवण्यासाठी त्यातलं किती मिश्रण घ्यावं लागेल? तापमान मोजण्यासाठी वापरत असलेल्या यंत्राला काय म्हणतात? ३० जानेवारी, १९४८ ही तारीख कशाशी जोडली गेलेली आहे?

हां, याचं उत्तर तिला ठाऊक होतं. हळदीपूरच्या तिच्या 'रुरल एज्युकेशन सोसायटी हायस्कूल'मध्ये दर तीस जानेवारीला ते दोन मिनिटं स्तब्ध राहून शांतता पाळत. तिने उत्तर लिहिलं - 'डाईड ऑफ गांधी.'

मग गाळलेल्या जागा भरा असाही एक प्रश्न होता. ताश्कंद हे शहर .... इथे आहे. या प्रश्नाचा नर्सिंगशी काय संबंध? मात्र तिला उत्तर येत होतं. तिनं लिहिलं - पाकिस्तान.

कॅज्युअल्टीच्या बाजूला असलेल्या हिरवळीवर निर्मला तिच्यासाठी थांबली होती. ''कसा गेला?'' तिने उत्सुकतेने अरुणाला विचारलं.

''कसा नाही.''

''नापास होणार वाटतं?''

''दुपारी मुलाखती व्हायच्यात अजून. आणि मी नापास झाले तरी सहा महिन्यांनंतरच्या बॅचसाठी पुन्हा अर्ज करेन.''

''बरंय. म्हणजे सहा महिने तूही माझ्याबरोबर काहीही न करता घरी बसशील. दोघी मिळून फालतूगिरी करू.''

अरुणा हसली. हे मुंबईचे लोक काही काही शब्द एवढे विचित्र वापरतात. जणू ते हिंदी नाहीच. 'खाली पिली बोंब काय कू मारता है.' आपल्या काकांचं 'हिंदू विश्रांती गृह' बघायला गेली असताना आग्रीपाडा पोलीस स्टेशनमध्ये बेड्या घातलेल्या एकाला ओढून नेताना पोलीसवाल्याच्या तोंडून हे वाक्य तिने ऐकलं होतं.

यशवंतकाकांचं कुटुंब छान होतं. आग्रीपाड्यातलं त्यांचं घर खूप मोठं नव्हतं पण आनंदी आणि समाधानी होतं. काकांच्या बायकोचं नाव होतं वत्सलाबाई. पण निर्मला आणि रामदास या काकांच्या मुलांप्रमाणेच अरुणाही त्यांना अम्मा म्हणू लागली होती.

रामदास तिच्यापेक्षा चार-पाच वर्षांनी लहान. असा लहान भाऊ असण्याची कल्पना अरुणाला खूप आवडली. आणि निम्मा मोठ्या बहिणीसारखी होती. तिचं हवं-नको बघणारी. सल्ला देणारी. केईएममध्ये कामासाठी जाताना आणि येताना निम्मा सतत अरुणाबरोबर असे. निम्मा मॅट्रिक झाली होती आणि घरीच बसून असायची. त्यामुळे अरुणाला तिची सोबत व्हायची. निम्मा तिला चौपाटीवरही घेऊन गेली होती. मुंबईच्या समुद्राचा रंग काही वेगळाच वाटला अरुणाला. जणू तो खूप दुःखी आहे. आणि थकलेलाही.

रोज सकाळी आठ वाजता गिरणीचा भोंगा वाजायचा. अरुणाने हातावरच्या घड्याळात बघितलं. मुंबई वेळेची अगदी पक्की. घड्याळातल्या सेकंद काट्याने बरोबर एक वर्तुळ पूर्ण केलं आणि भोंगा थांबला. हे घड्याळ बाळकृष्णाने तिला दिलं होतं. गोल ट्रेसाचं सोनेरी डायल असणारं घड्याळ. आणि त्याला काळा, नायलॉनचा पट्टा. तिच्या आयुष्यातलं हे पहिलं घड्याळ होतं आणि अरुणाला याचा अभिमान होता. आपण कुणी व्यावसायिक आहोत असं वाटे तिला. केईएमच्या पलीकडच्या बाजूला कामगार वस्तीतल्या एका भांड्यांच्या दुकानात जाण्याचं तिने ठरवलं होतं. घड्याळाच्या मागच्या स्टीलच्या भागावर ए.एस. अशी आपली आद्याक्षरं कोरून घेण्यासाठी. भांड्यांवर कशी माणसं आपलं नाव घालतात तसंच. नर्सेस हॉस्टेलमध्ये राहायचं तर स्वतःच्या वस्तूंची अशीच काळजी घ्यायला हवी.

अरुणा शानबाग लेखी परीक्षेमध्ये जेमतेम, काठावर पास झाली. पन्नासपैकी साडेसतरा. तिची तोंडी परीक्षा ठीक झाली आणि शारीरिक तपासणीमध्ये तिला डोळ्यांना किंचित नंबर असल्याचं लक्षात आलं. पण इतक्या छोट्या नंबरसाठी अरुणा चष्मा वापरणं शक्यच नव्हतं. प्रशिक्षिण होतं चार महिन्यांचं. या काळात तिला चाळीस रुपये महिना एवढा स्टायपेंड मिळणार होता. शिवाय युनिफॉर्मसाठी पंधरा रुपये आणि धोब्यासाठी तीन रुपये अलाऊन्स होता. राहाणं-खाणं मोफत.

प्रशिक्षणानंतर किमान एक वर्ष तिथे काम करण्याची सक्ती तिच्यावर होती. स्टाफ नर्स म्हणून ती हॉस्टेलमध्ये राहणार असेल तर तिचे राहण्या-जेवण्याचे पैसे तिच्या पगारातून परस्पर कापले जाणार होते.

दरम्यान, प्रशिक्षणाच्या काळासाठी तिला सहा पांढऱ्या साड्या, सहा ब्लाऊज आणि सहा पेटिकोट्स, पांढऱ्या बुटाचे दोन जोड, पांढऱ्या स्टॉकिंग्जच्या सहा जोड्या, एक छत्री, एक रेनकोट, दोन चादरी, एक गरम ब्लँकेट, एक जोडी कात्री, एक क्लिनिकल थर्मामीटर आणि सेकंद काटा असलेलं मनगटी घड्याळ, एवढ्या वस्तू घ्यायच्या होत्या. चार महिन्यांसाठी केवढी ती यादी! अरुणाने पटापट त्यातल्या काही गोष्टी कमी केल्या. हळदीपूरप्रमाणे इथेही आपण आपले कपडे नीट धुऊ शकतोच की. स्वस्तही पडेल ते.

पुस्तकं. डब्ल्यू. टी. गॉर्डन प्यु यांचं 'प्रॅक्टिकल नर्सिंग बुक', डॉ. के. एस. म्हसकर यांचे 'ॲनाटॉमी ॲण्ड फिजिऑलॉजी फॉर नर्सेस', लोई ओक्सचं 'डिक्शनरी फॉर नर्सेस', चार दोनशे पानी व्यवसायाची पुस्तकं. तिने गिरगावातल्या लखानीकडून सेकंडहॅण्ड पुस्तकं आणली आणि त्यातही बचत केली. प्रशिक्षण संपल्यावर पुस्तकं चांगल्या स्थितीत असतील तर परत घेण्याचीही दुकानदाराची तयारी होती. व्यवसायासाठी तिने दोनच पुस्तकं घेतली. रोज जे शिकायचं, पाहायचं, करायचं त्यासाठी एवढी चार-चार पुस्तकं कशाला हवीत?

सिस्टर प्रेमिला कुशे त्यांना ॲनाटॉमी शिकवत. अरुणा शिकण्यासाठी उत्सुक असल्याचं त्यांच्या लक्षात आलं. ही मुलगी शंभर टक्के लक्ष एकाग्र करून ऐकत असते, त्यांनी मनाशी नोंद केली. सिस्टर कुसुम उपाध्यायही शिकवायला येत. अरुणाचा प्रमाणिकपणा त्यांनाही जाणवला.

''स्टुडंट-नर्स शानबाग, तू सतत तुझ्या डेस्कवर एवढी वाकलेली का असतेस? तुला नीट दिसत नसेल किंवा नीट ऐकू येत नसेल तर इथे पुढच्या बाकावर येऊन बस,'' त्या कोर्स सुरू झाल्यानंतरच्या सुरुवातीच्याच दिवसांमध्ये तिला म्हणाल्या.

खरं बोललेलं बरं असा विचार करून, अरुणाने पटकन उत्तर दिलं, ''माझा इंग्लिशचा प्रॉब्लेम आहे.''

''कुठून आलीयेस तू?''

''हळदीपूर. कारवार जिल्हा.''

''मग तुला फक्त कन्नड समजतं का? पण कारवार तर कोकणच्या सीमेवर आहे. म्हणजे तुला कोंकणीही यायला हवं.''

''येतं. तसं मला इंग्लिश समजतं, पण तांत्रिक वाक्यं...''

''ठीक आहे. बस खाली. मी पुन्हा मराठीत समजावून सांगेन. आणि मराठी

कोंकणीच्या जवळची भाषा असल्यामुळे तुला समजायलाही त्रास होणार नाही.''

स्टाफ नर्स अरुणा शानबाग खुर्चीवर उभी राहून स्वत:चंच प्रतिबिंब न्याहाळत होती. नर्सेस क्वार्टर्समधल्या त्या छोट्याशा आरशात ती स्वत:ला पूर्ण बघू शकत नव्हती. ती खुदकन हसली. त्या पांढऱ्या युनिफॉर्ममध्ये ती थोडी विचित्र दिसत होती. मुंबईतल्या शाळेत जाणाऱ्या मुलांपैकी एक वाटत होती. गुडघ्यापासून वर तो युनिफॉर्म थोडा मोकळा-ढाकळाही वाटत होता. आणि ते उंच पांढरे मोजे. अरुणा आता जोरजोरात हसायला लागली. आपले पाय सुडौल आहेत म्हणून बरं. नाहीतर एनएच १७ वरच्या झाडांना वनविभागाने लावलेल्या पांढऱ्या पट्ट्यांसारखे दिसले असते ते!

नर्सेस क्वार्टर्सच्या बाजूलाच असलेल्या देवळाची घंटा घणघणली. खुर्चीवरून खाली उडी मारून अरुणाने त्या दिशेने नमस्कार केला.

''रोज सकाळी आणि संध्याकाळी तू घंटा घणघणली की नमस्कार करतेस, ते तुला तुझ्या गावाची आठवण येते म्हणून का?'' तिची बॅच-मेट आणि रूम-मेट उषा सामंतने विचारलं.

''मी करते, आश्ते,'' तिने कन्नडमध्ये म्हटलं. ''आपल्या खोलीसाठी मी एक पूर्ण साइजचा आरसा घेतेय. तू त्याचे अर्धे पैसे देणार?''

''भिंतीमध्ये खिळे ठोकलेले चालणार नाहीत त्यांना. देतील ते परवानगी आपल्याला?''

''विचारून पाहू. आयुष्यात कुठलीही गोष्ट विचारल्याशिवाय मिळत नाही. आणि अगदीच झालं तर आपण खिळा नाही ठोकायचा. तो आरसा नुसताच भिंतीला टेकवून ठेवता येईल की.''

''फार किंमत असेल तर मला नाही परवडणार.''

''तू किंमत काढून आण. मी मेट्रनकडून परवानगी आणते आणि तुला परवडणार नसेल तर राहू दे. तरीसुद्धा तू आरामात तो वापरू शकशील.''

उषा कावरीबावरी झाली. अरुणा कोणतीही गोष्ट एका झटक्यात म्हणून टाकते. तिची जीभ एखाद्या सुरीसारखी चालते. पण मुळात ती मनाने चांगली आहे. उषाला ते ठाऊक होतं. दोघी बराच वेळ एकमेकींबरोबर घालवत. काही वेळा ती अरुणाबरोबर आग्रीपाड्याच्या तिच्या काकांच्या घरीही गेलेली होती. पुढच्या महिन्यात, स्वातंत्र्यदिनाच्या सुटीत ती अरुणाला घेऊन पुण्याजवळच्या आपल्या गावाला जाणार होती.

उषाला एकदम प्रेमाचं भरतं आलं. कदाचित तिच्या गावात अरुणा अगदी लाजरी मुलगी असावी. म्हणून मग इथे ती तिखट वागत असणार. शहरात तसंच असायला हवं ना. बाहेरून येणारे लोक मुंबईबद्दल काय काय कल्पना घेऊन येतात.

आणि मग स्वत:ला पार बदलून टाकतात.

अरुणा स्वत:शीच गुणगुणत होती. त्या छोट्याशा आरशात तिने पुन्हा एकदा डोकावून पाहिलं. डोक्यावरची कडक टोपी नीट केली. कानामागचे केस नीट पीन केले. मुंबईच्या पाण्याने तिचे केस अधिकच कुरळे झाले होते. सुदैवाने आजूबाजूच्या दूषित हवेने तिच्या नितळ त्वचेला हानी केलेली नव्हती. अरुणाने खांदे ताठ केले. आता तो युनिफॉर्म बरा वाटत होता. ताठपणामुळे एक अधिकार आल्यासारखा वाटतो. हा महिना संपला की तिला तिचा पहिला पगार मिळणार. त्यातून ती फिलिप्सच्या रेडिओचं नवं मॉडेल विकत घेणार होती. आरशासाठी मेट्रनची परवानगी घ्यायला जाऊ तेव्हाच रेडिओसाठीही संमती मिळवायची, असं तिने ठरवूनच टाकलेलं होतं.

निर्मलाला धक्काच बसला. ही अरुणा फारच विचित्र मुलगी आहे, असं तिला मधूनच वाटायचं.

"आता हे तू अचानक काय काढलंस?" तिने अरुणाला विचारलं.

"काय अचानक काढलं?"

"फॉरेनला जायचा हा झटका कुठून आला अचानक?"

"अचानक नाही. आणि हा झटकाही नाही. तू तर असं बोलतेयस की कुठून तरी परदेशी स्थायिक व्हायला उत्सुक असतात त्या मूर्ख लोकांपैकी मी एक आहे."

"मग?"

"निम्मा, मला अजून शिकायचंय. नर्सिंगमधली चांगली डिग्री मिळवायचीये."

"पुढे?"

"मी शिकेन. थोडं जग बघेन. मग परत येईन. आणि माझ्या फॉरेन डिग्रीमुळे मला नर्सिंगमधलं सीनियर पद मिळेल."

"त्यानंतर?"

"नोडन्ना" अरुणाने कन्नडमध्ये जाहीर केलं. "नंतर पाहू."

"तुला लग्न वगैरे करायचं नाही का?"

"निम्मा, तू मॅट्रिक होऊन घरात बसली आहेस. कोणीतरी मुलगा येईल आणि तुला पसंत करून आपल्या घरी घेऊन जाईल याची वाट बघतेयस. इथे जे करतेयस तेच काम तू तिथे करणार आहेस. पण याचा अर्थ सगळ्या बायकांनी तुझ्यासारखं असावं असा नाही."

निर्मलाने जीभ चावली. अरुणा आणि तिचं मुंहफट बोलणं. कधीतरी गोत्यात येईल ती या अशा बोलण्याने. पण तरीही तिने आपलं म्हणणं सोडलं नाही.

"ठीकेय. मग तू शिक्षण घेऊन मोठी नर्स बनशील, एक मोठं हॉस्पिटल चालवशील, तुझ्या हाताखाली एक हजार नर्सेस काम करतील. पण तुला लग्न

करायचंय की नाही?''

''कोणी चांगला आणि शिकलेला मुलगा असेल तर, होय.''

''मग लग्न झाल्यावर तुला मुलंही होणारच.''

''कोण म्हणतं? कधी कधी पुरुषांना मुलं नकोच असतात.''

''असे पुरुष लग्न नाही करत. आणि तुला मुलं आवडत नाहीत हे तू कोणा पुरुषाला सांगितलंस तर लग्न करायला तयार नाही होणार तुझ्याशी कोणी.''

''म्हणजे समाजात एखाद्या पुरुषाने आणि मी लग्न करायचं ठरवलं आणि मुलांचा विषय निघाला तर ज्या पुरुषाबरोबर मी माझं अख्खं आयुष्य घालवणार त्याला खरं नाही सांगायचं?''

''अय्यो रामा रामा रामा. अरुणा, तू अतीच आहेस. मला एवढंच म्हणायचंय की तुला एखाद्या बिनधास्त मुंबईकर मुलीसारखं वागायची काय गरज आहे? त्यातून मुलांना ९.४७ च्या दादर फास्टसारख्या मुली आवडत नाहीत. असो. शेवटी तू तुला हवं तेच करणार. नेहमीप्रमाणे. विचार-विचार, प्लॅनिंग. नेहमी काहीतरी डोक्यात चाललेलं असतं तुझ्या. परदेशी शिकायचं कधी ठरवलंस तू?''

''मी केईएममध्ये किती महिने आहे, निम्मा? लोकांशी बोलण्याचं, इंग्लिश पेपर वाचण्याचं, लायब्ररीमध्ये जाण्याचं तरी क्रेडिट देशील की नाही मला''

''अच्छा, म्हणजे तू फॉरेनला जाणार, परत येणार, मग लग्न करणार आणि मुलं जन्माला घालणार. मग तेव्हा तरी मुलांकडे बघायला तुला नोकरी सोडावी लागेलच ना?''

''कुठच्या काळात वावरतेयस तू? हे १९६९ साल आहे. भारतातल्या कितीतरी बायका आता पूर्ण वेळ नोकरी करू लागल्यायत. आपण काय करतो याची लाज वाटण्याचं आता काही कारण नाही. आणि काम करून घर सांभाळण्यातही काही कमीपणा नाही.''

अरुणाशी चर्चा करण्यात अर्थ नाही हे पुन्हा एकदा निर्मलाच्या लक्षात आलं. तरीही नुकताच तिच्या मनात आलेला विचार अरुणाला सांगणं भाग होतं.

''पण पुरुषांची कामं बायकांनी करायची काय गरज? पुरुष कुठे करतात बायकांची कामं? एक छान तोल सांभाळला गेलाय. बायकांनी घर सांभाळायचं आणि पुरुषांनी कमावून आणायचं. आता पैशाची फारच गरज असेल तर गोष्ट वेगळी. नाहीतर मग बायकांनी डबल गधा मजुरी का करायची?''

''ज्या बायका स्वत: कमावतात त्या गाढवासारखी मजुरी करतात, असं का वाटतं तुला? कमावत्या बायकांचा सगळे आदर करतात. पुरुषसुद्धा.''

''म्हणजे मग आपले वडील आपल्या आयांना आदराने वागवत नाहीत असं म्हणायचंय तुला?''

''वागवतात का?'' अरुणाने थंडपणे विचारलं.

निर्मलाने हार मानली. तिने वेटरला बिल आणायला सांगितलं. त्या दोघी आठवड्यातून दोन वेळा अशा बाहेर भेटत. शुक्रवारी हाजी अलीच्या जवळ असलेल्या महालक्ष्मी मंदिराकडे आणि मंगळवारी प्रभादेवीच्या सिद्धीविनायक मंदिराजवळ. देवळात जाऊन आलं की जवळच्याच उडप्याकडे त्या गरम गरम फिल्टर कॉफी पीत. अरुणाच्या शिफ्टवर त्यांचं भेटणं अवलंबून असायचं. आणि दोघींनाही असं बाहेर भेटण्यात मजा वाटायची. आज अरुणा नाइट शिफ्ट करून आलेली होती. पण थकव्याचा मागमूसही तिच्या चेहेऱ्यावर नव्हता.

''बरं, मग कुठे कुठे अर्ज करणार आहेस तू? तुझ्या या फॉरेन शिक्षणासाठी विचारतेय मी.''

''केलेयत मी अर्ज. इंग्लंडला. कारण तिथे सगळ्यात चांगलं शिक्षण मिळतं. त्या अर्जाच्या फॉर्मवर मी तुझा पत्ता दिलाय.''

''आणि पैसे कसे जमा करणार आहेस तू?''

''विमानाच्या तिकिटासाठी मी पैसे वाचवायला सुरुवात केलीये. आणि बाकीचे, जिथे अर्ज केलाय त्यांच्याकडून स्कॉलरशिप मागितलीये.''

''ते लोक असेच पैसे देतील तुला? तेसुद्धा एवढे?''

अरुणा हसली. ''निम्मा, कधी कधी तू अगदी बावळटासारखी वागतेस. तुला तो पुजारी ठाऊकेय?''

''कोण पुजारी?''

''अगं बाई, तो प्रेमा पैच्या घरी उत्तरेतून कुठून तरी एक मोठा पुजारी आला होता तो?''

''प्रेमा पै. मला नाही आवडली ती. तू माझी ओळख करून दिलीस तेव्हा. तू दिसायला चांगली आहेस म्हणून जळते ती तुझ्यावर.''

''तुला पुढचं ऐकायचंय की नाही?''

''अच्छा, अच्छा. सांग.''

''त्या पुजाऱ्याने सांगितलं की, शंभरात एक पत्रिका आहे माझी. अगदी कमी सापडतात अशा पत्रिका. तो पुजारी म्हणाला की, मी खूप यशस्वी होणार. खूप वर्षं जगणार आणि परदेशी जाणार.''

''तो पुजारी खोटं सांगत नव्हता कशावरून? त्यातून तो प्रेमा पैच्या घरी आलेला.''

''त्याने काय फरक पडतो? माझ्या क्षेत्रात मी नाव कमवेन हे ठाऊकेय मला.''

त्याच वर्षी केईएममधून आणखी कोणीतरी उच्च शिक्षणासाठी परदेशी जाणार

होतं. अरुणाला जे जे मिळवावंसं वाटत होतं, ते ते सगळं त्यांनी मिळवलेलं होतं. त्यांच्या गुजराती समाजात तर त्या मुलींसाठी आदर्श बनल्या होत्या. रॉयल कॉलेज ऑफ नर्सिंगमध्ये व्यवस्थापकीय कोर्ससाठी ज्येष्ठ सहाय्यक मेट्रन दुर्गा मेहता यांना फेलोशिप मिळालेली होती आणि लवकरच त्या परदेशी रवाना होणार होत्या. ज्येष्ठ सहाय्यक मेट्रन दुर्गा मेहता केईएममध्ये आपली शेवटची राऊंड घेत होत्या. या जागेची आपल्याला खूप आठवण येईल, त्या स्वत:शीच म्हणाल्या. त्यांना येताना पाहून कामावर असलेल्या नर्सेस लगेच ताठ झाल्या. एकमेकींना ढोसून त्या कुजबुजल्या, ''दुर्गा!'' आणि मग आपण आपल्या कामात मग्न असल्याचा आविर्भाव त्यांनी आणला.

ज्येष्ठ सहायक मेट्रन दुर्गा मेहतांना हसू आलं. आपण कडक शिस्तीच्या असल्याने आपला दबदबा आहे हे त्यांना ठाऊक होतं. नर्सेस आपल्याला दुर्गामातेचा अवतार म्हणतात याचीही त्यांना कल्पना होती. पण त्यांची याला हरकत नव्हती. थोडासा वचक असला की कामंही नीट होतात. युनिफॉर्म नसतानाही दुर्गा मेहता आपल्या अधिकाराला शोभणार नाहीत असे कपडे वापरत नसत. साडीच्या निऱ्या अगदी जागेवर, सेफ्टी पिनने हलणार नाहीत अशा टाचलेल्या असत. साडीतून बेंबी कधीच दिसायची नाही. व्यवस्थित शिवलेल्या ब्लाऊजवरून पदराच्या निऱ्या नेमक्या एकावर एक. डाव्या खांद्यावर तो पदर ब्लाऊजला पिन केलेला. तोही खास ब्रुचने.

सिस्टर मेहता वॉर्ड नं. ४ मध्ये आल्या आणि नर्स प्लॅसिडा डिसिल्वा एका पेशंटच्या पलंगावरची चादर बदलताना त्यांना दिसली. ती पेशंट पस्तीशीतली एक बाई होती. फिकट पिवळ्या अंगकांतीची. बाजूलाच स्टुलावर बसून ती बाई त्या तरुण नर्सला चादर घालताना पाहत होती. जणू तिच्या आयुष्यात ही घटना पुन्हा घडणारच नव्हती. कदाचित तसंही असेल. केईएममध्ये मोफत सेवा मिळते. तेव्हा इथे येणाऱ्या कितीतरी रोग्यांना घरी स्वच्छ चादर घातलेला पलंग झोपायला कुठून मिळणार?

आपल्याकडे कोणीतरी पाहत असल्याचं सिस्टर डिसिल्वाच्या लक्षात आलं. ती झटकन वळली आणि दुर्गा मेहतांना पाहताच तिच्या हातातली उशी खाली पडली. बाजूला बसलेली रोगी बाई स्टुलावरून पुढे वाकली आणि उशी उचलून तिला कवटाळून बसली. अजूनही तिची नजर चादर घालणाऱ्या सिस्टर डिसिल्वावरच होती. चार डोळे आपल्यावर रोखले गेल्याची जाणीव झाल्यानंतर हातातलं काम नीट करणं सिस्टर डिसिल्वाला शक्यच नव्हतं. ज्येष्ठ सहाय्यक मेट्रन मेहता पलंगापाशी गेल्या आणि पलंगाला लटकावलेला चार्ट त्या वाचू लागल्या.

''कोई खास तकलीफ?''

त्या बाईने काय सांगावं याचा विचार केला आणि मग काहीच आठवेना तशी ती तक्रारीच्या सुरात म्हणाली, ''कल हमको डिस्चार्ज करनेवाला.''

दुर्गा मेहतांनी खुणेनेच सिस्टर डिसिल्वाला मागे सरकायला सांगितलं. सपकन त्यांनी पलंगावरची चादर ओढली आणि त्याच लयीत दोन्ही हातांनी पलंगाच्या पायथ्याशी असलेल्या गादीच्या आत ती खोचली. मग त्या पलंगाच्या दुसऱ्या बाजूला गेल्या आणि चादर खेचून घट्ट त्या बाजूला खोचली. त्यामुळे चादर थोडी वाकली आणि मग पलंगावर विसावली. बाजूच्या चादरीचंही तेच झालं. चारही कोपरे विशिष्ट पद्धतीने गादीमध्ये खोचले गेले. आता दिवसभर ती चादर बाहेर येणं शक्यच नव्हतं.

''तुला ठाऊक असेलच, या पद्धतीला हॉस्पिटल कॉर्नर्स म्हणतात.'' ज्येष्ठ सहाय्यक मेट्रन दुर्गा मेहता सिस्टर डिसिल्वाला म्हणाल्या.

त्या रोगी महिलेने टुणकन उडी मारून पलंगावरची आपली जागा पटकावली.

स्टाफ नर्स अरुणा शानबाग घाईघाईत वॉर्ड नं. ४ मध्ये शिरली.

''काय पाहिजे सिस्टर शानबाग?'' ज्येष्ठ सहाय्यक मेट्रन मेहतांनी संपूर्ण वॉर्डला ऐकू जाईल एवढ्या मोठ्या आणि कडक आवाजात विचारलं.

अरुणा हळूच पुढे आली आणि म्हणाली, ''गुड आफ्टरनून, सिस्टर मेहता.''

तेवढ्यात वळून ती सिस्टर डिसिल्वाकडे पाहून हसली आणि डोळे मोठे केले. आपल्या चेहेऱ्यावरचं हसू लपवण्यासाठी आता सिस्टर डिसिल्वाला मान फिरवावी लागली.

''तू ड्युटीवर नाहीयेस,'' अरुणाच्या पिवळ्या साडीकडे आणि बिनबाह्यांच्या ब्लाऊजकडे पाहत सिस्टर मेहता म्हणाल्या. ''मग या वॉर्डमध्ये कशी तू?''

''माझी रूमपार्टनर या वॉर्डमध्ये आता ड्युटीवर आहे. तिच्याकडे माझं काम होतं.''

''नर्सेसनी गप्पा मारण्यासाठी वॉर्ड्स नसतात. रोगी बरे व्हायला आलेले असतात इथे. तुझ्या रूम-मेटची ड्युटी संपेपर्यंत थांबता येत नव्हतं तुला?''

अरुणाने इकडेतिकडे पाहिलं. ती आपल्या रूम-मेटला शोधत होती. प्लॅसिडा डिसिल्वा अरुणाच्या उघड्या दंडाकडे पाहत होती. तिच्या नाजुक शरीरयष्टीकडे, नितळ कांतीकडे पाहत होती. ''किती सुरेख आहे ही,'' प्लॅसिडा स्वत:शीच पुटपुटली. मागे एकदा तिने अरुणाला गडद हिरव्या रंगाचा, गुडघ्याच्या वर आलेला टाईट स्कर्ट आणि त्यावर शर्टासारखा सैल ब्लाऊज घालून टॅक्सीत बसताना पाहिलं होतं. काय स्मार्ट दिसत होती ती. या इतर मराठी मुली त्यांच्या युनिफॉर्मही धड घालत नाहीत, कॉन्व्हेंटमध्ये शिकलेल्या प्लॅसिडाच्या मनात आलं. उगीच नाही डॉक्टर्स मागे लागलेत तिच्या. किमान अशा दोन डॉक्टर्सची नावं तरी इतर नर्सेसमार्फत प्लॅसिडाच्या कानावर आलेली होती. सिस्टर शानबाग ड्युटीवर

असली की त्या वॉर्डातल्या या डॉक्टरांच्या चकरा वाढत असल्याचंही तिच्या कानावर आलं होतं. त्यातला एक जण तर अगदी रोमिओ होता. हृदयाचे धडे तो केव्हाच शिकला असल्याचं काही ज्युनिअर डॉक्टर्स थट्टेने म्हणत. म्हणजे अरुणाचं लक्ष आपल्याकडे जावं म्हणून डॉक्टर्सनी प्रयत्न करणं हे फारच झालं. त्या मिल्स ॲण्ड बूनच्या डॉक्टर-नर्स रोमान्सच्या पुस्तकांसारखं.

''सॉरी सिस्टर मेहता, माझ्या रूम-मेटकडून मला आमच्या खोलीची किल्ली घ्यायची होती.''

''तुझी किल्ली कुठेय?''

''सकाळी घाईघाईत निघाले तेव्हा ती रुममध्येच राहिली.''

''बरेचदा होतं ते तुझ्याकडून असं?''

अरुणाला अपमान झाल्यासारखं वाटलं. ''अर्थातच नाही. मी खूप काळजी घेते. हे पहिल्यांदा आणि शेवटचंच.''

ज्येष्ठ सहाय्यक मेट्रन दुर्गा मेहतांनी परवानगीसाठी मान डोलावली आणि आपली राऊंड पुन्हा चालू केली. त्या विचार करत होत्या. मराठी भाषेत या अरुणा शानबागला चटकचांदणी म्हणता येईल. सिस्टर शानबाग किती उथळ वाटते, पण किती कार्यक्षम आहे. शिकण्याबाबतची तिची उत्सुकता, वैद्यकीय हत्यारं वापरण्यातली तिची सफाई, याबद्दल कोणाचं दुमत होणं शक्यच नव्हतं.

चौकातून सिस्टर मेहता वळल्या. व्यवस्थापनाच्या या कोर्सबाबत त्याही उत्सुक होत्या. आपल्या स्वत:च्या व्यवसायाशी संबंधित नवीन गोष्टी शिकायला मिळतात. त्यामुळे पुन्हा एक उभारीही येते. आणि केईएममध्ये परतण्याचा मोठा आनंद मिळणार होता तो निराळाच. दुर्गा मेहतांनी १९५१ मध्ये स्टुडंट नर्स म्हणून आपल्या कारकीर्दीची इथे सुरुवात केली होती. आणि केईएमचे पहिले डीन डॉ जीवराज मेहता यांच्या इतक्याच त्या केईएमचा भाग होत्या. डॉ. जीवराज मेहता त्यांचे काका. पुढे ते गुजरातचे पहिले मुख्यमंत्री बनले. त्यांचे वडील जगजीवनदास मेहता आणि काका जीवराज हे भाऊ अगदी निराळे; पण तरीही सारखे. देशासाठी काहीतरी करण्याची इच्छा त्यांच्या कुटुंबाच्या रक्तातच भिनलेली होती. त्यांचे वडील कापडाचे व्यापारी होते. भरपूर श्रीमंत. पण महात्मा गांधींच्या स्वातंत्र्य चळवळीत भाग घ्यायचा म्हणून त्यांनी सगळ्याचा त्याग केला आणि समाजसेवक बनले. आयुष्यात त्यानंतर साधेपणा आला, पण पुष्कळ मानही मिळू लागला.

आपल्या काकांप्रमाणेच दुर्गा मेहतांनाही डॉक्टर व्हायला आवडलं असतं. काकांचीही तीच अपेक्षा होती. पण त्यांना त्यासाठी कोणावर अवलंबून राहायचं नव्हतं. आणि एमबीबीएस करायचं तर वडिलांवर आर्थिक भार येणं अपरिहार्य होतं. त्यांनी सरदार वल्लभभाई पटेलांचं एक हेलावून टाकणारं भाषण ऐकलं होतं. स्वातंत्र्यलढ्यामध्ये

बायका कशा सहभागी होऊ शकतात आणि स्वातंत्र्य मिळाल्यानंतर देशातल्या आजारी आणि रोगी लोकांची कशी सेवा करू शकतात, यावर ते भाषण होतं. त्यानंतर त्यांच्या काकांनी सांगितलेल्या एका घटनेमुळे तर आपण नर्स बनल्याचा त्यांना खूपच अभिमान वाटला. गुजरातच्या ग्रामीण आणि निमशहरी वस्त्यांमधून त्यांचे काका दौरे करत आणि लोक त्यांच्याजवळ हमखास हॉस्पिटल्सची मागणी करत. अशा वेळी काका म्हणत, ''ठीकेय, मी तुम्हाला चार भिंती बांधून देतो, डॉक्टर्स देतो. पण तुम्ही तुमच्या मुलींना नर्स कराल?'' लोक मग गप्प बसत. मात्र डॉ. जीवराज मेहता यांची सख्खी पुतणी सगळ्या गुजराती समाजामधली पहिली नर्स बनली आहे अशा आशयाचे लेख छापून येऊ लागले आणि लोकांचं मत बदलू लागलं. आपल्या मुलीबाळींना नर्सिंगला जाऊ देण्यासाठी आक्षेप घेणं कमी होऊ लागलं.

डॉ. जीवराज मेहतांनी ऑगस्ट, १९४२ पर्यंत केईएमचे पहिले डीन म्हणून काम पाहिलं. त्यानंतर ते पूर्णवेळ स्वातंत्र्यलढ्यात उतरले. पण आपल्या अस्तित्वाचा एक भाग म्हणूनच त्यांनी कायम केईएमचा उल्लेख केला. ''सर्वोत्कृष्ट कर्तृत्व आणि प्रचंड बांधीलकी असलेल्या वैद्यकीय कर्मचाऱ्यांबरोबर सहकारी म्हणून या इस्पितळात काम करण्याची संधी मला मिळाली हे मी माझं सुदैव समजतो. सगळ्या स्टाफच्या मनात अभिमानाची भावना होती. ज्येष्ठ फिजिशिअन्स आणि सर्जन्स सतत खालच्या बॅचेसना शिकवण्याबाबत आग्रही असत. कारण या तरुणांना त्यांच्या कारकीर्दीच्या सुरुवातीच्या काळात मिळणारं क्लिनिकल प्रशिक्षण हे पाया मजबूत करण्याच्या दृष्टीने अत्यंत महत्त्वाचं असल्याचं त्यांचं मत होतं. माझे सहकारी कोणतीही कुरबुर न करता आनंदाने सलग अठरा ते वीस तास काम करत. संपूर्ण स्टाफ भारतीय असणारी केईएम ही देशातली पहिली वैद्यकीय प्रशिक्षण देणारी संस्था होती. इंग्रज अधिकाऱ्यांचे डोळे आमच्यावर रोखलेले होते. स्वतंत्रपणे भारतीय डॉक्टर्स काय करू शकतात, हे आम्हाला त्यांना दाखवून द्यायचं होतं. त्यांच्याशिवाय, नव्हे, त्यांच्या हजेरीत!''

सिस्टर मेहतांच्या वडिलांनी यात विचारपूर्वक भर घालताना सांगितलं होतं, ''ब्रिटिश इथून निघून जातील. आपण स्वतंत्र होऊ. त्यानंतर एक राष्ट्र म्हणून आपली मान खाली जाणार नाही हे आपल्याला सिद्ध करावं लागेल. माझ्या मते आपल्यासमोरचं ते सर्वात कठीण काम असेल.''

सिस्टर उषा सामंतचं डोकं दुखत होतं. त्या रेडिओतल्या गाण्यांचे स्वर तिच्या मेंदूला आणखीनच ठणकवत होते. हे जरा अतीच होत होतं. फार सहन केलं तिने. आता तिच्या सहनशक्तीचा अंत झाला होता.

''अरुणा, प्लीज रेडिओ बंद कर.''

रेडिओवरचंच गाणं गुणगुणत अरुणाने रेडिओचा आवाज थोडा कमी केला.

''मी म्हटलं, बंद कर.''

अरुणाने आवाज आणखी कमी केला.

''तो आवाज बंद कर, असं आणखी कुठल्या भाषेत सांगायला हवंय मी तुला?''

अरुणाचं गुणगुणणं चालूच राहिलं. ती एम्ब्रॉयडरी करत होती. आधी तिने आपल्यासाठी उशांची कव्हरं बनवली. मग स्वत:च्या ब्लाऊजवर एम्ब्रॉयडरी करण्याएवढं कसब मिळवलं आणि आता ती निर्मलासाठी संपूर्ण सहा वारी साडीची बॉर्डर करण्यात मग्न होती.

''तू ऐकलं नाहीस का?''

अरुणा आणि तिचे ते डोकं उठवणारं गुणगुणणं. उषा झटकन आपल्या पलंगावरून खाली उतरली. त्या छोट्याशा खोलीच्या दुसऱ्या टोकाला गेली आणि रेडिओ बंद करणार, तोच अरुणाने फाटकन तिचं मनगट पकडलं.

''माझ्या परवानगीशिवाय माझ्या वस्तूंना हात नाही लावायचा. मी लावते तुझ्या वस्तूंना हात?''

उषाने अरुणाच्या तावडीतून आपलं मनगट सोडवून घेतलं. स्वत:च्या पलंगावर बसून ती ते चोळू लागली. ''तुला सहन करणं अशक्य होऊ लागलंय.''

''तू दुसरा कुठला तरी राग माझ्यावर काढतेयस,'' अरुणाने आपल्या एम्ब्रॉडरीमधून डोकं वर काढून म्हटलं.

''असेल. पण तू त्यात भरच घालतेयस.''

''खरंच? ते कसं?''

''तुझा रेडिओ. तू खोलीत शिरताक्षणी रेडिओ चालू करतेस. खाली आंघोळीला जातेस तेव्हाही तो चालू असतो. ड्युटीवर किंवा बाहेर जाताना कपाटात लॉक करून ठेवतेस तेवढाच वेळ काय तो रेडिओ बंद असतो.''

''एवढंच ना?''

''अलीकडे तू साड्यांना स्टार्च करण्यासाठी कांजी आणायला लागलीयेस. खोलीत बकेटमध्ये भरून ठेवलेली असते ती.''

''आता त्याचा काय त्रास व्हायला लागला तुला?''

''जेव्हा जेव्हा मी नाईट शिफ्टवरून परत येते, तेव्हा तेव्हा खोलीत एक तरी कांजीचं बकेट दिसतं मला. आज सकाळी तर त्याला अडखळून पडले मी.''

''ठीकेय. आता मी माझ्या पलंगाखाली ठेवत जाईन बकेट.''

''पण मुळात ते बकेट खोलीत ठेवायचंच कशाला? तू बाथरूममध्ये का नाही ठेवत कांजीचं बकेट? इतर नर्सेससारखं?''

''कारण सगळ्या नर्सेस तिथे भिजवतात त्यांच्या साड्या.''

''मग तुला तुझ्या साड्यांना सारखी कांजी का करावी लागते?''

अरुणाने लाल दोरा दाताने तोडला आणि सुईमध्ये हिरवा दोरा ओवला.

''अरुणा प्लीज, रेडिओ बंद कर. मला वेड लागेल आता.''

''मी साड्यांना सारखी कांजी करते कारण त्या कॉटनच्या असतात. दादरला. तेरा रुपयांना एक साडी पडते मला. त्यांना जर कांजी नाही केली तर इस्त्री केल्यावर त्या कडक कशा होतील? आणि तशीच नेसले मी तर विशविशित नाही का दिसणार ती साडी?''

अचानक उषाच्या मनात एक विचार आला. ''अख्ख्या साडीला पुरेल एवढी कांजी कुठून आणतेस तू?''

''का? तुला पाहिजे का थोडी?''

''तो रेडिओ बंद कर. मला झोपायचंय.''

''मी आपल्या स्टाफ कँटिनच्या स्वैपाक्याला सांगून ठेवलंय. मला कांजी हवी असली की मी सकाळी त्याला सांगते. मग तो जेवण करताना भाताचं पाणी काढून ठेवतो. रात्री मी ते घेऊन येते.''

''पण ते बकेट अर्ध्यापेक्षा जास्त भरलेलं असतं. जडही असतं. आपल्या क्वार्टर्सपासून कँटिन चांगलंच लांब आहे. तू तर अशी नाजुक. कसं आणतेस तू इथपर्यंत?''

अरुणाने बाजूला वाकून रेडिओ बंद केला. ''तू झोप आता. नाईट करून आलीस की नेहमीच तुझं डोकं दुखतं.''

''तू सांगितलं नाहीस तर मला खोली बदलायचीये, असं मी मेट्रनना सांगेन.''

''जा सांग.''

''तरीही मला सांग. नाहीतर मी तुझ्याशी कधीच बोलणार नाही.''

''रात्रीची जेवणं झाली की तो स्वैपाकी मला ते बकेट आणून देतो.''

''काय सांगतेस काय? हां, म्हणून मला नाइट असते तेव्हाच येते ही कांजी. माझ्या खोलीत एक पुरुष येतो त्याला आक्षेप घेईन ना मी.''

''तो खोलीच्या आत येत नाही. दरवाजाबाहेरच ठेवतो बकेट. आणि तो म्हाताराही आहे.''

''तरणा असो नाहीतर म्हातारा, नर्सेस क्वार्टर्समध्ये पुरुषांना यायला परवानगी नाही, हे ठाऊकेय ना तुला? मेट्रनना समजलं तर काढून टाकतील तुला. आणि मला सांग. हा स्वैपाकी तुझ्यासाठी का करतोय हे? तो तुला त्रास देणार नाही याची खात्री आहे तुला?''

''मी त्याला छोटीशी टीप देते. तो माझा जातवाला आहे. आमची माणसं तुम्हाला कधीच त्रास देणार नाहीत.''

''तुम्ही लोक बाहेरून महाराष्ट्रात येता आणि आमचे सगळे नियम मोडून

टाकता. तुम्ही लोक आहात तिथेच का नाही राहात आणि एकमेकांना मदत करत? उगीच येऊन मुंबईत गर्दी करता ते!''

अरुणाने पुढे वाकून रेडिओ ऑन केला.

डॉ. संदीप सरदेसाईही मुंबईत बाहेरूनच आला होता. आपलं घर आणि शेत सोडून केईएममध्ये डॉक्टर व्हायला. त्याचं घर होतं मडगावला, गोव्यामध्ये. सत्तेवर असलेल्या पोर्तुगीजांमार्फत डॉ. सरदेसाईंचे पूर्वज पोर्तुगालमध्ये व्यापार करत होते. त्यांची थोडीफार शेतीही होती. डॉ. सरदेसाई आपल्या घराचा फारसा विचार करत नसे. कधीही वाटलं तर घराची दारं आपल्यासाठी उघडी असणार, याची त्याला खात्री होती. तेव्हा उगीच हळवं होण्यात काय अर्थ? १९६० च्या दशकाच्या सुरुवातीला तो मुंबईला डॉक्टर बनण्यासाठी आला होता आणि त्याप्रमाणे तो डॉक्टर झाला होता. आणि आता १९७३ च्या अखेरीपर्यंत त्याला आपलं एम.डी. पूर्ण करायचं होतं. म्हणजे आणखी तीन वर्ष. आपण तेही करून दाखवू, याची त्याला खात्री होती. आपण कशात स्पेशलायझेशन करायचं हे मात्र त्याने ठरवलेलं नव्हतं. आणि त्याचीच थोडी चिंता त्याला वाटत होती.

डॉ. सरदेसाई अत्यंत आखीव आयुष्य जगत होता हे एवढ्या गोष्टींवरून सहज समजत होतं. खूप आधी भरपूर विचार करून एखादी गोष्ट ठरवायची, त्यानुसार योजना आखायची आणि मग तसंच नेमकं वागायचं. डॉ. सरदेसाई आपलं एम.डी. पूर्ण करणार होता; प्रॅक्टिस सुरू करून त्यात स्थिरावला की मग स्वत:चा फ्लॅट विकत घेणार होता. तोपर्यंत त्यांच्या समाजात डॉ. सरदेसाईला उपवर तरुणांच्या यादीत वरचा क्रमांक मिळणार होता यात शंकाच नाही. मात्र लग्नाचा विचार अजून त्याने केलेला नव्हता. दिसायला डॉ. सरदेसाई बरा होता. भारतीय पुरुषाच्या ५ फूट ९ इंच या सरासरी उंचीपेक्षा त्याची उंची थोडी कमी होती, पण त्याने काही बिघडत नव्हतं. डॉ. सरदेसाई चांगला डॉक्टर होता. ज्येष्ठ नर्सेसच्या ते लक्षात आलेलं होतं आणि त्याविषयी त्यांची चर्चाही झालेली होती. पेशंटबरोबर वागण्याची त्याची रीतही उत्तम असल्याचं सिस्टर प्रेमिला कुशेंचं मत होतं. ''पेशंट आणि त्यांच्या नातेवाईकांना एवढे प्रश्न विचारायचे असतात, पण डॉ. सरदेसाई अगदी त्यांच्याजवळ वाकून त्यांना सगळी उत्तरं देत असतात,'' त्या नर्सेसच्या स्टाफ रूममध्ये म्हणाल्या. सिस्टर प्लॅसिडा डिसिल्वा आपल्या ज्येष्ठ नर्सेसच्या गप्पा ऐकत होती. पेशंटसशी चांगले वागणारे डॉक्टर चांगले पालक बनतात का? तिच्या मनात प्रश्न आला. ते जर आपल्या पेशंटसबरोबर एवढी सहनशीलता दाखवत असतील, तर बहुधा ते चांगले नवरा आणि वडील बनू शकत असतील. आणि तसं जर असेल तर डॉ. सरदेसाईची बायको नशीबवानच म्हणायला हवी.

लग्न मात्र डॉ. सरदेसाईच्या येत्या तीन वर्षांच्या योजनेमध्ये कुठेच बसत नव्हतं. प्रत्येक गोष्टीची स्वत:ची वेळ असते. लग्नाचीसुद्धा. आपला स्वत:चा फ्लॅट घेतल्यावरच आपण लग्नाचा विचार करायचा हे त्याने ठरवून टाकलेलं होतं. म्हणूनच लग्नाला वेळ होता, कारण मुंबईत जागांचे भाव गगनाला भिडलेले. शिवाय त्याआधी आपल्याला संध्याकाळी खाजगी कन्सल्टन्सीसाठी खोली घ्यायची तर भरपूर डिपॉझिट द्यावं लागणार, याची त्याला खात्री होती. एकट्याच्या बळावर त्याला अनेक गोष्टी मिळवायच्या होत्या. त्याही फारसा वेळ न दवडता. तेव्हा आपलं आयुष्य आजवर ठेवलंय तसं आपल्या काबूत असणं त्याच्यासाठी महत्त्वाचं होतं. व्यवस्थित खायचं, नीट झोप घ्यायची, थोडाफार व्यायाम करायचा. मित्रही काळजीपूर्वक निवडायचे. मुंबईसारख्या शहरात वाईट संगत लागायला वेळ लागत नाही.

आत्ता वॉर्डमध्ये आपल्यासमोर काम करत असलेल्या स्टाफ नर्स अरुणा शानबागचंच उदाहरण पाहा. आपल्या कामात किती झोकून दिलंय तिने स्वत:ला. एकाच वॉर्डमध्ये ते दोघे आता गेले सहा महिने काम करताहेत आणि डॉ. सरदेसाई तिचं निरीक्षण करतोय. खरंच ती तिच्या कामात चांगलीच पटाईत आहे. पेशंटसना सत्य सांगते, पण किती हळुवारपणे. आयव्ही द्यायचं असलं की पेशंटची नस शोधायला तिला जराही त्रास होत नाही. तिच्या आडनावावरून ती जीएसबी आहे, हे त्याला केव्हाच समजलेलं होतं. तिच्या बोलण्याच्या हेलांवरून ती कारवार पट्ट्यातली आहे, हेही त्याच्या लक्षात आलेलं होतं. तिच्या गावात तिच्याएवढ्या आधुनिक मुली आणखी किती असतील, असा विचार त्याच्या मनात येई. नसणारच बहुधा, असं त्यावर उत्तरही मिळे.

एका छोट्या मुलाचं लम्बर पंक्चर स्टाफ नर्स शानबाग अतिशय सफाईने करत होती. डॉ. सरदेसाई तिला न्याहाळत होता. सहसा लम्बर पंक्चर्स डॉक्टरच करत. पण स्टाफ नर्स अरुणा शानबाग त्यात वाकबगार असल्याचं सगळ्यांनीच मान्य केलेलं होतं. आपल्या मुलाच्या पाठीत सुई खुपसली जाणार या जाणिवेने त्याची आई कासावीस झालेली होती. तुम्ही तुमचं दडपण मुलापर्यंत पोहोचवताय, असं अरुणाने त्यांना अगदी नम्रपणे सांगितलं. तिने नंतर त्या मुलाला पोटावर झोपवलं आणि त्याची भीती घालवण्यासाठी गोष्ट सांगितल्यासारखी ती त्याच्याशी बोलू लागली.

''आपल्या शरीरातला सर्वात हुशार भाग असतो मेंदू. असायलाच हवा, कारण तो सर्वात महत्त्वाचाही असतो. मेंदूला वाचवण्यासाठी बाहेर ही कवटी असते,'' तिने त्या मुलाच्या डोक्याला हात लावून म्हटलं. आणि मग केसांवर हळूहळू टकटक करून ती म्हणाली, ''आतमध्ये या सगळ्या हाडांपासून तो आपलं रक्षण करतो ते एक चिकट पदार्थ तयार करून.'' मुलगा क्षीण हसला. ''अख्खा दिवस

मेंदू तो पदार्थ तयार करतो आणि आपल्या पाठीतून त्याला खाली पाठवतो. आणि मग तो पदार्थ स्वत:मध्ये शोषून घेतो. या पदार्थाला काय म्हणतात ठाऊकेय? सेरेब्रो - स्पायनल फ्लुईड. डॉक्टर्सना असतं खूप काम. मग वेळ कमी लागावा म्हणून त्याला सीएसएफ म्हणतात. तुला भेजा आहे की नाही हे पाहायचं तर म्ला तुझं थोडं सीएसएफ काढून तपासायला हवं.'' मुलगा हसला. ''तुला भेजा आहे की नाही हे बघायला मी तुझ्या डोक्यावर हातोड्याने तर ठोकू शकत नाही. म्हणून मग मी सीएसएफ तुझ्या पाठीच्या कण्यातून जात असताना ते हळूच काढून घेणार. हे असं'' सीरिंजमध्ये आलेल्या सीएसएफचा रंग पिवळसर होता. मेंदूला काहीतरी दुखापत झालेली असल्याचं त्यावरून समजत होतं. अरुणाने सराईतपणे छोट्या बाटल्या भरल्या, समोरचा पांढरा ट्रे नीट केला आणि ती निघून गेली.

वॉर्डमधून तिला बाहेर पडताना डॉ. सरदेसाई पाहात होता. वॉर्डमध्ये आजारी माणसं होती. भीतीचं सावट पसरलेलं होतं. घाम आणि लघवी यांचा एक मिश्र वास येत होता. पण हॉस्पिटलमधल्या या वास्तवाचा परिणाम अरुणावर होत नाही. रक्त, पू, मल-मूत्र, वास या सगळ्याच्या पलीकडे जाऊन ती आपलं काम करत असते. एखाद्या परीसारखी... परी? डॉ. सरदेसाई चमकला. हे असले शब्द आपल्या मनात का यावेत? अचानक त्याच्या लक्षात आलं की, मघापासून आपण स्टाफ नर्स अरुणा शानबागकडे तंद्री लावून पाहत आहोत. आपली अशी तंद्री लागावी म्हणून तो स्वत:वरच चरफडला.

सिस्टर दुर्गा मेहतांप्रमाणे डॉ. विद्या आचार्यही केईएमशी पक्की बांधीलकी मानणाऱ्या. पत्रकार जी. एन. आचार्य यांचे वडील. आपल्या लिखाणातून सतत स्वातंत्र्यलढ्याचा पुरस्कार ते करत. वडिलांची ही बांधिलकी मुलीमध्येही उतरली होती. केईएमविषयी त्यांना अभिमान होता, आपुलकी होती. संपूर्ण पश्चिम भारतामध्ये नेफ्रोलॉजीचा परिपूर्ण विभाग असणाऱ्या या पहिल्या हॉस्पिटलमध्ये आपल्याला काम करायला मिळतंय, यासाठी त्या स्वत:ला नशीबवान समजत. हा विभाग उघडण्याचं बरंचसं श्रेय डॉ. आचार्यांचंच होतं. मूत्रपिंड या अवयवाविषयी त्यांना प्रचंड कुतूहल. केईएममधून निवृत्त झाल्यावरही मूत्रपिंडावर आपलं काम आपण सोडणार नाही, याची त्यांना कल्पना होती. अर्थात, निवृत्तीला अजून खूप खूप वेळ होता. आता तर १९७१ चालू होतं.

हॉस्पिटलमध्ये 'नर्सेस वेल्फेअर सोसायटी' होती. त्याची समिती नर्सेसच निवडत. या सोसायटीच्या नियामक मंडळावर असायला तुम्हाला आवडेल का, असं डॉ. आचार्यांना विचारण्यात आलं होतं. त्यांनी त्याला संमतीही दिलेली होती. नर्सेससाठी सहलींचं आयोजन करणं, नाच-गाणी-नाटकं बसवणं ही कल्पना त्यांना खूप आवडली होती. 'खरंच, या नर्सेसना केवढी मेहनत करावी लागत असते

वॉर्डमध्ये. ड्युटीवरच्या डॉक्टरांना थोडं बसायला तरी मिळतं. पण आठ तासांच्या ड्युटीत नर्सेसना टेकायलाही मिळत नाही. सतत व्यग्र. आणि असायलाच हवं तसं त्यांनी.' कॉरिडॉरमधून सिस्टर्स अरुणा शानबाग आणि प्रेमा पै यांना ओलांडून जाता जाता डॉ. आचार्य मनात म्हणाल्या. त्या दोघी जणी कोंकणीमध्ये गप्पा मारत लहान मुलांच्या वॉर्डच्या दिशेने जात होत्या. डॉ. आचार्य थांबल्या आणि त्यांनी दोघींना हाक मारली.

''गुड इव्हनिंग डॉक्टर.'' दोघी कोरसमध्ये म्हणाल्या.

डॉ. आचार्यांनी दोघींना न्याहाळलं. उत्साहात असणं ठीक आहे, पण कधी कधी त्या नर्सेस वात्रटपणाही फार करतात. ''तुम्ही रात्रपाळीसाठी आला आहात का?''

''होय डॉक्टर,'' पुन्हा कोरस.

''आता एवढ्या मग्न होऊन कशाबद्दल बोलत होता तुम्ही?''

क्षणभर दोघी गप्प झाल्या. मग सिस्टर पै म्हणाली, ''सिस्टर शानबाग मला तिने तिच्या भावंडांबरोबर काल बघितलेल्या एका हिंदी सिनेमाबद्दल सांगत होती.''

''तुला सिनेमा बघायला आवडतो, सिस्टर शानबाग?''

''हिंदी सिनेमा.''

''चांगलं आहे. मग नर्सेसच्या स्नेहसंमेलनासाठी काय करावं, हे तू सुचवू शकशील.''

आपण सहलीला का नाही जाऊ शकणार, हे प्रेमाला जाणून घ्यायचं होतं.

डॉ. आचार्यांनी मान डोलावली. ''सांगते. तुम्ही सगळ्या मिळून दोनशे जणी आहात. तुमच्या शिफ्टसमुळे तुम्हाला सगळ्यांना एकत्र तर जाताच येणार नाही. म्हणजे आपल्याला ग्रुप्स करावे लागतील. त्याआधी एखादा छोटासा सांस्कृतिक कार्यक्रम करावा, असं मला वाटत होतं. तुम्ही छोटीशी एकांकिका किंवा नाटक करू शकाल, गाणी गाऊ शकाल. तुमच्या काही सहकारी खूप छान नाचतात आणि गातात असं ऐकलंय मी. सिस्टर पै, तुला येतं गाता?''

''नाही रे बाबा. अजिबात नाही. पण मी ॲक्टिंग करू शकेन.''

''ठीकेय. मग इतर नर्सेसशी बोलून कोणती एकांकिका करायची ठरलं की मी तुला बोलवणं पाठवेन. उन्हाळ्याच्या सुटीत हा कार्यक्रम करावा, असं मी म्हणतेय. त्या वेळी ॲडमिट होणाऱ्यांची आणि आऊट-पेशंटची गर्दी थोडी कमी असते. आणि तुझं काय, सिस्टर शानबाग? तू काय करू शकतेस?''

अरुणाने नकारार्थी मान हलवली.

''ॲक्टिंग? नाच? गाणं?''

अरुणाने पुन्हा मान हलवली. लाजत असणार बहुधा, डॉ. आचार्यंना वाटलं.

"तुला सिनेमे बघायला आवडतात ना? तुझा आवडता नट आणि नटी कोण आहे?"

"वैजयंतीमाला, राज कपूर, देव आनंद. मला वैजयंतीमालासारखं नाचता येत नाही. राज कपूरसारखं हिंदी बोलता येत नाही. पण गाणं म्हणताना देव आनंद कसा हलतो त्याची नक्कल करता येईल मला. चलेंगा?"

उन्हाळा चांगलाच कडकडीत होता. केईएमचे रुंद कॉरिडॉर्स, उंच छत, लांब दांड्याचे पंखे आणि थंडगार दगडाच्या इमारती यामुळे तो उकाडा त्यातल्या त्यात सह्य होत होता. पण तरीही घामाच्या धारा वाहतच होत्या. डॉ. सरदेसाईने आपल्या पांढऱ्याशुभ्र रुमालाने चेहरा पुसला. आधीच्याच घड्यांवर रुमाल दुमडला आणि आपल्या पांढऱ्या कोटमध्ये ठेवून दिला. त्याने पटकन न्युरो सर्जरीच्या वॉर्डमध्ये बघितलं. कुठे आहे ती? जणू काही युगानुयुगं तो तिची वाट पाहतोय, असं त्याला वाटलं.

लम्बर पंक्चर करताना तिला बघितल्यानंतर डॉ. सरदेसाईने स्वत:चे चांगलेच कान ओढले होते. हे बघ संदीप, या सगळ्या गोष्टींसाठी नंतर पुष्कळ वेळ आहे. आपण हे स्वत:ला इतक्या कडकपणे सांगू शकतोय, याचंही त्याला बरं वाटलं. शिस्तच शेवटी महत्त्वाची. म्हणून तर गेल्या काही महिन्यांमध्ये स्टाफ नर्स अरुणा शानबागला बघितल्यानंतर त्याने स्वत:ला सावरलेलं होतं. शांत ठेवलेलं होतं. तो तिच्याशी बोलायचा. अर्थातच व्यावसायिकदृष्ट्या. असंच एकदा तिच्याशी बोलत असताना आपण वारंवार तिला असे भेटतो हे त्याला जाणवलं होतं. अचानक केईएमच्या कॉरिडॉरमध्ये ती समोरून येताना त्याला दिसायची. लायब्ररीमध्ये जाण्याच्या त्यांच्या वेळा जमू लागल्या होत्या. पण किती हुशार मुलगी पाहा, नाहीतर अगदी कमी नर्सेस जातात लायब्ररीमध्ये.

आणि अचानक ती त्याला कुठे दिसेनाशी झाली. वेगवेगळ्या वेळी वेगवेगळ्या वॉर्ड्समध्ये त्याने तिला शोधलं. मेट्रनच्या ऑफिसमध्ये जाऊन सरळ त्यांनाच विचारावं, असाही विचार त्याच्या मनात येऊन गेला. लगेच त्याने तो झटकूनही टाकला. सगळे मग त्याविषयी बोलायला लागतील. आणि मेट्रनना काय वाटेल? आपण नर्सेस क्वार्टर्समधून बघून येऊ या का? पण ती नक्की तिथेच राहते हे तरी कुठे नीट आपल्याला ठाऊकेय. पण तिथेच राहत असणार. रात्रीच्या जेवणापूर्वी त्याने तिला टॅक्सीतून उतरून त्या बिल्डिंगमध्ये घाईघाईत जाताना पाहिलं होतं. खूप सुंदर दिसत होती. गोव्यातल्या ख्रिश्चन बायका घालतात तसे कपडे तिने घातले होते. एका जीएसबी मुलीच्या मानाने ते फारच आधुनिक वाटत असले तरी तिला खूप शोभून दिसत होते.

त्याने स्वत:लाच शिव्या घातल्या. आपल्या सहजी होणाऱ्या भेटीगाठींच्या दरम्यान आपण एकदाही ती कुठून आलीये, कुठे राहते याची चौकशी कशी केली नाही? पण आपण चुकून कोंकणीमध्ये बोलू लागल्यावर तीही आपल्याला कोंकणीमध्ये उत्तर देते. विचार करून तो थकला. नेहमी थंड, शांत आणि शिस्तीत राहणारा तो मीच का, असा विचार मानत आल्यावर त्याने स्वत:लाच थांबायला सांगितलं. केईएमच्या कॅम्पसमधल्या आपल्या खोलीत जाऊन तो बसला आणि गंभीरपणे विचार करू लागला. आयुष्यात पहिल्यांदाच, 'आपण सिगारेट ओढत नाही' याचं त्याला वाईट वाटलं. खूप पुरुषांना सिगारेट ओढली की विचार अगदी स्वच्छ सुचू लागतात.

डॉ. संदीप सरदेसाई प्रेमात पडला होता. प्रथमदर्शनी प्रेम. लम्बर पंक्चर बघता बघता आपण असे प्रेमात पडू, हे तो एरवी स्वत:शी मोकळेपणाने मान्य करणं शक्यच नव्हतं. पण आज त्याने एक निर्णय घेतला. होय, त्याला तिच्याशी लग्न करायचंय. त्याला एकदम आपण आकाशात तरंगतो आहोत असं वाटलं. आणि तो धपकन जमिनीवर आला. समजा, आपल्यासारख्या तिच्या भावना नसतील तर? समजा... छे छे, असं नाही होणार. पण समजा, ती त्या डॉ. सॅम्युअलला प्रतिसाद देत असेल तर? लंच-रूममध्ये त्याने डॉक्टरांमधलं संभाषण ऐकलेलं होतं. तो सॅम्युअल धड चांगला डॉक्टरही नाही. तिच्याशी बोलताना मात्र तो दिसलाच आपल्याला. रास्कल. कदाचित म्हणूनच ती असे कपडे घालत असते का?

डॉ. सरदेसाईने दीर्घ श्वास घेतला. आपणही तिच्याशी बोलायला सुरुवात केली पाहिजे. म्हणजे मग ती कसा प्रतिसाद देतेय ते आपल्याला कळेल. आता असंच करायला पाहिजे. पण समजा, तिने काही रसच दाखवला नाही तर? या वेळी डॉ. सरदेसाईने सोडलेल्या नि:श्वासामध्ये एक तात्त्विक विचार होता. तसं जर झालं तर आपल्या मनात काहीच घडलं नाही, असं आपण वागायला हवं. आपलं हृदय तर वैद्यकीयदृष्ट्या मोडू शकत नाही.

डॉ. सरदेसाई केईएमसमोरच्या उडिपीमध्ये पोचला होता आणि त्याने कॅशिअरकडे फोन मागितला. हॉस्पिटलचा नंबर फिरवून त्याने मेट्रनना विचारलं. मेट्रननी त्यांच्या ऑफिसमध्ये फोन उचलला. डॉ. सरदेसाईने स्टाफ नर्स अरुणा शानबागशी बोलायची इच्छा व्यक्त केली.

"कोण बोलतंय?" मेट्रनचा आवाज त्रासलेला आणि व्यग्र वाटला. "हा तिचा खाजगी नंबर नाही. मेट्रनचं ऑफिस आहे हे."

"होय, होय. मी अरुणा शानबागचा मामा बोलतोय," आपल्या आवाजात वयस्कपणाचा आव आणण्याचा प्रयत्न करत त्याने सांगितलं.

पण मेट्रनना बहुधा संशय आला असावा. "तिचे मामा? कुठून आलात?"

"कारवारहून. मुंबईला आलोय तर तिलाही भेटून जाऊ, असा विचार केला मी.

तिच्याशी मी कसा संपर्क करू शकतो?''

''कारवार? पण ती तिथेच गेलीये. हळदीपूरला तिच्या गावी.''

अच्छा, अच्छा. म्हणजे ती हळदीपूर नावाच्या कारवारजवळच्या कुठल्या तरी गावातली आहे तर! त्याने तर कधी या गावाचं नावही ऐकलेलं नव्हतं. 'मी कारवार शहरात, खुद्द शहरात राहतो. ती आपल्या गावी गेलीये हे ठाऊक नव्हतं मला. काही काळजी करण्यासारखं नाही ना?''

''नाही नाही. ती आपल्या आईला भेटायला गेलीये. मुंबईत आल्यापासून ती तिथे गेलेलीच नव्हती, हे ठाऊकच असेल तुम्हाला.''

''कधी येणारेय ती परत?'' प्रत्येक शब्द जडपणे उच्चारला जात होता. उत्तर ऐकण्यासाठी त्याचे प्राण जणू कानात आले होते.

''पुढच्या आठवड्यात. तुम्ही किती दिवस आहात अजून मुंबईत?''

''मी आहे इथेच. कुठच्या वॉर्डमध्ये असेल ती?''

''वॉर्डमध्ये? तुम्ही माझ्या ऑफिसमध्ये येऊ शकता.''

''होय. पण समजा मी आधी फोन केला तर थेट तिच्या वॉर्डमध्ये लाइन देता येईल?''

''खाजगी फोन इथे शक्यतो दिले जात नाहीत. ड्युटीवर असताना आणि नसतानाही.''

रिसीव्हर धाडकन आपटावा, फोनचे तुकडे तुकडे करावेत, अशी एक प्रबळ इच्छा त्याच्या मनात निर्माण झाली. मग त्याने एक शक्कल लढवली. मेट्रनही कोकणपट्ट्यातून आलेल्या आहेत हे त्याला ठाऊक होतं. त्याने कोंकणीमध्ये बोलायला सुरुवात केली.

''काय आहे की मी बोरिवलीला, माझ्या भावाकडे उतरलोय. बरंच लांबून यावं लागतं. तेव्हा आधी फोन करून आलेलं बरं.''

मेट्रननेही कोंकणीमध्ये उत्तर दिलं. ''बरोबर आहे तुमचं. एक मिनीट थांबा हं, मी नर्सेसची डायरी पाहून सांगते.'' कागदाची सळसळ ऐकू आली. ''तुम्ही पुढच्या बुधवारी फोन करा. तिला न्युरो सर्जरी वॉर्डमध्ये दुपारची ड्युटी आहे. साधारण चार वाजता फोन करून ऑपरेटरकडे न्युरो सर्जरी मागा. तुमचं नाव काय म्हणालात तुम्ही?''

स्टाफ नर्स अरुणा शानबागच्या कारवारहून आलेल्या मामाने मग 'थँक यू' न म्हणताच फोन ठेवून दिला.

दुपारची शिफ्ट सुरू व्हायला काही मिनिटं होती. डॉ. संदीप सरदेसाईने गळ्याभोवती स्टेथस्कोप नीट केला आणि अगदी सहजी गेल्यासारखा तो न्युरो

सर्जरीच्या ड्युटीवर असलेल्या नर्सच्या टेबलसमोर जाऊन उभा राहिला.

"सिस्टर?"

ड्युटीवरची नर्स पट्कन उभी राहिली. "यस डॉक्टर?"

"अं, स्टाफ नर्स अरुणा शानबाग ड्युटीवर आहे, असं सांगितलं होतं मला."

नर्स त्याच्याकडे बघत राहिली. थंडपणे.

आपण स्पष्टपणे नाही बोललो तर असाच घोळ करत राहू हे त्याच्या लक्षात आलं. आणि निश्चय केल्यासारखा त्याने पुन्हा तोच प्रश्न केला, "होय ना सिस्टर?"

"ती इथे नाहीये, डॉक्टर."

"ते दिसतंय मला," स्वत:च्या सहनशीलतेचं त्याला आता कौतुक वाटू लागलं होतं. "ती कुठे असेल ठाऊकेय तुम्हाला?"

"नाही, डॉक्टर."

"मग माझ्यासाठी जरा शोधून काढाल ते?"

चेहेऱ्यावरचा थंडपणा आणखी गडद होऊ शकतो का? त्या नर्सच्या तरी झाला.

"सिस्टर, प्लीज तो फोन उचला आणि नर्सेसची ड्युटी जे कोणी ठरवतात त्यांच्याकडून स्टाफ नर्स अरुणा शानबाग आत्ता कुठे आहे, ते शोधून काढा." अखेर त्याने आपली सगळी लाज बाजूला ठेवून दिली. आपण अशी चौकशी करत होतो हे ती नर्स सगळ्यांना सांगणार. मग आपल्याही ही माहिती का हवी होती, असा प्रश्न सगळ्यांना पडणार. त्यानंतर मग बहुधा सगळे त्याला डॉ. सॅम्युअलसारखाच समजणार.

नर्सने टेलिफोनचा रिसीव्हर उचलला, नंबर फिरवायला सुरुवात केली. त्याच्याकडे बघितलं आणि हातातला फोन खाली ठेवून दिला. ती आपलं टेबल आवरू लागली. तिच्या त्या वागण्यातून काय अर्थ काढावा, हे डॉ. सरदेसाईंना समजेना. आणि कोणताही अर्थ काढला तरी आपण त्यावर काय करणार आहोत, हेही त्याच्या लक्षात येईना.

नर्सने समोरचं रजिस्टर बंद केलं. आपल्या युनिफॉर्मच्या खिशात बॉलपेन अडकवलं आणि गोड हसून ती म्हणाली,

"बेड नंबर नऊला काही प्रॉब्लेम असेल तर ताबडतोब डॉ. सुनील पंड्यांना कळवायचं."

"काय? काय?"

नर्सने खुणेनेच डॉ. सरदेसाईंना बाजूला बघायला सांगितलं आणि ती निघून गेली.

नर्सने दाखवलेल्या दिशेने त्याने मान फिरवली.

तिच्या डाव्या कानाजवळ त्याचे ओठ आले होते. छोटासा, गुलाबीसर कान. त्याच्यावर, तिच्या कपाळावर एक सुरेख तीळ होता. आणि त्याभोवती तिच्या कॅपमधून निसटलेले काही केस रुळले होते. ती वळली आणि तिने त्याच्याकडे

पाहिलं. काळे, चकचकीत डोळे.

''गुड आफ्टरनून, डॉ. सरदेसाई.''

त्याने घसा खाकरला. ''अं, होय, गुड आफ्टरनून.'' आता पुढे काय बोलायचं? या प्रकरणात आपण पुढाकार घ्यायचा हे त्याने ठरवून टाकलेलं होतं. ''तुम्हाला शिफ्टसाठी उशीर झालाय.'' तोंडातून हे शब्द जाताक्षणी तो स्वत:वर चरफडला. अशा वेळी हे असं बोलायचं असतं?

तिचे डोळे त्याच्यावर रोखलेले होते. मग तिने आपला डावा हात उचलला, पटकन घड्याळावर नजर टाकली. आणि पुन्हा त्याच्याकडे पाहत ती म्हणाली, ''नऊ मिनिटं पन्नास सेकंद. सॉरी.'' अजनूही ती त्याच्याकडेच पाहत होती. त्या चकचकीत डोळ्यांनी.

डॉ. सरदेसाईने आपलं वजन दुसऱ्या पायावर टाकलं. ''ठीक आहे, ठीक आहे. अं, होय थँक यू.'' असं म्हणत तो घाईघाईने न्युरो सर्जिकल वॉर्डमधून बाहेर पडला.

स्टाफ नर्स अरुणा शानबाग त्याला बाहेर पडताना पाहत होती. तिच्या डोळ्यांत मिष्कील चमक होती.

टेबलवर कॉफी येईपर्यंत निर्मला थांबली आणि मग तिने आपला भडिमार सुरू केला.

''खरंच अरुणा, थिएटरपासून इथवर टॅक्सी करण्याची काही गरज होती का?''

''तुला चालत येऊन घामाने थबथबायचं होतं का?''

''मेमसाब बनली आहेस नुसती. नेहमी टॅक्सीने फिरत असतेस. सुटीच्या दिवशी घरी येतेस तेव्हाही संध्याकाळी टॅक्सीने परत जातेस. सगळ्यांसारखं बसने जायला काय होतं तुला? आतासुद्धा आपण बसने येऊ शकलो असतो. कमीत कमी तिकीट पडलं असतं. थोडासा घाम आला तर बिघडलं कुठे? सगळी मुंबई घामाने निथळतेय.''

''सगळे घामेजलेले असतात म्हणून आपणही तसंच करायचं? लोकांना घाम आलेला असतो आणि बसमध्ये त्यांचे धक्के आपल्याला लागतात. घाण वाटते मला. बसच्या सीटवरही त्या घामाचा कुबट वास येतो. मला तर त्यावर बसवतही नाही.''

''महाराणी, नशीब समजा तुम्हाला लोकलने नाही प्रवास करावा लागत. माणसं कुठून कुठून आणि कशी कामाला येतात ठाऊकेय तुला?''

''ऐकलंय मी हॉस्पिटलमध्ये अनेकांकडून. ५० माणसं राहतील अशा एका डब्यात ३००च्या वर माणसं खच्चून भरलेली असतात. सकाळ-संध्याकाळ. रेल्वे ट्रॅक्सच्या दोन्ही बाजूला झोपड्या असतात. या झोपडपट्टीतले लोक तिथेच पालक

आणि इतर पालेभाजी उगवतात. त्यावर त्यांची मुलं शी करायला बसतात. तीच भाजी मग आपल्याला विकली जाते.''

''शीऽऽ! जरा नीट बोल.''

''नीटच बोलतेय. मला हे कळल्यापासून मी मुंबईत पालेभाजी खाणंच सोडून दिलं. खरंच, त्या गाड्यांमधून मला प्रवास करावा लागत नाही हे नशीबच म्हणायला हवं.''

''अरुणा, मला वाटतं हे पैसा कमावण्याचं, परदेशी जाण्याचं फॅड तुझ्या डोक्यात गेलंय. आपण लोअर-मिडल क्लासमधले लोक आहोत. असेच जन्माला येणार आणि असेच मरणार.''

''मॅटिनीला 'लीडर'मध्ये दिलीपकुमारला बघतेस तेव्हाही असंच वाटतं तुला?''

''चेष्टा नको करू माझी. गरीबांसाठी थंडी काय आणि उन्हाळा काय, दोन्ही सारखंच. पैसेवाले एअर कंडिशनमध्ये बसू शकतात. मुंबईत सगळा त्रास होतो तो मध्यमवर्गालाच. गच्च भरलेल्या ट्रेन्स आणि गर्दी केलेल्या बसेस. बसमध्ये तर फालतू पुरुष अंगाला अंग घासायचा चान्स घेतात. उकडतंय म्हणून टॅक्सी केल्याने तू श्रीमंत लोकांच्या पंक्तीला नाही जाऊन बसत. त्यांची भाषा वेगळी, वागणं वेगळं. आजूबाजूच्या लोकांवर ऑर्डरी सोडायची उपजतच कला असते त्यांच्यात. तू त्यांच्यासारखी वागायला गेलीस ना तर धोब्याच्या कुत्र्यासारखी गत होईल तुझी. ना घर का, ना घाट का.''

''तुझं बोलणं आत्ता कोणासारखं वाटतं ठाऊकेय निम्मा? ते ढेरपोटे भटजी असतात ना, नेहमी उपदेश करत असतात, त्यांच्यासारखं. ते राजकारणी लोकांना गरीब ठेवतात, कारण त्यांना राज्य करायचं असतं. तसेच हे भटजी लोकांच्या भीतीचा उपयोग करून घेतात. हे केलं की ते होईल आणि तसं केलंत तर असं होईल. आमचं ऐकलं नाही तर देव शिक्षा देईल. तुमचं आयुष्य असंच असावं ही देवाची इच्छा आहे. तेव्हा आहे तसंच राहा. पुढच्या जन्मी तुमचं भलं होईल. अरे, पण या जन्माचं काय? आत्ताचं काय?''

''आत्ताचं बोलायचं तर मी कोल्डड्रिंक ऑर्डर करतेय. माझ्यातलं अर्धं रिमझिम घेशील तू?''

''नको. इंग्लंडहून माझ्यासाठी काही पत्रं आलीत?''

''असती तर सांगितलं नसतं का? मागच्या वेळी आलेल्या पत्रांमध्ये काय लिहिलं होतं ?''

''एकात म्हटलं होतं की, माझे मॅट्रिकचे मार्क खूप कमी आहेत म्हणून. आणि दुसऱ्यात माझ्या अभ्यासाचा खर्च मलाच करावा लागेल, असं लिहिलं होतं.''

''बघ, मी सांगितलं होतं ना तुला?''

"मी आणखी काही अर्ज पाठवलेत."

"इतकी चांगली नोकरी आहे तुला. लग्न का नाही करत तू? बाळकृष्ण तुझ्यासाठी मुंबईतलाच मुलगा शोधेल बघ."

"मी का नाही माझ्यासाठी मुलगा शोधू शकणार?"

"वई, वई, मग शोध." निर्मला तिला चिडवत म्हणाली.

"खरं सांगायचं तर मी शोधलाय."

"अरुणा, एवढ्या उकाड्यात थट्टा करणं बरं नाही."

"थट्टा नाही. मी एका डॉक्टरशी लग्न करतेय."

"काय? काय बोललीस तू?"

"डॉ. संदीप सरदेसाई माझ्यात इंटरेस्टेड आहे."

"म्हणजे तुझ्या प्रेमात पडलाय? खरंच? डॉक्टर आणि नर्स. म्हणजे राजकुमार आणि मीनाकुमारीसारखं. कोणता गं सिनेमा तो? 'अजीब दास्ताँ है ये' वाला? अरे वा! घरात एक नर्स आणि आता एक डॉक्टर येणार," निर्मला भलतीच सुखावली. "पण मग तू त्या इंग्लंडच्या पत्रांविषयी अजून का चौकशी करतेयस?" भुवया आक्रसून तिने विचारलं.

"निम्मा, आयुष्यात हे किंवा ते असंच नसतं नेहमी. मला स्कॉलरशिप मिळाली तर मी जाईन. परत आल्यावर लग्न करू शकते की मी."

"आणि तो काय विमानतळावर हातात हार घेऊन तुझी वाट पाहत राहणार आहे? आपल्या पुरुषांना सोडून बायकांनी असं जायचं नसतं. तेही इतक्या दूर. आणि एवढ्या मोठ्या काळासाठी. मूर्खपणा आहे असं करणं म्हणजे. तू परत येईपर्यंत तो दुसऱ्या कोणाशी तरी लग्न करून मोकळा झालेला असेल. हल्ली नर्सेसही खूप बोल्ड झाल्यात. किंवा त्याला एखादी चांगली डॉक्टर भेटू शकते. किंवा त्याच्या घरचे त्याच्यासाठी एखादी छान घरेलू मुलगी शोधू शकतात. म्हणजे ती घरही सांभाळेल आणि येताना भरपूर हुंडाही घेऊन येईल. शिवाय फ्रीज, फियाट. आणि खूप मुलं. चल, जाऊ दे. मला सांग, कुठल्या जातीचा आहे तो?"

"आपल्याच. गोव्याचा जीएसबी. कोंकणी बोलतो."

"त्याने कधी मागणी घातली तुला? आपण जाऊन अम्मा, अप्पा आणि रामदासला सांगायला नको का? तू बाळकृष्णला सांगितलंस की नाही?"

"त्याने अजून विचारलेलं नाही."

"काय विचारलेलं नाही?"

"मला, लग्न करशील का म्हणून."

"अरुणा, तू म्हणजे थोरच आहेस. हे सगळे हवेतलेच बंगले बांधणं होतं वाटतं?"

''पण तो विचारेल.''

अरुणाने केईएमला परततानाही टॅक्सी केली. भविष्यासाठी सतत वर्तमानाला कशाला वेठीला धरायचं?

मुंबईला आलेल्या सर्व शानबाग कुटुंबियांप्रमाणे अरुणाही आपल्या गावातून, जिल्ह्यातून येणाऱ्या सगळ्यांना मदत करत असे. ते केईएममध्ये पोचत, अरुणाला शोधत आणि आपलं तिच्याशी काय नातं आहे, हे समजावून सांगत. कोणी तिच्या वडिलांचा चुलत चुलत भाऊ असे, कोणी तिच्या आजीच्या भावाचा मुलगा असे. अरुणाला ही नाती फारशी समजत नसत, तिला त्यात रसही नसे. ती त्यांचं म्हणणं मन लावून ऐकायची, कारण हे लोक तिला शोधत शोधत आलेले असत, आजारी असत. आणि ती एक नर्स होती. बहुतेक वेळा आऊट-पेशंट विभागासाठी असलेल्या लांबलचक रांगेत उभं न राहता त्यांना सुरुवातीला घुसवलं तरी पुरे असायचं. केईएममध्ये मोफत सेवा मिळत असल्याने ओपीडीच्या रांगा खूप मोठ्या असायच्या.

पण कधी कधी काही नातेवाईकांना खरोखरच गंभीर आजार झालेला असायचा. तिच्या चुलत बहिणीसारखा. तिच्या पोटातून सतत कळा येत होत्या. ती आजारी होती आणि घाबरलेली होती. अरुणा तिला घेऊन डॉ. तिळवेंकडे गेली. त्यांनी तिचं ऑपरेशन करायचा सल्ला दिला. ''कोण लागते ही तुझी?'' त्यांनी अरुणाला विचारलं. ''बहीण,'' क्षणही न दवडता अरुणाने उत्तर दिलं. या बहिणीला मग हॉस्पिटलमध्ये ॲडमिट करण्यात आलं, तिचं ऑपरेशन झालं आणि ती चांगली धडधाकट झाल्यावर तिला घरी पाठवण्यात आलं. अरुणाने या सगळ्यांची काळजी घेतली.

एक दिवस तिचा भाऊ सदानंद हॉस्पिटलमध्ये आला. त्या दोघांची भेट म्हणजे दोन अनोळखी माणसांचीच भेट होती. आपल्या धाकट्या बहिणीशी त्याने कधी फारसा संपर्क ठेवलेला नव्हता. कोल्हापूरच्या एका उडिपीमध्ये सदानंद कॅशिअरची नोकरी करायचा. त्याला अचानक बरं वाटेनासं झालं. कोल्हापुरातल्या अनेक डॉक्टरांकडे तो जाऊन आला, पण त्याला बरं वाटलं नाही. मग आपल्या प्रकृतीची तक्रार करणारं पत्र त्याने बाळकृष्णला लिहिलं. 'अरुणा केईएममध्ये असल्याने तू सुटी घेऊन मुंबईला ये', असं उलट टपाली त्याने सदानंदला कळवलं आणि तो आला. अरुणा त्याला घेऊन डॉ. संदीप सरदेसाईकडे गेली. डॉ. सरदेसाईने त्याच्याकडे आवश्यकतेपेक्षा जास्तच लक्ष पुरवलं. ठणठणीत बरा होऊन पुन्हा कोल्हापूरला जाताना सदानंद म्हणत होता,

''काय सुरेख हॉस्पिटल आहे हे. इथले डॉक्टर्स तुम्हाला घरातले एक

असल्यासारखेच वागवतात.''

स्टाफ नर्स अरुणा शानबाग आणि डॉ. संदीप सरदेसाई एकमेकांकडे बघून हळूच हसले. सत्तर सालात प्रेम असंच फुलायचं.

बाळकृष्णनेही मुंबई सोडली. कमला मिलमध्ये काही विभाग बंद केले जाताहेत, काही कामगारांना काढलं जातंय, अशा बातम्या त्याच्या कानावर आलेल्या होत्या. त्याने आपल्याला उडिपीमध्येच काही करता येईल का, याची चाचपणी केली. मुंबईत नाही, दूर आपल्या घरीच. दक्षिणेत. जिथे माणसांना अजून माणसांसारखं वागवलं जायचं. तिथे पगार मुंबईपेक्षा कमी असेल, पण पैशाला किंमत होती. जिथे रात्रीची शांत झोप लागायची. अशी चाचपणी करता करता बाळकृष्णला समजलं की कर्नाटकात शिमोग्यामधून जाणाऱ्या मुख्य रस्त्यावर एक उडिपी निघालंय आणि तो गृहस्थ भागीदाराच्या शोधात आहे. बाळकृष्णने ताबडतोब कमला मिल्समधल्या डाईंग विभागातल्या आपल्या कामाचा राजीनामा दिला आणि पहिलं वाहन पकडून तो या नावडत्या शहरापासून दूर निघून गेला.

भावाची कमतरता अरुणाला तशी जाणवली नाही. तिच्यापाशी तेवढा वेळही नव्हता. टायफॉइड झालेल्या रामदासची काळजी घेण्यात ती बुडून गेली होती. रामदासला हॉस्पिटलची भीती वाटत असल्याने तो उपचारासाठी येण्याचंच नाकारत होता. इंजेक्शन घेण्याचा तर विचारही करायची त्याची तयारी नव्हती. त्याचा ताप वाढत होता, आडमुठेपणा कमी होत नव्हता आणि त्याला आवरणं कठीण होऊ लागलं होतं. मग त्यांच्या अम्माने अरुणाला फोन करायचं काम निर्मलाकडे सोपवलं. सुटी घेऊन अरुणा घरी आली ती सीरिंज आणि कापूर आणि इतर औषधांची बॅग घेऊनच. अतिशय सफाईने ती या वस्तू हाताळत होती. किंचाळण्यापूर्वीच रामदासला इंजेक्शन देऊन झालं होतं. कॅज्युअल वाढवणं अशक्य झालं तेव्हा अरुणा हॉस्पिटलमध्ये परतली. मात्र सिस्टर उषा सामंतला तिने रामदासची काळजी घ्यायला पाठवलं. कडकपणे वागायच्या सूचना देऊन. थोड्या दिवसांत रामदास ठणठणीत बरा झाला. इतकंच नव्हे तर इंजेक्शन्सबद्दलची त्याची भीतीही नाहीशी झाली. आणि केईएमला येऊन ऑपरेशन थिएटर बघण्याची इच्छाही त्याने अरुणापाशी व्यक्त केली.

ही माणसं बसतात तिथेच थुंकतात, घराच्या जवळच सगळे विधी करतात. मुंबईकर आपल्या आजूबाजूला निर्माण करत असलेल्या आणि राहत असलेल्या घाणीविषयी अरुणाच्या मनात कमालीची घृणा होती. केवळ झोपडपट्टीतील नव्हे, श्रीमंत माणसंही तशीच. उलट ती अधिकच बेजबाबदार म्हणायला हवी. कारण त्यांना अधिक समजतं असं सर्वसाधारणपणे मानलं जातं. वरळीच्या बीडीडी

चाळीकडे जाताना तो घाणीने भरलेला रस्ता अरुणा काळजीपूर्वक पार करत होती. मुंबईतली ही आणखी एक गैरसमजूत अरुणाच्या मनात विचार चालले होते. हिंदी सिनेमांमध्ये या भयंकर जागांचं नेहमी उदात्तीकरण केलं जातं. अशा वस्तींमध्ये राहणारी माणसं नेहमी आनंदी, धट्टीकट्टी आणि चांगली दाखवली जातात. इथलं आयुष्य एवढं हवंहवंसं आहे की वस्ती जमीनदोस्त करायला आलेल्या दुष्ट बिल्डरांच्या क्रेनखाली प्राणांची आहुती देण्याएवढी इथल्या लोकांची तयारी! मुंबईच्या सिनेमांमध्ये 'बस्ती को बचाना' म्हणजे फार थोर कार्य. आपल्या बंगल्यांच्या आजूबाजूला झोपडपट्टी नसणाऱ्यांचं काय जातंय 'झोपडपट्टी वाचवा' असा संदेश सिनेमातून द्यायला!

बॉम्बे डिस्ट्रिक्ट डेव्हलपमेंट बोर्ड बरॅक्स ब्रिटिशांनी आपल्या सैनिकांसाठी बांधलेल्या होत्या. एकावर एक रचलेल्या अनेक खोल्या. अशा चार मजली शंभर इमारती. या छोट्याशा शहराच्या बाजूला जाम्बोरीसाठी, मेळाव्यासाठी एक मैदान आखलं गेलं. इंग्रज गेल्यानंतर त्या मैदानाला जाम्बोरी मैदान असंच नाव पडलं. बरॅक्सचं रूपांतर बीडीडी चाळींमध्ये झालं. वाईट म्हणजे शहरातल्या गरीबांनी कसं राहावं, यासाठी ते एक उदाहरणच बनलं. दहा बाय दहाची एक खोली. त्यात किमान सहा माणसांचं कुटुंब कोंबलेलं. एका मजल्यावर अशा दहा खोल्या आणि कॉरिडॉरच्या टोकाला या सगळ्यांसाठी मिळून एक संडास. अनेक पिढ्या इथे जन्माला आल्या आणि तिथेच, तशाच संपल्या.

पाइप फुटून वाहणाऱ्या गटाराच्या बाजूने जाताना अरुणाने आपलं नाक मुरडलं. मुंबईतल्या चाळींमध्ये पाइप फुटणं ही हमखास दिसणारी गोष्ट. मग बीडीडी चाळ त्याला अपवाद कशी असेल? अरुणाने पावलं अधिक झपझप टाकायला सुरुवात केली. अजून सूर्यास्त झालेला नव्हता. पण ही जागा तशी सुरक्षित नव्हती. काचेच्या फोडलेल्या बाटल्या पोटात घुसवण्याचे प्रकार इथे नित्याचेच होते. कधी कधी तर तलवारीच उपसल्या जात. कुठून येत या तलवारी, कोण जाणे. गोंधळलेली मुलं तर रडू लागत. घाबरलेल्या बायका अश्रू ढाळत, रेडिओ मोठ्याने लावला जाई, मोठाल्या घुशी अन्नासाठी इथून तिथे बिनधास्त फिरत.

ही कल्पना फारशी आवडली नसली तरी अरुणा नकार देऊ शकली नाही. अरुणाला तिच्या बहिणीने बीडीडी चाळींच्या मागे असलेल्या नेहरूनगर चाळीतल्या आपल्या खोलीमध्ये एक दिवस राहायला बोलावलं होतं. निर्मलाच्या अम्माने दोघींना एकत्र आणलं, तेव्हा दोन अनोळखी माणसं भेटावीत तशा त्या भेटल्या. खरं म्हाजे अरुणासाठी ती परकीच तर होती. या बहिणीचं लग्न झालं चौदाव्या वर्षी. अरुणा तर तेव्हा इतकी लहान होती की लग्नच नव्हे, तर बहिणीचा चेहेराही

तिच्या आठवणीत नव्हता. हळदीपूरहून शकुंतला थेट मुंबईतल्या या चाळीत राहायला आली. लग्नात तिचं नाव बदलून शांताबाई ठेवण्यात आलं. नवीन नाव, नवीन आयुष्य. तिचा नवराही एका वेगळ्या आयुष्याला सुरुवात करतोय, असा विचार कोणाच्याच मनात आला नाही. आला असलाच तर त्याकडे दुर्लक्ष करण्यात आलं.

तिचा नवरा सेंच्युरी मिल्सजवळच्या एका उडिपीमध्ये नोकरी करत होता. त्यानंतर मग त्याने आजूबाजूच्या घरांमध्ये दुधाच्या बाटल्या पोचवण्याचं काम सुरू केलं. शांताबाईला काही मुली आणि मग एक मुलगा झाला. मिळकत वाढावी म्हणून तीही नवऱ्याला बाटल्या पोचवण्यात मदत करू लागली. पहाट झाली की, दुपारी सूर्य तळपत असताना, पावसाळ्यात चिखल तुडवत शांताबाई खांद्याला कॅनव्हासची मोठी पिशवी घेऊन निघायची. आत बाटल्या ठेवलेल्या असत. सेंटरवरून भरलेल्या बाटल्या घ्यायच्या, रिकाम्या बाटल्यांच्या बदल्यात त्या घरोघरी पोचवायच्या आणि पुन्हा रिकाम्या बाटल्या आणून सेंटरवर द्यायच्या. एवढी पायपीट रोज दोन वेळा ती करायची. बऱ्याच वेळा तिचे पाय दुखत, गुडघ्यातून कळा येत. मग कापडाच्या चिंध्या ती पायाला वेगवेगळ्या ठिकाणी करकचून बांधून ठेवत असे.

अरुणाला बहिणीची खोली शोधायला फार वेळ लागला नाही. आपल्या कुटुंबाबरोबर ती अरुणाची वाटच पाहत होती. अरुणाला पाहून तिला मनापासून आनंद झाला. अम्मासारखंच गरम गरम, ताजं जेवण बनवलेलं होतं. हसत-खेळत, गप्पा मारणं चालू झालं. अरुणाच्या भाच्यांना नर्सिंगविषयी सगळी माहिती हवी होती. आपण झोपणार कुठे, असा विचार अरुणा करत होती. खोलीच्या बाहेर कोणी झोपत नसे. पुरुषही नाहीत. कारण रात्री उंदीर पायाची बोटं कुरतडत. घोरणाऱ्या मंडळींच्या तर कधी कधी छातीवर चढून ते उंदीर हनुवटीला चावू मागत. अशा वेळी मग ते ओरडत उठत.

स्वैपाक केला जायचा तिथे भाच्यांजवळ अरुणासाठी झोपायची जागा करण्यात आली. बाजूलाच हिरव्या रंगाच्या वेड्यावाकड्या टाइल्स लावण्यात आल्या होत्या. भिंतीला लागून एक मोठी शोकेस होती. त्यात दोन चायना कप आणि बशा होत्या, गांधीजींच्या तीन माकडांचे बटबटीत पुतळे होते आणि प्लॅस्टिकमध्ये गुंडाळलेला ट्रांझिस्टर होता. पुढचा दरवाजा आणि शोकेस यांच्या मधे असलेल्या जागेत आलेल्या पाहुण्यांसाठी एक खुर्ची कोंबलेली होती. घरामध्ये असलेलं आणखी एकमेव सामान म्हणजे गंजलेला लोखंडी पलंग. खोलीत असलेलं आणि पायात येणारं बाकी सगळं सामान या पलंगाखाली सारलेलं असायचं. अगदी दुधाच्या रिकाम्या बाटल्याही.

अरुणाने आपले गच्च डोळे मिटून घेतले. दूर, दुसऱ्या गावतून थेट या अशा खोलीत आपण राहायला आलो तर, अशी कल्पना ती करू लागली. तिच्या डोळ्यांसमोर दुधाच्या बाटल्या पोचवणारी स्वत:ची मूर्ती आली. सगळा दिवस फक्त तेच काम. तेवढाच प्रवास. घरापासून दुधाच्या सेंटरवर आणि परत. मरेपर्यंत हेच आयुष्य. आणि मग या घरातून शेवटी दूरचा प्रवास होणार तो एकच, स्मशानापर्यंतचा. त्याआधी तिला इथे याच जमिनीवर झोपवण्यात येईल, बाजूच्या खुर्चीवर शेवटचं बघायला येणारे लोक बसतील, अंगावर फुलं टाकलेली असतील आणि भोवताली रिकाम्या बाटल्या. अरुणाच्या अंगावर शहारा आला. देवाचे आभार मानावेत अशा कितीतरी गोष्टी आहेत आपल्याकडे, तिने मनात म्हटलं. आणि आपल्या बहिणीबरोबर जास्त वेळ घालवण्याचा निश्चयही केला.

मनाशी ठामपणे काहीतरी ठरवूनच डॉ. संदीप सरदेसाई लायब्ररीमध्ये शिरला. त्याच्या चष्म्यातून त्याच्या नजरेतला निग्रह दिसत होता. आज, आजच तो तिला 'हॉस्पिटलच्या बाहेर भेटायला येशील का,' म्हणून विचारणार होता. दरम्यान, ते बऱ्यापैकी गप्पा मारू लागलेले होते. ती आता लायब्ररीत असणार हे त्याला ठाऊक होतं. कारण त्यानेच तिच्याकडून तिच्या वेळापत्रकाची माहिती करून घेतलेली होती. तिच्या शिफ्टस कुठल्या आहेत, ती कोणत्या वेळी लायब्ररीत जाते, सगळं. डॉ. सॅम्युअल तिच्याजवळ हीरोगिरी करणारे कोणते डायलॉग्ज म्हणतो हेही त्याने तिच्याकडून काढून घेतलेलं होतं. इतकंच नव्हे तर तिने 'संगम' आणि 'गाईड' दोन-दोन वेळा पाहिलेत हेही त्याला माहीत होतं.

वर्तमानपत्रांच्या रॅकजवळ त्याला ती दिसली. एखाद्या हंसासारखी मान वर्तमानपत्रात खुपसलेली होती. वाचनावर पूर्ण लक्ष केंद्रित केल्याने तिचे ओठ दुमडलेले होते. तिच्या बाजूला जाऊन डॉ. सरदेसाई घसा खाकरला. तिने मान वर उचलली.

''रोज पेपर वाचायला तुम्हाला आवडतो, नाही?''

तिच्या डोळ्यांत चमक होती. ''मी पेपर वाचते ते माझं सामान्य ज्ञान आणि इंग्लिश चांगलं व्हायला हवं म्हणून.''

''कमेंडेबल, कमेंडेबल.''

''या शब्दाचा अर्थ काय?'' तिनं कोंकणीत विचारलं.

त्याने अर्थ सांगताना डिक्शनरीत नसलेली आणखी दोन-चार विशेषणंही जोडली.

''थँक यू. माझ्या एंट्रन्स परीक्षेसाठी त्याची मदत होईल, असं मला वाटतं.''

''अच्छा! तुम्ही कुठल्या परीक्षेला बसताय का?''

''अजून नाही. पण मला वाटतं, या वर्षी लंडनहून मला नर्सिंगच्या उच्च

शिक्षणासाठी नक्की बोलावणं येईल. मग तिथेही केईएमसारखीच एंट्रन्स असणार ना. तेव्हा तयारीत असलेलं बरं. फोरवॉर्न्ड इज फोरआर्म्ड्. वर्तमानपत्रातलं मधलं पान वाचून हा वाक्प्रचार कळला मला.''

आपल्या सोलार प्लेक्ससवर जोरात कोणीतरी ठोसा लगावलाय, असं डॉ. सरदेसाईला वाटलं. काय बोलतेय काय ही? ती तर निघून जायच्या गोष्टी करतेय. असं कसं करू शकते ती? पण तिला अजून शिकायचं असेल तर तो कोण तिला थांबवणारा? आणि कसा थांबवू शकणार तो तिला? त्याने दीर्घ निःश्वास सोडला. आत्ता, नाही तरी कधीच नाही. तिचं तिला काय ते ठरवू दे संदीप, तू नुसता प्रश्न विचार.

त्याने तोंड उघडलं. स्टाफ नर्स अरुणा शानबागने आपल्या घड्याळाकडे बघितलं. 'न्युरो सर्जरीमध्ये नाइटला जाण्यापूर्वी आपल्याला बरीच कामं आहेत, तेव्हा पळायला हवं,' असं म्हणाली.

त्याने तोंड मिटण्याआधी ती गेलीसुद्धा होती.

रात्रीचे १.४७. न्यूरो सर्जरीच्या वॉर्डमध्ये सगळं आलबेल होतं. पेशंटस झोपलेले होते. सगळीकडे शांत होतं. नर्सेसच्या ड्युटी डेस्कवर अरुणा निर्मलासाठी आणखी एका साडीच्या पदरावर एम्ब्रॉयडरी करत बसली होती. पहिली साडी निर्मलाला खूप आवडली होती. ती पाहून निर्मला आनंदाने चित्कारली, ताबडतोब तिने ती नेसली आणि रामदाससमोर मिरवलंसुद्धा. रामदासलाही मग आपल्या कुडत्यावर वाघ आणि मोर गुंफलेत अशा विचित्र डिझाईनची एम्ब्रॉयडरी हवी झाली होती. एक पेशंट कण्हला. अरुणाने ताबडतोब हातातली साडी बाजूला ठेवली आणि ती त्याच्या बेडपाशी गेली. पेशंटने हुंकार सोडला आणि तो पुन्हा विसावला. अरुणा आपल्या टेबलापाशी आली आणि तिला आश्चर्याचा गोड धक्का बसला. डॉ. सरदेसाई तिथे उभा होता. तिच्याकडे पाहत.

''गुड इव्हनिंग, डॉ. सरदेसाई,'' ती कुजबुजली.

''माझ्याशी लग्न कर.'' तो मोठ्याने म्हणाला.

पटकन अरुणाने वॉर्डमध्ये नजर टाकली. ''शूऽऽ.'' ती कुजबुजली. ''हे तुम्ही मला हॉस्पिटलच्या बाहेर नाही विचारू शकत?''

''इतके दिवस मी काय करायचा प्रयत्न करतोय असं वाटतं तुला? प्रत्येक वेळी हॉस्पिटलच्या बाहेर भेटू, असं तुला सांगायला मी तोंड उघडतो आणि तू मला डॉ. सॅम्युअलबरोबरच्या तुझ्या गप्पांविषयी सांगतेस.''

अरुणा हळूच हसली. इतकं आनंदी तिला यापूर्वी कधीच वाटलं नव्हतं.

''कुठे भेटायचं ते सांगा मला.''

"सकाळी तुझी शिफ्ट सात वाजता संपते. मेन गेटजवळ मला सात वाजून दोन मिनिटांनी भेट."

अरुणाने आश्चर्याने आपली मान हलवली. "एवढी वर्षं आणि महिने तुम्ही काहीच बोलला नाहीत, आणि आता एकदम एवढी घाई?"

"उद्या संध्याकाळी हँगिंग गार्डनला, कॅफे नाझमध्ये. सहा वाजता. मी सगळ्यात वरच्या मजल्यावर तुझी वाट पाहीन."

अरुणाने आनंदाने मान हलवली.

तो जायला वळला आणि मग पुन्हा तिच्या दिशेने वळला.

"स्टाफ नर्स शानबाग!"

तिने त्याच्याकडे बघितलं.

"हो म्हण. आत्ता"

"हो, डॉक्टर."

कॅफे नाझमधल्या वातावरणात सगळीकडे प्रेमाचा गंध भरून राहिला होता. टेबलांवर बसलेली जोडपी एकमेकांमध्ये हरवून गेलेली होती. त्यांच्या खाली आणि समोर, अर्धवर्तुळाकार दिसणारी मुंबई उजळू लागली होती. राणीचा रत्नहार चमकू लागला होता. अरुणाच्या बोटात एक छोटी, गोल सोन्याची अंगठी संदीपने सरकवली. "तुला ठाऊकेय, या बोटातून निघणारी शीर थेट हृदयाला जाऊन भिडते."

अरुणाने मान हलवली. तिला खूप छान वाटत होतं. इतकं की या क्षणाला तिच्या शरीरातली प्रत्येक शीर जणू हृदयाला जाऊन भिडत होती.

"अरुणा, आता नीट ऐक. मी इतक्या लगेच तुला ही अंगठी दिली त्याला कारण आहे. तुला किंवा तुझ्या घरच्यांना किंवा मैत्रिणींना असं क्षणभरही वाटता नये की तुझ्याशी लग्न करण्याबाबत मी गंभीर नाहीये. पण आपल्याला लगेच लग्न नाही करता येणार. माझा स्वत:चा फ्लॅट घेतला की मगच मी बायको म्हणून तुला तिथे नेणार. त्यासाठी आधी मला नीट प्रॅक्टिस करायला हवी. आणि त्याकरता माझं एम.डी. पूर्ण व्हायला हवं. पुढच्या वर्षीच्या अखेरीपर्यंत ते होईल. पण याचा अर्थ लग्नासाठी आपल्या ७५ सालापर्यंत तरी थांबावं लागेल. समजतंय का तुला?"

अरुणा थोडी खट्टू झाली. पण तेवढ्यात एक विचार तिच्या मनात आला आणि पुन्हा तिचा उत्साह वाढला. तिने मान हलवली.

"आपलं लग्न झाल्यावर तू नोकरी केलेली मला चालणार नाही."

"नाही?"

"नाही."

"पण का?"

“नाही म्हणजे नाही.”

“बरं.”

“मग नर्सिंगसाठी तुझ्या एखाद्या इंग्लिश कॉलेजमधून बोलावणं आलं तर काय करशील?”

“ते पत्र फाडून त्याच्या चिंध्या चिंध्या करून टाकीन.” अरुणाने खुदूखुदू हसत उत्तर दिलं.

“हसतेस का एवढी?”

“उगीच. खाजगी क्लिनिक उघडायचं तर किती पैसे लागतात?”

“मला ठाऊक नाही. बघावं लागेल. पण चांगल्या वस्तीत हवं क्लिनिक. आपलं घरही जवळच असायला हवं. दूर सबर्ब्सपेक्षा इथे थोडे जास्त पैसे पडतील.”

“तरीही. काही आकडा तर असेल.”

“क्लिनिकच्या जागेसाठी डिपॉझिट किंवा भाडं लागेल, तिथे थोडं सामानसुमान आणावं लागेल, फ्लॅटसाठी डाऊन पेमेंट करावं लागेल... म्हणजे... साधारण सुरुवातीला पन्नास हजार तरी लागतील.”

अरुणाने डोळे विस्फारले. “अय्यो, एवढे!” तिने आवंढा गिळला. “लग्नानंतर मी नोकरी करायलाच हवी. म्हणजे एवढ्या खर्चाला माझाही हातभार लागेल.”

संदीप हसला. “अरुणा, मी स्पेशलिस्ट डॉक्टर बनणार आहे. मला भरपूर पैसे मिळतील. पेशंटबरोबर हल्ली काही डॉक्टर्स कट घेतात तसं काहीही न करता मिळतील. तू पैशाची काळजी नको करूस बरं. तू माझ्या घरी येशील ती अरुणा सरदेसाई म्हणून, माझ्या मुलांची होणारी आई म्हणून.”

“मुलं!”

“का, काय झालं? तुला मुलं नाही आवडत?”

“नाही, नाही, तसं नाही. लग्नानंतर सगळ्या बायकांना मुलं व्हावीच लागतात.”

“तरीही तुला मुलं आवडत नाहीत, असं वाटतंय मला.”

“तुम्हाला आवडतात?”

“मला? अर्थातच. पण मला दोनपेक्षा जास्त मुलं नकोत.”

“मलाही. आणि लग्नानंतर मुलांसाठी घाई नाही करायची. ती सावकाश होतील.”

अचानक संदीपच्या लक्षात आलं की आपल्याला तिचं वय ठाऊक नाही. “तुझं वय काय अरुणा? जन्मतारीख काय?”

“१ जून, १९४८. नुकतीच चोवीस वर्षांची झाले मी.”

“हं. म्हणजे लग्नानंतर मुलांसाठी आपल्याला फार काळ नाही थांबता येणार. ७५ मध्ये आपण लग्न करणार. म्हणजे तेव्हा तू २७ वर्षांची असशील. बायकांना

फार उशिरा मूल होता कामा नये. आई आणि बाळ दोघांसाठीही ते चांगलं नसतं.''

''अच्छा, मग आपण दोन्ही मुलं फटाफटा होऊ देऊ या. मी साडेएकोणतीस वर्षांची झाले की पहिलं होऊ देऊ.''

संदीप जोरात हसला. ''चल आता निघू या. नाहीतर तुमच्या हॉस्टेलचं गेट बंद होईल.''

तो बिल भरत होता. अरुणा खाली चमकणाऱ्या दिव्यांकडे पाहात होती. मुंबई एवढी सुंदर कधीच दिसली नव्हती.

अरुणाने आपल्या एंगेजमेंटविषयी सांगितल्यावर तिची बहीण फारसं काही बोलली नाही. संदीपला भेटायची इच्छाही तिने व्यक्त केली नाही. ''तू बाळकृष्णाला कळवलंस?'' हा एकच प्रश्न तिने विचारला. बाळकृष्णशी अरुणाला आणखी काहीतरी बोलायचं होतं. त्यासाठी शिमोग्याला जाणार तेव्हाच हेही सांगू, असं उत्तर तिने बहिणीला दिलं. अरुणाने आपण लवकरच भेटायला येणार आहोत असं पत्रही त्याला पाठवलेलं होतं. ''एवढ्या आधीपासून ठरवून...'' तिच्या बहिणीने बोलायला सुरुवात केली आणि वाक्य अर्धवटच सोडलं.

''आधीपासून काय?''

बहिणीने मान हलवली. ''त्याच्याबरोबर लग्न होईपर्यंत फार फिरू नकोस. हॉस्पिटलच्या बाहेर वगैरे. स्वत:चा मान राखून वाग. एखाद्या मुलीची खूप ओळख झाली की पुरुषाचा तिच्यातला रस संपतो.''

अरुणाला एवढं आश्चर्य वाटलं की काय बोलावं तिला कळेना. मग पुन्हा तिच्या बहिणीने हळूच मान हलवली आणि आपली कॅनव्हासची बॅग उचलून ती चालू लागली.

पुढच्या वेळी अरुणा तिला भेटायला गेली तेव्हा तिने अरुणासाठी एक सोन्याची चेन बनवून घेतलेली होती. गुंफलेल्या दोरासारखी. ''लग्नासाठी आत्तापासून दागिन्यांच्या तयारीला लाग. अम्माने माझ्या लग्नात दिलेलं सोनं मोडून त्याच्या दोन साखळ्या केल्या मी या.''

''पण त्या मंगला आणि सावित्रीसाठी असणार ना,'' अरुणा आपल्या दोन तरुण भाच्यांविषयी बोलत होती. ''तू तुझ्या मुलींसाठी दागिने करत असताना त्यातलं मी काही घेणं मला बरोबर नाही वाटत.''

बहिणीने थंड आवाजात म्हटलं, ''घे ती. वेळ येईल तेव्हा आणखी सोनं मोडेन मी.''

अरुणाने ताबडतोब ती चेन गळ्यात अडकवली. त्यात एक छोटंसं पेंडंटही घातलं. ते सावित्रीचं होतं. सावित्री ते वापरत नव्हती म्हणून तिने तात्पुरतं ते

अरुणाला दिलं. षटकोनी आकाराच्या त्या पेंडंटमध्ये फुलाफुलांची नक्षी होती आणि बाजूला छोटेसे सोन्याचे मणी होते. खूप गोड होतं ते.

पुण्याजवळच्या आपल्या गावाला महिनाभर राहून सुटीवर गेलेली उषा सानंत परतली. तिच्या तीक्ष्ण नजरेतून तो दागिना सुटला नाही.

''नवरी सजतेय वाटतं.''

अरुणा लाजली. ''दागिने कुठले. माझ्या बहिणीने मला साखळी दिली. ते पेंडंट परत करायचंय.''

''खरंच? मग डॉ. सरदेसाईशी कोण लग्न करतंय? आपल्या मेट्रन?''

दोघीही त्या कल्पनेने खूप हसल्या. मेट्रन वयस्क होत्या. प्रेमळ होत्य. नर्सेसना त्या खूप आवडायच्या.

''मग कधी करताय लग्न?''

''वेळ आहे अजून.''

''सगळ्या नर्सेस त्याबद्दल बोलतायत. तुझा हेवा वाटतोय सगळ्यांना. लवकर लग्न करून टाक हां. नाहीतर दुसरी नर्स पळवून नेईल त्याला.''

''आणि मी काय नुसती बसून बघत राहीन? त्यांना प्रयत्न तर करू दे.''

''ऐका, ऐका! पण तरीही गळ्याभोवती लवकरात लवकर मंगळसूत्र आलेलं बरं. त्यासाठी पैसे जमवायला सुरुवात केलीस की नाही?''

अरुणाने खोलीतला दिवा घालवला आणि अंधारात ती स्वत:शीच हसली. तिने मंगळसूत्र केव्हाच करायला टाकलं होतं. लंडनच्या तिकिटासाठी जमवत असलेले पैसे या कामी आले होते.

''तो रेडिओ बंद कर गं. मला झोपायचंय. किमान या एवढ्या एका गोष्टीसाठी उद्या सकाळी तुझं लग्न व्हावं असं वाटतंय मला!''

''म्हणजे, मी रुम-मेट म्हणून नको असायला आणखीही काही कारणं आहेत वाटतं?''

''झोप आता. आणि डॉ. सरदेसाईची स्वप्नं पाहा.''

''दोघांची जोडी खरंच छान शोभून दिसते,'' सिस्टर प्रेमिला कुशे म्हणाल्या. स्टाफ नर्स अरुणा शानबाग आणि डॉक्टर संदीप सरदेसाई कॉरिडॉरमधून त्यांच्या पुढूनच चालले होते.

तो रविवार होता. आळसावलेला. डॉ. सरदेसाई त्याच्या राऊंडवर होता आणि अरुणा त्याच्या सोबत होती. सिस्टर कुशेही जेवणाआधीची चार नंबरच्या वॉर्डपर्यंतची आपली राऊंड घेत होत्या. ज्येष्ठ सहाय्यक मेट्रन दुर्गा मेहता त्यांच्याबरोबर होत्या.

लंडनच्या 'रॉयल कॉलेज ऑफ नर्सिंग'मधलं आपलं प्रशिक्षण आटोपून सिस्टर मेहता परतल्या होत्या. केईएमच्या नर्सेसच्या भल्यासाठी काही छोटे पण परिणामकारक बदल करण्याचा त्यांचा प्रयत्न चालू होता.

"अगदी लक्ष्मी-नारायणाचा जोडा आहे," सिस्टर कुशे बोलतच होत्या, "शारीरिकदृष्ट्याही."

सिस्टर मेहता विचार करत म्हणाल्या, "आपल्या वेळी एखाद्या डॉक्टरला प्रश्न विचारायची तरी आपली हिंमत होती का?"

सिस्टर कुशे हसल्या. त्यांच्या आवाजात मनापासून झालेला आनंद होता. "आज तरी डॉक्टर्स फारसे नर्सशी लग्न करताना दिसत नाहीत. यांच्यानंतर केईएममध्ये आणखी बराच काळ दुसरी डॉक्टर-नर्सची जोडी व्हायची नाही. म्हणून तर हे जोडपं खास आहे. प्रत्यक्षात उतरलेलं प्रेम!"

दोघीही वॉर्ड नं.४ मध्ये वळल्या.

अरुणा संदीपच्या बाजूने चालत होती. समाधानी, सुखी. आणि नेहमीप्रमाणे त्याच्याबरोबर असतानाची तिची अखंड बडबड चालू होती. अनेक प्रश्न, गप्पा, निरीक्षणं. जणू काही तिला अखेर ज्याच्याशी संवाद साधता येईल असा मित्र भेटला होता. चिनी लोकांनी या दोघांचं वर्णन यीन आणि यॅन्ग यांचं नेमकं मिश्रण असं केलं असतं. तो सावळा होता, ती गोरी होती. तो अबोल होता. ती बडबडी होती. तो शांत होता. ती उत्साही. आज तिला ऑफ होता; पण संदीपला काम होतं म्हणून ती युनिफॉर्म घालून त्याच्याबरोबर त्याच्या राऊंड्सच्या वेळी हजर राहिली होती. ती असं काही करेल अशी त्याची अपेक्षा नव्हती. त्यामुळे तिला पाहून त्याला आश्चर्य वाटलं आणि आनंदही झाला.

"मेट्रन याविषयी काय म्हणेल मला ठाऊक नाही, पण केईएममधले पेशंट्स मात्र ड्युटी नसतानाही नर्सेस येतात म्हणून खूश होतील."

ते दोघे मुलांच्या वॉर्डात शिरले आणि तिथल्या दोन्ही नर्सेसनी एकमेकांना ढोसलं. "त्याच्या बाजूने किती आज्ञाधारक मुलीसारखी चाललीये बघ ती. बळीचा बकरा आपण बनलोत हे समजतंय का त्याला? खरंच, चांगला बकरा गाठलाय तिने. आता बकरीसारखी ती सगळीकडे त्याच्यामागे जाईल. नाहीतर आपल्यापैकी कोणी पटवेल ना त्याला!"

दुसऱ्या नर्सने ओठ चावले आणि म्हणाली, "नसीब नसीब की बात है."

आपण आपलं नशीब घडवतो, असं अरुणाने या वेळी त्यांना सांगितलं असतं. पण, खरंच घडवतो?

हवेत तरंगणारी अरुणा थोडीशी जमिनीवर आली ती तिच्या बदलीमुळे.

कुत्र्यांच्या प्रयोगशाळेत आपल्याला पाठवत असल्याचं तिला कळवलं गेलं. केईएमच्या गच्चीवर एक भलीमोठी खोली होती. त्यात डॉक्टरांची केबिन, संशोधन आणि शस्त्रक्रिया विभाग होता. खोलीच्या बाहेरील फलकावर लिहिलं होतं, ''सर्जिकल ॲण्ड मेडिकल ॲण्ड गॅस्ट्रोएण्टरॉलॉजिकल एक्सपरिमेंटल लॅबोरेटरी.'' गच्चीच्या दुसऱ्या बाजूला कुत्र्यांची घरं होती. रस्त्यावर भटकणारे, पट्टा नसलेले कुत्रे बीएमसीवाले उचलत आणि आठ दिवस आपल्या निगराणीखाली ठेवत. अनेकदा आपला कुत्रा हरवला म्हणून तक्रारदार येत आणि आपला कुत्रा शोधून घेऊन जात. पालिकेसाठी धन्यवादाचा एकही शब्द न बोलता. ज्यांना कोणी मालक नाही असे बेवारशी कुत्रे मग केईएमच्या प्रयोगशाळेत पाठवले जात. या प्रयोगशाळेला 'डॉग लॅब' असंच म्हटलं जाऊ लागलं होतं. या विभागाला माणसांसाठी असलेली व्हील-चेअर चुकून पाठवली गेली तर ती परत तर येत नसेच, उलट त्या खुर्चीच्या मागे लाल स्टेन्सिलने 'डॉग लॅब' असा शिक्काही मारला जाई.

''मी एक नर्स आहे,'' अरुणा अगदी रडायला आली होती. संदीपला ती म्हणाली, ''माणसांची काळजी घेणं हे माझं काम आहे, मी का जाऊ डॉग लॅबमध्ये?''

नेहमी वास्तववादी विचार करणारा संदीप म्हणाला, ''या बदलीचीही चांगली बाजू आहे. तुला आता शिफ्ट ड्युटी नसतील. फक्त सकाळची शिफ्ट. कामाचं अजिबात दडपण नाही. त्यामुळे तुला शिमोग्याला जायला मेट्रन अगदी आरामात रजा देतील. आणि सगळ्यात चांगलं म्हणजे तळघरातलं सीव्हीटीसी अजून सुरू झालेलं नाही म्हणजे फक्त सही करण्यापुरतं तुला तिथे जावं लागेल. अख्खा दिवस या बिल्डिंगमध्ये स्वच्छ उजेडात आणि भरपूर वाऱ्यात घालवता येईल.''

केईएमने आपल्या सुरुवातीच्या काळात बीएमसीकडून नाममात्र किंमतीमध्ये विकत घेतलेल्या दोन अतिरिक्त जागांपैकी एकीवर नवीन इमारत बांधण्यात आली होती. मूळ दगडी इमारतीतून रस्ता ओलांडून या नवीन इमारतीमध्ये जावं लागायचं. जुन्याच्या मानाने ही इमारत दिसायला बरी नव्हती. उंच, व्यक्तित्त्वहीन आणि गलिच्छ गुलाबी रंगात रंगवलेली. इथेच सीव्हीटीसी, कार्डिओ व्हॅस्क्युलर थोरॅसिक सेंटर होतं. मात्र दिसण्यात जे गमावलं ते इथे मिळणाऱ्या सोयींनी भरून काढलं होतं. सीव्हीटीसीच्या आऊट-पेशंट विभागात येणाऱ्या रुग्णांची गर्दी दिवसेंदिवस वाढतच होती. तळमजल्यावर, रस्त्याच्या स्तरावर ओपीडी होतं. त्याच्या खाली, तळघरात सीव्हीटीसी डॉग लॅब होती. मात्र इमारतीचं उद्घाटन झाल्यापासून ते आजतागायत या प्रयोगशाळेचा वापर करायला सुरुवात झालेली नव्हती. तळघरात जाण्यासाठी पायऱ्या होत्या. दरवाजा उघडला की एक लांब कॉरिडॉर समोर यायचा. त्याच्या उजव्या बाजूला जुन्या फायली, जुने रेकॉर्ड रचलेले होते. कायद्यानुसार हे

रेकॉर्ड काही ठराविक काळापर्यंत फेकून द्यायला मनाई होती. शिवाय हॉस्पिटलमधले काही गंजलेले पलंगही तिथे पडलेले होते. कॉरिडॉरच्या टोकाला दोन खोल्या होत्या. एकापाठोपाठ एक. पहिली नर्सेसची ड्युटीरूम आणि दुसऱ्या खोलीत कुत्र्यांवर शस्त्रक्रिया आणि प्रयोग करणारी प्रयोगशाळा असायची होती.

कुत्र्यांवर हृदय-शस्त्रक्रिया करणारे डॉक्टर्स सवयीने जुन्या इमारतीमधल्या गच्चीवर असलेल्या डॉग लॅबमध्येच काम करणं पसंत करत. त्यातून सीव्हीटीसीच्या तळघरातल्या कोंदट, कुबट डॉग लॅबपेक्षा इथे स्वच्छ सूर्यप्रकाशात काम करायला बरं वाटायचं. नियमानुसार नर्सेसना सीव्हीसीटी डॉग लॅबमध्ये ड्युटी असे. त्या ड्युटीरूममध्ये जाऊन सही करत आणि पटदिशी जुन्या डॉग लॅबमध्ये येत. त्या तळघरात कोंडल्यासारखं होत असे त्यांना.

अरुणाला तर निर्मलाशी त्याविषयी बोलावंसंही वाटत नव्हतं. ''शी,'' ती म्हणाली.

''कशाबद्दल बोलतेयस? डॉग लॅबबद्दल की शिमोग्याच्या तुझ्या भेटीबद्दल?''

डॉग लॅबमध्ये काम सुरू करण्यापूर्वी आपल्याला सुटी द्यायला अरुणाने मेट्रनला पटवलं होतं. ''दोन्ही,'' ती म्हणाली. ''उद्यापासून मला डॉग लॅबमध्ये जायचंय या विचारानेच मला कसंतरी होतंय.''

''इतका का त्रास होतोय तुला? नऊ ते पाच नोकरी असल्यासारखं समजायचं.''

''निम्मा, रोज सकाळ-संध्याकाळ तुझ्यासमोर कुत्र्यांना मारत असलेलं बघायला आवडेल तुला?''

''अरे, तुला प्राण्यांविषयी एवढं प्रेम असेल असं वाटलं नव्हतं मला.''

''इथे प्राण्यांवर प्रेम असण्याचा काय संबंध? म्हणजे मला जर प्राणी आवडत नसतील तर रोज त्यांची चिरफाड बघायला माझी हरकत असायला नको, असं म्हणायचंय तुला?''

''अच्छा बाबा, जाने दो. तुझ्या शिमोग्याच्या ट्रिपविषयी सांग मला. संदीपबद्दल तू बाळकृष्णला सांगितलंस? काय म्हणाला तो?''

अरुणाने निर्मलाकडे बघितलं. तिला सगळं सांगावं का, असा विचार अरुणा करत होती. मग सांगू नये, असा निर्णय तिने घेतला. एखाद्या वेळेस ती संदीपला सांगायची. तो संतापायचा! कशाला उगीच! बाळकृष्णला ती संदीपबद्दल पत्रातून कधीच कळवू शकली असती. पण तिने त्याला भेटायचंच ठरवण्यामागे एक कारण होतं. बाळकृष्णकडून पन्नास हजार रुपयांचं कर्ज मिळेल का, हे तिला विचारायचं होतं. हे पैसे आपल्याला संदीपच्या डिस्पेन्सरीसाठी हवेत आणि तेही या वर्षाच्या अखेरीपर्यंत हेही तिने बाळकृष्णला सांगितलं. संदीप डॉक्टर होता, थोड्याच दिवसांत भरपूर पैसे कमावू लागणार होता. आणि पैशाची परतफेड ती

ताबडतोब सुरू करणार होती.

बाळकृष्णने तिला आपल्या उडिपीवर एक नजर टाकायला सांगितली. म्हणाला, ''मी या जागेमध्ये भागीदार आहे हे लक्षात घे आणि आजूबाजूला बघ. तुला वाटतं, तुला द्यायला माझ्याकडे पन्नास हजार रुपये असतील म्हणून?'' त्यानंतर झालेला संवाद आणखीनच निराश करणारा होता.

''काय गं?''

''हो. मी बाळकृष्णला संदीपबद्दल सांगितलं. पण तो फारसा खूश दिसला नाही.''

''त्याच्या मनात तुझ्यासाठी दुसरा मुलगा असेल.''

''पण आता त्यात काय अर्थ आहे? शिवाय संदीपपेक्षा कोणी जास्त चांगला कसा असू शकेल?''

''कदाचित डॉक्टर असल्यामुळे संदीप खूप हुंडा मागेल, थाटामाटात लग्न करायचं म्हणेल, अशी भीती वाटली असेल त्याला. किंवा संदीप जीएसबी आहे आणि कोंकणी बोलतो हे ठाऊक नसेल त्याला. किंवा तो गोव्याचा आहे, तेव्हा त्याची माहिती कशी काढायची, याची काळजी पडली असेल त्याला. पण मला सांग, संदीपने त्याच्या घरच्यांना सांगितलंय तुझ्याबद्दल?''

''नाही.''

''का?''

''तो म्हणतो, त्याची गरज नाही. त्याचं क्लिनिक सुरू झालं की सांगेन असं म्हणतो. पैशाच्या बाबतीत तो पूर्णपणे स्वतंत्र झाला की मग घरचे फारसा विरोध करणार नाहीत.''

''तुला काय म्हणून विरोध करतील त्याच्या घरचे?''

''सहसा कशासाठी होतो विरोध? जाती, उपजाती, वर्ग, रंग, कॅरॅक्टर. आणि हे सगळं नीट असलं तर हुंडा.''

''संदीप ठामपणे उभा राहील ना गं?''

''तू हॉस्पिटलमध्ये आली होतीस तेव्हा भेटलीस त्याला. तुला काय वाटलं?''

''मला आवडला,'' निर्मलाने थोडक्यात उत्तर दिलं. मग अचानक तिच्या मनात एक विचार आला, ''तो तुला तुझ्या सख्ख्या भावंडांविषयी वगैरे विचारत नाही?''

''याआधी थोडीशी चौकशी केली त्याने. पण मी फार काही सांगितलं नाही. आणि ते तसंच बरंय.''

''तू बाळकृष्णबद्दल सांगत असताना मी विचार करत होते...''

''अरे वा, तू विचारही करतेस.''

''गप्प बस. मुलीच्या होणाऱ्या नवऱ्याने मुलीच्या कुटुंबातल्या पुरुषांना आधी भेटलेलं बरं असतं असं मला वाटतं. तुझे सगळे भाऊ... ठीकेय, त्यापैकी कोणीच आता इथे नाहीये. आपण माझ्या आप्पांनाही यातून बाहेर ठेवू या. ते फार जुन्या विचारांचे आहेत. तू संदीपची ओळख रामदासशी का नाही करून देत?''

''मीसुद्धा त्याचाच विचार करत होते.''

कार्डिओ व्हॅसक्युलर आणि थोरॅसिक सर्जन डॉ. जी. बी. परुळेकर यांना पहिल्याच दिवशी स्टाफ नर्स अरुणा शानबागला इथे येणं आवडलेलं नाही याची कल्पना आली. त्या डॉ. सरदेसाईबरोबर तिचं लग्न ठरल्याचं त्यांनी ऐकलं होतं. ती दिसायला सुरेख आहे हेही त्यांना जाणवलं.

''मुली,'' ते तिला म्हणाले, ''समज उद्या तुझ्या नवऱ्याची अचानक आणि ताबडतोब हृदय-शस्त्रक्रिया करायची वेळ आली. सर्जनने त्याचं हृदय उघडलं आणि मग त्याचं आयुष्य वाचवण्यासाठी हे तंत्र वापरावं की ते अशा संभ्रमात तो पडला तर? आवडेल का तुला ते? आपण अशी शस्त्रक्रिया याआधी केलेली नसल्याने सगळ्यात सुरक्षित मार्ग कुठला हे ठाऊक नाही, असं तो तुला म्हणाला तर? तुला चालेल का ते? तेव्हा प्रयोगशाळेत होणाऱ्या कामाला कमी लेखू नकोस. प्रयोगशाळा नेहमीच क्लिनिकल कामाच्या एक पाऊल पुढे असतात. इथे आपण कोणतंही तंत्र सुरक्षित आहे की नाही ते तपासतो. तुला प्राणी आवडतात म्हणून तुला वाटेल की गरीब बिचाऱ्या प्राण्यांना कापणारा हा राक्षस आहे. पण मग त्यांच्याऐवजी तुझ्या नातेवाईकांशी मी तसा वागलो तर?''

मनात नसूनही अरुणाला तिथल्या कामात रस वाटला. ''मग कुत्रेच का? माकडं का नाहीत? ती तर अधिक माणसाप्रमाणे असतात.''

''माकडं मिळायला कठीण आणि महागडी पडतात. त्यांना सांभाळणं, जेवू-खाऊ घालणं हेही आपल्यासाठी अडचणीचं होऊ शकतं. तेव्हा आपल्या कामासाठी माकडं पाळणं शक्यच नाही होणार. माकडं माणसासारखीच असतात ना. त्यांचं वागणं माणसासारखं, म्हणजे त्यांना सांभाळणं त्रासाचंच ना?''

प्रयोगशाळेतले सगळे जण हसले. तिथे संभाजी जेठेगावकर आणि पांडुरंग नेमाने हे दोघे तंत्रज्ञ होते. हार्ट-लंग मशीन, परफ्युजन आणि कोणत्याही माणसाच्या शस्त्रक्रियेसाठी वापरण्यात येणारी तिथे असलेली सर्व यंत्रं ते हाताळत. मग स्टाफ नर्स मेरी जोसेफ होती. प्राण्यांची देखभाल करण्यासाठी लक्ष्मण साळुंके होते. आणि दोन मेहतर, उदयवीर आणि सोहनलाल. ते दोघेही सगळ्यांबरोबर हसण्यात सामील झाले. काय घडलं हे कळलं नसूनही.

अरुणाचे प्रश्न अजून संपलेले नव्हते. ''परदेशी पण कुत्र्यांचाच वापर करतात?''

आपलं म्हणणं ती लक्ष देऊन ऐकतेय याचा डॉ. परुळेकरांना आनंद झाला. ती दिसायला चांगली आहे, हुशार आहे. संदीपसारख्या डॉक्टरची बायको म्हणून ती निश्चितच योग्य आहे. त्याला उपयोग होईल तिच्या हुशारीचा. "ते खूप प्राणी वापरतात. कुत्रेही वापरतात. त्यांचे कुत्रे, विशेषत: अमेरिकेतले कुत्रे लांडग्याएवढे मोठे असतात. आम्ही भारतीय सर्जन तिथे जातो तेव्हा आमची बोटं इतक्या चपळाईने कशी चालतात, याचं त्यांना आश्चर्य वाटतं. आम्ही इतक्या लहान प्राण्यांवर काम करत असतो हे त्यांना कुठे ठाऊक असतं!"

पुन्हा सगळे जण हसले. अरुणाला आता डॉ. परुळेकरांनी कुत्र्यावर केलेल्या पहिल्या ऑपरेशनची माहिती हवी होती.

"मला आठवायला हवं. १९५९ मध्ये असणार. मी तेव्हा लेक्चरर होतो. तेव्हाच आम्ही डॉग लॅब सुरू केली. त्या वेळी साध्या हृदय आणि फुफ्फुसाच्या शस्त्रक्रिया आम्ही करायचो. आता त्या साध्या वाटतात, पण तेव्हा खूप एक्साईट व्हायला झालं होतं. त्यातही अनेक अडचणी येत. उदाहरणार्थ, कुत्र्यांचं रक्त हे प्लॅस्टिक ट्युब्जच्या बाबतीत खूप संवेदनशील असतं. स्वाभाविकच कुत्र्यांच्या मृत्यूचं प्रमाण अधिक असे. मात्र त्याचे रक्तगट हे माणसाप्रमाणे स्ट्रॉंग नसतात; त्यामुळे थोडं वेगळं रक्त दिलं तरी चालतं. आम्ही हार्ट ट्रान्सप्लांटसही करायचो. त्यात मायोकार्डिअल प्रिझर्व्हेशनही आलं बरं. नॉर्मल वेळी तू कधी तुझ्या हृदयाचे ठोके ऐकले आहेस? आता विचार कर, एक सर्जन शस्त्रक्रियेसाठी ते हृदय मंद करतो, संपूर्ण शस्त्रक्रिया होईपर्यंत ते तसंच ठेवतो आणि मग पुन्हा त्याचा नेहमीचा वेग त्याला देतो. हृदयाचे ठोके मंद करणं सोपं नाही. हृदय म्हणजे स्वत:चं मन असणारा स्नायू आहे असं म्हणू शकतो आपण. पण लवकरच हृदयाच्या पम्पिंगची ताकद वीस टक्क्यांनी कमी करून शस्त्रक्रियेनंतर तरीही त्याला नॉर्मल करणं आपल्याला शक्य होईल, असा विश्वास मला आहे. अशी यंत्रं निर्माण होतील आणि त्या यंत्राशी स्पर्धा करू शकतील, तेवढ्याच सफाईने काम करू शकतील, असे डॉक्टर्स आपल्याकडे तयार होतील. वैद्यकीय चमत्कार करून दाखवतील हे डॉक्टर्स. आणि हे सगळं कसं होईल माहितीये तुम्हाला?"

सगळ्यांनी नकारार्थी मान हलवली.

"आजवर होत आलंय अगदी तसंच. आपल्या डॉग लॅबमध्ये पहिल्यांदा ऑपरेशन्स केल्यानेच. बरोबर?"

"बरोबर," सगळे एका सुरात म्हणाले.

"तेव्हा चला, आपल्या कामाला लागा. ऑपरेशनची तयारी करा. त्या केनेलमधून एक कुत्रा घेऊन ये. छोटा असेल तरी चालेल."

अरुणाला थोडंसं मळमळल्यासारखं झालं. विशेषत: सोहनलाल एका कुत्र्याला

घेऊन आला तेव्हा. तो एक छोटासा, पांढराशुभ्र पॉमेरियन होता. आनंदाने आपली शेपूट हलवत होता. अरुणाने आवंढा गिळला. हे असं चालणार नाही. आपली नावड आपण गिळायला हवी. तिने खोल श्वास घेतला आणि ऑपरेशनसाठी हात धुतले. डॉग लॅबमध्ये दुसरं ऑपरेशन झालं आणि परुळेकर अरुणाच्या कामाने प्रभावित झाले. स्टाफ नर्स अरुणा शानबाग नुसतीच दिसायला सुंदर आणि हुशार नाही, तर ऑपरेशनच्या वेळी जागरुकही असते. डॉक्टरला काय हवं, ते तिला नेमकं समजतं. दॅट संदीप सरदेसाई इज वन लकी डॉग.

रामदासच्या मते नशीबवान कोण असेल तर ती अरुणा होती. त्याला डॉ. संदीप सरदेसाई फारच आवडला. रामदासच्या मनात हॉस्पिटल, डॉक्टर, ॲलोपथी या सगळ्याविषयी इतकी जबरदस्त भीती होती की एखाद्या डॉक्टरला वैयक्तिक पातळीवर भेटण्याची वेळ त्याच्यावर कधीच आलेली नव्हती. आता रामदासला वाटणाऱ्या दबदब्यामध्ये आनंदाची भर पडली. एका मोठ्या बहिणीप्रमाणे अरुणा त्याच्या आयुष्यात आली आणि टायफॉईड झालेला असताना त्याची व्यावसायिक देखभाल तिने केली. पुढच्या वेळी आपण आजारी पडू, म्हणजे इतक्या लगेच नव्हे, पण जेव्हा केव्हा पडू, तेव्हा आपण सरळ डॉ. संदीपकडे, म्हणजे संदीपकडेच जाऊ.

अरुणाने त्या दोघांची भेट ठरवलेली होती. जागाही तिने काळजीपूर्वक निवडली होती. उडिपीमध्ये भेटून चालणार नव्हतं, तिथे फक्त शाकाहारी मिळतं. टॅक्सीचे पैसे वाचवायचे तर हॉस्पिटलपासून हॉटेल फार लांब असूनही चालणार नव्हतं. शिवाय आग्रीपाड्याहून रामदासला यायलाही त्रास होऊन चालणार नव्हतं. मग, ते फार महागडं असून चालणार नव्हतं. संदीपच्या क्लिनिकसाठी ते पैसे वाचवत होते. पण तरीही थोडंफार पॉश असणं आवश्यक होतं. तिथे मांसाहारी पण चविष्ट पदार्थ मिळायला हवेत. पुन्हा तिथे दारू असता कामा नये. संदीप दारूही प्यायचा नाही आणि सिगारेटही ओढायचा नाही. शेवटी अरुणाने भायखळ्याच्या पॅलेस सिनेमासमोरचं हॉटेल पर्शियन दरबार निवडलं.

छताला खोट्या काचेची झुंबरं टांगलेली होती. टेबलावर बसलेल्या कुटुंबाचे हास्यविनोद चालू होते. आवश्यकतेपेक्षा जास्त जेवण मागवलं जात होतं. वडील आपल्या मुलांना मांडीवर बसवून रोटीचा घास भरवत होते आणि काही क्षणांची उसंत मिळालेली आई कौतुकाने पाहात होती. थोड्याच काळात हे तिचंही चित्र असणार होतं. एक छोटंसं कुटुंब. एकमेकांत सामावलेलं. असायलाच हवं. लवकरच.

अरुणाने संदीप आणि रामदासकडे पाहिलं. समोरची बिर्याणी खात ते कोंकणीमध्ये

गप्पांत इतके रंगले होते की जणू खूप वर्षांनी भेटलेले दोन मित्रच. तिने लक्ष घातलं. ते शहरातल्या कुठल्या तरी उडिपीविषयी बोलत होते. रामदास संदीपवर इम्प्रेशन मारायचा प्रयत्न करत होता. या विषयातलं आपलं ज्ञान दाखवण्यासाठी हल्लीची तरुण मुलं आपल्या वडिलांचा हा धंदा चालवायला कशी उत्सुक नाहीत, असं रामदास म्हणत होता. त्यांना आता डॉक्टर आणि इंजिनीयर व्हायचंय. ''म्हणजे मी तुम्हाला उद्देशून म्हणत नाहीये,'' त्याने लगेच घाईघाईत म्हटलं. मात्र थोड्याच काळात शेट्टी आणि त्यांची मुलं हा उडिपीचा व्यवसाय चालवायला घेतील असं आपलं मतही त्याने व्यक्त केलं. आणि मग सगळीकडेच इडली-डोसा-वडा मिळू लागल्यावर स्पर्धा इतकी वाढेल की उडिपींना चायनीज जेवण विकण्याशिवाय पर्याय उरणार नाही.

संदीप जोरात हसला. पण त्याला रामदासचं म्हणणं पटलं. रामदासला आणखी एका गोष्टीची काळजी होती. कमर्शियल जागांच्या भाड्याचे भाव वाढत होते. त्यामुळे बहुतेक हॉटेल्सना आपल्या मेन्यूची व्याप्ती वाढवणं भाग होतं.

''डॉक्टरांच्या दवाखान्याचं भाडंही खूप जास्त असतं का?'' त्याने विचारलं.

''ते एका क्लिनिकमध्ये स्पेशालिस्ट म्हणून काम करणार आहेत.'' अरुणाने मधेच थोड्याशा घुश्श्यात उत्तर दिलं. ''तुला काय वाटतं, दवाखाना आणि एक कम्पाऊंडर असलेला छोटा डॉक्टर आहेत ते?''

संदीपने घाईघाईत तिला गप्प केलं.

''लहान असताना डोकं खाल्लं असणार तू सगळ्यांचं,'' रामदास तिला म्हणाला.

त्यांच्या गप्पा मग पुन्हा जागांच्या भाड्याकडे वळल्या. संदीप त्याला आपल्या व्यावसायिक आणि व्यक्तिगत आयुष्यातल्या योजनांविषयी सांगू लागला. दोन्ही गोष्टी एकमेकांमध्ये गुंतलेल्या असल्याचंही त्याने म्हटलं.

''पुरुषांचं असंच असतं,'' रामदासने त्याच्या म्हणण्याला सहमती दाखवत म्हटलं.

''का?'' अचानक अरुणाने विचारलं.

''का काय?'' रामदास म्हणाला.

''पुरुषाने नेहमी आपल्या वैयक्तिक आयुष्याला कामाच्या तुलनेत दुय्यम स्थान का द्यायचं? वैयक्तिक सुख आणि शांती तेवढीच महत्त्वाची नाही? बाईला नेहमी कामानंतरचा नंबर का द्यायचा? बायका पुरुषांच्या बाबतीत असं करत नाहीत. बायकांनी आपल्या कामाला प्राधान्य दिलं तर उलट पुरुष चिडतात.''

अरुणाचं म्हणणं संदीप लक्षपूर्वक ऐकत होता. टेबलवरच्या पाण्याच्या ग्लासकडे एकटक पाहत तो म्हणाला, ''मी तुला माझ्या कामापेक्षा कमी महत्त्वाची मानत नाहीये. तुला नेण्यासाठी माझ्याकडे घर नाही. आणि ते मिळवायला मला

आधी काम करायला हवं.''

रामदासने हळूच डोळ्यांनी अरुणाला दटावलं. तुझी ती कात्रीसारखी जीभ थोडी ताब्यात ठेव, त्याला जणू सांगायचं होतं.

अरुणाने रामदासकडे दुर्लक्ष केलं. ''आपलं घर विकत घेण्यासाठी आपण दोघंही का नाही काम करू शकत? दरम्यान आपण एखाद्या भाड्याच्या घरात राहू शकतो. हजारो जोडपी राहतात तशी.''

संदीप शांत होता. अजूनही आपल्या ग्लासकडे पाहत होता. अरुणाच्या कुटुंबातला पुरुष म्हणून आता आपल्यालाच काहीतरी बोलायला हवं, नाहीतर ही संदीपला अपसेट करेल, हे रामदासच्या लक्षात आलं.

''हे बघ अरुणा, तू कोणाचं ऐकत नाहीस हे ठाऊकेय मला. चिकचिक करण्याची ही वेळ नाही. कटकट करू नकोस. आधी त्यांना त्यांचं एम.डी. पूर्ण करू दे. आणखी काही महिन्यांचाच अवधी आहे त्याला. हे वर्ष संपेपर्यंत. मग त्यांना त्यांच्या क्लिनिकसाठी जागा मिळू दे. त्यानंतर तुम्ही नव्याने ही चर्चा सुरू करू शकता. ठीकेय संदीप?''

संदीपने ग्लासवरचं आपलं लक्ष काढून रामदासकडे पाहिलं. तो उत्कंठेने संदीपची प्रतिक्रिया आजमावत होता. संदीपने मग होकारार्थी मान हलवली.

हॉटेल पर्शियन दरबारमध्ये झालेला संवाद रामदासने ऐकवल्यानंतर निर्मलालाही बरंच काही बोलायचं होतं. महालक्ष्मी मंदिराच्या जवळच्या त्यांच्या नेहमीच्या ठरलेल्या उडिपीमध्ये ती अरुणाबरोबर कॉफी घेत होती. ''तुला काय झालंय मला कळत नाही, अरुणा. काही दिवस बरी असतेस आणि मग अचानक त्याच्यावर एवढी रागावतेस. ती सगळी बायकांची मासिकं वाचतेस ना, त्यांचा परिणाम हा. त्या मासिकांमध्ये मध्यमवर्गीय बायकांना सल्ला देणाऱ्या बायका स्वत: तसं वागतात का? मला तरी शंका आहे.''

''मला एक साधं, सरळ आयुष्य जगायचंय. साध्या कुटुंबातल्या साध्या बाईसारखं. त्यात काय चुकलं माझं?''

''त्यात काही चूक नाही. पण सुरुवातीलाच संदीपने स्पष्टपणे तुला सगळ्या गोष्टी सांगितल्या होत्या. तू कबूलही झालीस. झालीस की नाही? मग आता घाई कशाला?''

''पण उशीर तरी कशाला?''

''मधल्या वेळेत काही होईल असं वाटतंय का तुला? संदीप काही बोलला का तुला?''

अरुणा गप्प बसली. निर्मलाने आणखी एक फिल्टर कॉफी मागवली. मग

अगदी सराईताप्रमाणे पेला उंच नेत तिने ती खालच्या भांड्यात ओतली. मस्त फेस आला. एक कॉफी दोघींमध्ये वाटून घेतल्यावर तिने विचारलं,

“दक्षिणेत असं का करतात, ठाऊकेय तुला?”

“कॉफी थंड करण्यासाठी.”

“च् च्. तू कन्नडिगा आहेस की कोण? फिल्टर कॉफी शुद्ध दुधातून देतात. दूध तापवलं की वर साय येते. आणि फिल्टर कॉफीमध्ये ओतलं की कॉफीवर चॉकलेटी साय येते. ते घाण दिसतं. पण अशा उंच ओतलेल्या कॉफीवर फेस येतो आणि तो फेस साय येणं थांबवतो, शिवाय कॉफीला थंड होण्यासाठी अवधीही देतो.”

अरुणाचं तिच्याकडे लक्ष नव्हतं.

“अरुणा, शिमोग्याहून आल्यापासून तुझा मूड हा असा बदललेला आहे. बाळकृष्णच्या वागण्यामुळे अपसेट झालीयेस का? भूल जाओ यार. आम्ही आहोत ना तुझ्यासाठी?”

“नाही. तू तर नाहीयेस. मे महिन्यात लग्न होतंय तुझं. आणि लग्नानंतर सौ. निर्मला तेलंग कुठे राहणार आहेत?”

“त्याने बोरिवलीमध्ये फ्लॅट बुक केलाय.”

“इतक्या लांब?”

“हो. लांब तर आहेच. कशी प्रवास करणार मी त्या ट्रेन्समधून, कोण जाणे. बसने तर शक्यच नाही. कोणीतरी मला सांगत होतं की बोरिवलीहून बसने आग्रीपाड्याला यायला मला दोन तास लागतील.”

“तू काही नोकरी करत नाहीस. तेव्हा तुला क्वचितच प्रवास करावा लागेल. घरी जाताना मटार घेऊन जात जा. मी ऐकलंय की ट्रेनमध्ये संध्याकाळी बायका रात्री करायची भाजी निवडून ठेवत असतात.”

“आणि पालक कमी पडला तर मी धावत्या ट्रेनमधून हात बाहेर काढेन आणि रुळांच्या बाजूला लावलेली भाजी उपटून घेईन!” निर्मला खिदळत म्हणाली.

अरुणाने एक मंद स्मित केलं आणि मग निःश्वास सोडत म्हणाली, “उद्या पुन्हा डॉग लॅबमध्ये. त्या विचारानेच मला कसंतरीच होतं.”

“त्या कुत्र्यांसाठी अजून वाईट वाटतं तुला?”

“उलट आता जास्तच वाटतं. कारण आमच्याकडचा एक मेहतर त्या कुत्र्यांचं अन्न चोरतोय असं लक्षात आलंय माझ्या.”

“कुत्र्यांचं अन्न? पण त्यांचं अन्न कशाला कोणी चोरायचं? शीऽ!”

“निम्मा, त्या कुत्र्यांना चांगलं मटण आणि दूध दिलं जातं. उरलंसुरलं अन्न नसतं ते. ते खाणं रोग्यांच्या डाएट डिपार्टमेंटमधून येतं. स्वच्छ, ताजं आणि

पौष्टिक. आमच्या डॉग लॅबमध्ये किमान दहा कुत्रे एका वेळी असतात. आता लक्षात आलं तुझ्या, तो नालायक मेहतर डाएट डिपार्टमेंटमधून जेवण आणतो ते केवढं असतं ते? आणि रोजच्या रोज त्याला कसा हात मारायला मिळतो तो?''

''पण तोच चोरी करतो असं कसं म्हणू शकतेस तू? इतरही मेहतर आहेत तुमच्याकडे.''

''इतर मेहेतरांना डाएट डिपार्टमेंटमध्ये जाण्याची परवानगी नाही. फक्त सोहनलालला आहे. सोहनलालच्या आधी कुत्र्यांची काळजी घेणारा अटेण्डण्ट लक्ष्मण साळुंखे ते काम करायचा. पण दिवाळीपासून तो सुटीवर आहे. म्हणून सध्या सोहनलालवर ती जबाबदारी दिलीये.''

''मग तो कुत्र्यांना खायला घालत नाही हे तुला काय ठाऊक? कुत्रे येतात तुला सांगायला?''

''काहीतरी जोक मारू नकोस. मला ठाऊक आहे, कारण मी लक्ष ठेवून आहे. कुत्रे भुकेले दिसू लागलेत. रडत असतात ते. ज्या दिवशी मी त्याला रंगेहाथ पकडेन, त्या दिवशी त्याची नोकरी जाईल. तो कामाच्या बाबतीतही फार चांगला नाही. शिवाय उद्धट आहे. आमचे कस्टोडियन आहेत ना, जयसिंग जाधव, त्यांच्याकडे मी त्याच्या उद्धटपणाविषयी एकदा तक्रार केलीये. टेक्निशियन जेठेगावकरांनी त्याला लक्ष्मण करत असलेलं लॅबमधलं काहीतरी काम सांगितलं. अर्जंट होतं ते. त्याने सरळ नकार दिला. मग मी त्याला माझं काम सांगितलं. लॉण्ड्रीतून माझे कपडे आणायचे होते. लक्ष्मण करायचा ही कामं. तर त्याने मला उलट उत्तर दिलं. आणि माझ्याकडे अशा नजरेने बघतलं की जणू मी कचरा आहे. मी जाधवांकडे तक्रार केली. त्यांनी मग येऊन सगळ्यांसमोर त्याला फायर केलं.''

''बरं, आता पुरे. या डॉग लॅबच्या राजकारणात तू पडू नकोस बाई. हा मेहतर उत्तरेकडचा असणार. तिथली माणसं फार राकट असतात. त्यांच्याशी चर्चा करण्यात अर्थ नसतो. ऐकतेयस का तू माझं?''

''उद्या मी मॅटर्निटी वॉर्डमध्ये असेन आणि एखादी नर्स बाळांना दूध देत नाहीये असं माझ्या लक्षात आलं, तर मी स्वस्थ बसून राहायचं?''

''दोन्ही सारखंच नाहीये.''

''अर्थातच आहे. आपल्यासमोर चुकीची गोष्ट घडतेय आणि आपण काहीही करायचं नाही, ही अधिक मोठी चूक आहे. शिवाय, तो माझा विभाग आहे. माझी तिथे बदली करण्यात आलीये आणि ती माझी जबाबदारी आहे.''

''या डॉग लॅबमध्ये आणखी किती महिने असणार आहेस तू?''

''मला ठाऊक नाही. पण मी विचार करतेय की इथे मला शिफ्ट नाही. तेव्हा मी नर्सेस हॉस्टेल सोडून द्यायचं म्हणतेय.''

"खरंच? आणि कुठे जाणार तू?"

"माझ्या बहिणीकडे. बीडीडी चाळीत."

निर्मलाने आणखी एक कॉफी मागवली. कधी कधी अरुणाचा मेंदू फारच वेगाने धावतो. "पण तुला बीडीडी चाळी आवडत नाहीत. आणि दुसरं म्हणजे, तिथे राहायला जाऊन तुला काय मिळणार?"

"माझ्या पगारातून हॉस्टेलचे आणि जेवणाचे पैसे कापले जातात. मी जर हॉस्टेलमध्ये राहणार नसेन तर ते पैसे वाचतील. ते पैसे मी आमच्या भाड्याने घ्यायच्या घराच्या डिपॉझिटसाठी बाजूला काढू शकेन. आम्ही आमचा स्वतःचा फ्लॅट घेऊ तेव्हा ते पैसे घरात लागणाऱ्या गोष्टींसाठी वापरता येतील."

"म्हणजे ७५ सालापर्यंत न थांबण्याचा निर्णय तू घेऊन टाकलायस तर. याचा अर्थ, तू पुढच्या वर्षभरात लग्न करतेयस. चांगलं आहे. पण तुझ्या वराला हे ठाऊकेय का?"

अरुणाने मान हलवली. "तो मान्य करणार नाही. मग त्याला कशाला विचारायचं? मी त्यापेक्षा मला हवं ते करेन आणि मग त्याला सांगेन. अशा वेळी, जेव्हा त्यात बदल करणं अशक्य असेल. थांब, याला इंग्लिशमध्ये एक शब्द आहे तो तुला सांगते. परवाच पेपरात वाचला मी तो. इन्एव्हीटेबल."

"तू एवढा विचार केलायस तर तेवढे पैसे वाचणार आहेत का तुझे?"

"मी रेडिओवर एलआयसीची जाहिरात ऐकते. बरेचदा लागते ती. त्यात एक हिंदी कविता आहे. बूंद बूंद से नदी बने, नदी नदी से सागर."

"चांगलं आहे. पण बहिणीच्या घरी राहायला जाऊन तू बूंद बूंद वाचवशील याची खात्री आहे का तुला? तिची परिस्थिती फार बरी नाही असं तूच मला म्हणालीस. तेव्हा जेवणावर तर पैसे खर्च करावे लागतीलच. हॉस्टेलमध्ये होत नाही असा आणखी एक खर्च वाढेल. बसचा. संदीपला भेटल्यापासून आणि त्याची डिस्पेन्सरी, तुमचं घर याची काळजी करायला लागल्यापासून तू टॅक्सीने फिरणं साफ बंद करून टाकलंयस."

"निम्मा, मी सगळ्याचा विचार केलाय. मी माझ्या जेवणाचे पैसे बहिणीला देईन. त्यात आणखी एका माणसाचा खर्च भागेल एवढे ते असतील. म्हणजे ती खुष होईल. गरीबांकडे असंच असतं. हळदीपूरमध्ये अम्माला मी पैसे आणि जेवण वाचवताना बघितलंय. बसचं म्हणशील तर बीडीडी आणि वरळीच्या मागच्या बाजूने परळला यायला एक छोटासा शॉर्टकट आहे. मी वापरलाय तो. त्याच रस्त्याने मी रोज चालत ये-जा करेन."

निर्मलाने डोळे मोठे केले. "तू काय विचार करतेस हे देवालाही समजणार नाही. तू हॉस्टेलमधून बाहेर पडू नये असं माझं मत आहे. मी यावर चर्चाही करणार

नाही. तू जरा अतीच करतेयस. पावसाळ्यात त्या चिखलातून आणि कचऱ्यातून तू कशी चालत येणार आहेस? विचार कर जरा.''

''तेव्हा नाहीच यावं लागणार मला. कारण तोपर्यंत माझं लग्न झालेलं असेल.''

असं वाटणाऱ्या आपण एकट्याच नाही हे सिस्टर शशिकला वारनच्या लक्षात आलं. आणखी दोन नर्सेसनेही तोच अनुभव घेतलेला होता. तेही अलीकडच्याच काळात. डॉ. संदीप सरदेसाई हा चांगला, हुशार आणि समंजस डॉक्टर आहे हे सगळ्यांनाच मान्य होतं. इतर काही डॉक्टर नर्सेसना वैद्यकीय आया असल्यासारखे वागवत, पण डॉ. सरदेसाईचं त्यांच्याबरोबरचं वागणं माणसाने माणसाशी वागल्यासारखं असे. स्वाभाविकच आजारी पडल्यावर किंवा आपले कोणी नातेवाईक उपचारांसाठी केईएममध्ये आले असतील तर त्या नर्सेस आधी डॉ. सरदेसाईकडे धाव घेत. अलीकडे मात्र असं करण्याबाबत नर्सेस पुनर्विचार करू लागल्या होत्या. डॉक्टर सरदेसाईची होणारी बायको, स्टाफ नर्स अरुणा शानबाग आपल्या तिखट जिभेचा वापर त्यांच्यावर करू लागली होती. सिस्टर शशिकला वारनने नुकताच त्याचा अनुभव घेतला होता.

सिस्टर वारन आपल्या वृद्ध काकांना घेऊन डॉ. सरदेसाईकडे गेली होती. त्यांच्या तपासणीवर आणि त्यांनी दिलेल्या औषधांवर दोघेही खूश होते. मात्र पुढच्याच क्षणी स्टाफ रूममध्ये सिस्टर शानबाग तिच्यासमोर उभी ठाकली होती.

''केईएममध्ये एकच डॉक्टर आहे का?''

''अर्थातच नाही,'' सिस्टर वारनही तिखट जिभेचीच होती.

''मग भविष्यात ते लक्षात ठेव.''

''नाही ठेवलं तर?''

''काय होईल ते तेव्हाच कळेल,'' असं म्हणून सिस्टर शानबाग खोलीतून निघून गेली.

सिस्टर वारन तिच्या या नीटनेटक्या मूर्तीकडे पाहत राहिली. सिस्टर शानबाग काही वर्षांनी तिला ज्येष्ठ होती. आणि सिस्टर वारनच्या आठवणीत ती नेहमीच अशी नीटनेटकी, टापटीप असे. इतकी चांगली दिसते ही, कसली भीती वाटते तिला एवढी? कदाचित तिचा स्वभाव तसा असावा. कडक. सिस्टर शानबागला सिस्टर वारनने वॉर्डमध्ये ड्युटीवर असताना बघितलेलं होतं. एखाद्या रेड बेल्टसारखी वागायची ती. खरं तर तिचा बेल्ट निळा होता. पण वॉर्डच्या बाजूला असलेली टॉयलेट्स वापरताना, पेशंट्सची काळजी घेताना, त्यांच्या पलंगावरची चादर हॉस्पिटल कॉर्नर्सप्रमाणे नीट घातलेली आहे की नाही, सगळं ती अगदी कडकपणे

करत असे. सिस्टर शानबाग अतिशय शिस्तीची आणि आपल्या कामावर प्रेम असलेली नर्स आहे, असं सिस्टर वारनचं मत होतं. प्रत्येकामध्ये काहीतरी दोष असतो. सिस्टर शानबागचं तोंड वाईट होतं.

डॉग लॅबमधल्या लोकांनाही सिस्टर अरुणा शानबाग रेड बेल्टसारखी वागते असं वाटायचं. पण तिला तसं सांगण्याचं धैर्य कोणात नव्हतं. कदाचित आपल्या या बढतीविषयी ऐकून तिला बरंही वाटलं असतं. हार्ट-लंग मशीन, कार्डिॲक डिफिलीब्रिटर, रेस्पिरेटर ही मोठी आणि स्युचर्स, ड्रग्स, ग्लोव्ह्ज, चादरी ही शस्त्रक्रियेसाठी आवश्यक सर्व लहान लहान उपकरणं ती स्वत: तपासून घेत असे. विशेषत: चादरी. त्या दिवशी सकाळी झालेल्या शस्त्रक्रियेनंतर रक्ताने माखलेल्या चादरी अजून धुतलेल्या नव्हत्या. दुपारच्या शस्त्रक्रियेसाठी उपकरणांचं निर्जंतुकीकरण करून अरुणा उदयवीर किंवा सोहनलालला शोधायला बाहेर आली. उदयवीर त्या दिवशी रजेवर होता आणि सोहनलाल गच्चीवर कुत्र्यांच्या घरांच्या मागे विडी ओढत उभा होता.

अरुणाने नाक उडवलं. विडीचा वास. इथे धूम्रपान करायला अजिबात परवानगी नाही. तिने सोहनलालकडे पाहत म्हटलं,

''डॉग लॅबमध्ये स्मोकिंगला परवानगी नाही.''

सोहनलालने थेट तिच्याकडे पाहिलं. ''ही गच्ची आहे.'' तो म्हणाला. सावळा, दणकट आणि थंड डोळे. तो जमिनीवर उकिडवा बसलेला होता.

''प्लीज, ताबडतोब आत ये,'' असं म्हणत अरुणा गच्ची ओलांडून डॉग लॅबमध्ये शिरली. सोहनलाल सावकाश तिच्या मागून आला. ''ही सकाळच्या ऑपरेशनची चादर अजून धुतलेली का नाही?''

सोहनलाल तसाच उभा होता. तिच्याकडे एकटक पाहत. त्याचे डोळे चमकत होते. अरुणाने पुन्हा तोच प्रश्न विचारला.

''दुपारच्या ऑपरेशनच्या चादरींबरोबरच धुवीन मी त्या.''

अरुणाने भुवया उंचावल्या. ''कुत्र्यांनाही तू याच पद्धतीने खायला घालतोस, नाही? दिवसातून एकदा?''

सोहनलाल काहीच बोलला नाही. हाताची घडी घालून तो नुसताच तिच्याकडे बघत राहिला.

अरुणा अस्वस्थ झाली. ''कुत्र्यांसाठी असलेलं खाणं चोरणारे कुत्र्याच्याच मौतीने मरतात.''

सोहनलालने हाताची घडी सोडली, अरुणाच्या दिशेने चालण्यासाठी वाकला. मग तसं न करण्याचं ठरवून तिच्याकडे कुत्सित नजरेने पाहत तो वळला. आणि डॉग लॅबमधून बाहेर पडला. रक्ताने माखलेली चादर न घेता.

आपण थरथरतोय हे अरुणाच्या लक्षात आलं. थांब, तिने स्वत:ला सांगितलं.

एक मेहतर तुला असं घाबरवू शकत नाही. तिने फोन उचलला आणि कस्टोडियन जयसिंग जाधवना जोडून द्यायला ऑपरेटरला सांगितलं. ते फोनवर आल्यावर तिने काय झालं ते सविस्तर त्यांना सांगितलं आणि ही आपली दुसरी तक्रार म्हणून नोंदवून घेण्याची विनंती केली. सोहनलाल कुत्र्यांचं खाणं चोरत असल्याची आपली खात्री आहे, असं मात्र ती त्यांना म्हणाली नाही. एक दिवस पुरव्यासकट त्याला पकडायचं आणि नोकरीवरून काढून टाकायचं असं तिच्या मनात होतं. आता म्हणजे नुसतीच शाब्दिक चकमक झाली असती. आपल्या सांगण्यावर कोणी अविश्वास दाखवण्याचा प्रश्न उद्भवणार नाही, याची तिला खात्री होती.

आजूबाजूचं शांत वातावरण भंग पावलं ते अचानक अनेक लोकांच्या आवाजाने. डॉग लॅबच्या दिशेने बरेच लोक मोठमोठ्याने आपापसात बोलत येत होते. अनोळखी माणसं. पाहुणे आहेत का कोणी? आणि ते इथे काय करताहेत? ही माणसं 'सोसायटी फॉर प्रिव्हेन्शन ऑफ क्रुएल्टी टू ॲनिमल्स' या संस्थेशी संलग्न असणाऱ्या श्वानप्रेमी गटाची होती. इथे कुत्र्यांवर शस्त्रक्रिया होतात, प्राण्यांना अतिशय वाईट अवस्थेत ठेवलं जातं, त्यांना अजिबात खायला दिलं जात नाही आणि त्यांना ओरडू-भुंकू नये म्हणून त्यांचं स्वरयंत्र कापलं जातं, असं या मंडळींच्या कानावर आलं होतं.

नर्सच्या ड्युटी डेस्कसमोर उभं राहून हे कार्यकर्ते कुत्र्यांना बघण्याची मागणी करू लागले. दरम्यान, तिथे ठेवलेल्या कुत्र्यांना कोणातरी अनोळखी लोकांचा वास जाणवला आणि ती जोरजोरानं भुंकू लागली होती. सगळे तिच्याभोवती जमलेले. माणसं आणि कुत्रे. सगळ्यांचं भुंकणं तिच्या कानावर पडतंय. अरुणा आपल्या ड्युटी डेस्कवर बसली होती. आपल्या अंगातली सगळी शक्ती निघून जातेय असं तिला वाटलं. सगळे आवाज आणि ते भुंकणं अचानक मागे पडलं आणि तिच्या कानावर एकच आवाज ऐकू येऊ लागला. क्षणभर अरुणाला हलकं हलकं झाल्यासारखं वाटलं आणि तिने डोळे मिटून घेतले.

''सिस्टर?'' तिच्या खांद्यावर कोणाचा तरी हात होता.

अरुणाने आवंढा गिळला. आणि म्हणाली, ''कुत्र्यांना बघायचं असेल तुम्हाला तर माझी हरकत नाही. पण आत्ता व्हिजिटिंग अवर्स नाहीत. तेव्हा तुमच्याकडे डीनची लेखी परवानगी आहे का?''

त्यांच्याकडे तशी परवानगी नव्हती. अरुणाने मग फोन उचलून सुरक्षा रक्षकाला बोलावलं. त्याने या कार्यकर्त्यांना बाहेर घालवलं.

लंच टाइम संपेपर्यंत टाइमपाससाठी सिस्टर प्रेमा पै अरुणाला शोधत गच्चीवर आली, तेव्हा अरुणा आपलं डोकं धरून बसलेली तिला दिसली. टेबलवर कोपरं टेकवून, नजर खाली आणि चेहरा प्रचंड थकलेला. हरवलेला. सर्कसला, अगदी

एकटं गेलेल्या एखाद्या लहान मुलासारखा.

आयुष्याला वळण देणाऱ्या घटना नेहमी सांगूनच होतात असं नाही. कधी कधी तर एखादी घटना एवढी महत्त्वाची असणार आहे हे लक्षातही येत नाही. ती घडते, मनातल्या मनात तिची नोंद घेतली जाते आणि घेतलेल्या निर्णयांचा पुन्हा विचार केला जातो.

दुसऱ्या दिवशी सकाळी उठल्यावर अरुणाला भावनिकदृष्ट्या अगदी हलकं, तरुण आणि मोकळं वाटलं होतं. शिमोग्याला जाण्यापूर्वीची अरुणा असं त्चिं वर्णन निर्मलाने केलं असतं. कपडे करताना ती गुणगुणत होती. रेडिओ चालू होता. आणि दुपारची शिफ्ट असल्याने झोपून राहिलेल्या उषाला त्या आवाजाने जाग आली. उषाने आपली उशी रेडिओच्या दिशेने फेकून मारली. पण तिचा नेम थोडक्यात चुकला. अरुणाने रेडिओचा आवाज वाढवला, जमिनीवरची उशी उचलली, उषाच्या पलंगापाशी आल्यावर तिने उषाच्या नाईटगाऊनची कॉलर पकडून तिचं डोकं वर उचललं, उशी खाली सरकवली आणि हातातून कॉलर सोडून दिली. उषाचं डोकं धप्पकन उशीवर आपटलं. अरुणा हसली आणि ड्युटीसाठी खोलीतून बाहेर पडली.

उषाला आश्चर्य वाटलं... तिने चक्क रेडिओ बाहेरच ठेवलाय. कपाटात कुलूप लावून नाही. गेल्या एवढ्या वर्षांमध्ये पहिल्यांदाच. आज बाईसाहेब खरोखरच चांगल्या मूडमध्ये असणार. डॉक्टरसाहेब आज लग्नाची तारीख ठरवणार आहेत की काय!

अरुणा सीव्हीटीसीच्या तळघरातून निघाली, रस्ता ओलांडून जुन्या दगडी इमारतीत आली, पटापटा पायऱ्या चढून डॉग लॅबमधल्या आपल्या सकाळच्या कामांना लागली. दहा वाजले तशी तिने सिस्टर मेरी जोसेफला आपलं काम बघायला सांगितलं आणि मुख्य विभागाच्या तळमजल्यावर गेली. डीनचं ऑफीस ओलांडून तीन खोल्या पलीकडे जाऊन ती वळली. त्यांच्या भाषेत तिथे नर्सिंग एस्टॅब्लिशमेंट होतं. केईएममध्ये आलेल्या प्रत्येक नर्सची, अगदी १९२६ साली हॉस्पिटल सुरू झाल्यावर नर्सिंग विभागाच्या प्रमुखपदी असलेल्या श्रीमती मेरिऑं मॅक्‌कार्थी यांच्यापासून ते आजवरच्या सगळ्या नर्सेसची आधी फाइल बनायची. नर्सिंग एस्टॅब्लिशमेंटमध्ये भिंतीला लावून ठेवलेल्या स्टीलच्या कपाटांमध्ये प्रत्येक नर्सला ती ज्या वर्षी काम करू लागली त्यानुसार नंबर घालून रेकॉर्ड केलेलं असे.

थोड्याच वेळात स्टाफ नर्स अरुणा शानबागच्या खात्यावर ११३ दिवसांची भरपगारी रजा जमा झालेली असल्याचं तिला समजलं. ही सगळी रजा आपण एकदम घेऊ शकतो? ते तपासावं लागेल असं तिथल्या क्लार्कबाई म्हणाल्या, "तू कॅज्युअल लिव्ह किती घेतली आहेस, आणि प्रिव्हिलेजबरोबर मेडिकल लिव्हही घेता येते का,

यावर ते अवलंबून आहे.'' बिनपगारी रजा? ''तीन महिन्यापर्यंत काही अडचण नाही.'' मग भरपगारी आणि बिनपगारी रजा एकापाठोपाठ एक घेता येतात? ''भरपगारी रजा कोणत्याही परिस्थितीत आधीच घ्यावी लागते. पण ही सगळी चौकशी कशासाठी? तू मला कारण सांगितलंस तर बरं. म्हणजे त्यानुसार सल्ला देता येईल.''

अरुणा हसली. ''मी लग्न करतेय.''

क्लार्कला एकदम उत्साह वाटला. या डॉक्टर-नर्स रोमान्सविषयी तिने ऐकलं होतं, त्या स्टाफ नर्सचं नावही ऐकलं होतं, पण तिने तिला कधी बघितलेलं नव्हतं. किती गोड मुलगी आहे. केवढी सुखात दिसतेय.

''अरे व्वा! अभिनंदन. कोणत्या तारखेला आहे लग्न?''

''तेच तर ठरवायचा प्रयत्न करतेय मी. माझी रजा किती आहे ते पाहून.''

''तू मेडिकल लिव्हसाठी वेगळा अर्ज करू शकतेस. पण त्याकरता डॉक्टरचं सर्टिफिकेट द्यावं लागेल.''

''ते आरामात मिळेल.''

अरुणाच्या हसऱ्या चेहेऱ्याकडे पाहून विचार करत क्लार्क म्हणाली, ''डॉक्टर नवरा आपल्या नर्स बायकोला सर्टिफिकेट देऊ शकतो की नाही ते मला पाहावं लागेल. खास करून दोघेही एकाच हॉस्पिटलमध्ये असतील तर.''

अनेक तपासण्या आणि उलट तपासण्या यांत थोडा वेळ गेला. क्लार्कने काढलेल्या शंकेवर कोणापाशीच उत्तर नव्हतं. हे प्रकरण वेगळं आहे यावर सगळ्यांचं एकमत झालं. डीनच्या पीएलाही हा प्रश्न अनुत्तरित करून गेला. शेवटी ही शंका बीएमसीकडे पाठवायचं ठरलं. तिथे फोन लावला गेला. या प्रश्नाचं उत्तर केवळ विभागप्रमुखच देऊ शकेल, आणि तो रजेवर आहे, असं तिथून सांगण्यात आलं. तो किती काळ रजेवर आहे हे ठाऊक नसल्यामुळे पुढच्या आठवड्यात संपर्क साधण्याची सूचनाही देण्यात आली.

''अरे, पण त्या नर्सला त्यानुसार अर्ज करायचाय ना. तिला लग्नाची तारीख ठरवायचीये.''

''असं काय. मग उपायुक्तांच्या पीएलाच विचारायला हवं. तोही जागेवर नाही. पंधरा मिनिटांनी फोन करा.''

साधारण लंच टाइमच्या सुमारास अरुणा नर्सिंग एस्टॅब्लिशमेंटमधून बाहेर पडली. मात्र त्याआधी तिने दोन फॉर्म भरलेले होते. ती हॉस्टेलमध्ये राहणार नसून १ नोव्हेंबर, १९७३ पासून ती अनिवासी नर्स बनणार आहे असं नर्सिंग एस्टॅब्लिशमेंटला सांगणारा पहिला अर्ज. आणि दुसरा रजेचा अर्ज १ डिसेंबर १९७३ पासून.

लग्नासाठी काही फारशी तयारी करायची नव्हती. लग्न साधंच असणार होतं.

देवळात, देवाच्या साक्षीने. कुटुंबातल्या ज्यांना इच्छा आहे ते येऊ शकत होते. पण आपल्या फ्लॅटसाठी पैसे जमवत असल्याने त्यांना फार थाटामाटात लग्न करता येणं शक्य नव्हतं. खूप माणसांना बोलावलं तर मोठा हॉल बुक करायला हवा, मग त्यांना जेवण घालायला हवं, त्यानंतर तुम्हाला नको असलेल्या भेटी त्यांच्याकडून स्वीकारताना हसायला हवं आणि शेवटी तुम्ही घाम गाळून कमावलेल्या पैशांच्या जेवणाची नासाडी करताना पाहायला हवं. दुसऱ्या दिवशी सकाळी संडासात गेलं की ते सगळे पैसेही पडून जातात. कॅशला फ्लश करायची वेगळी पद्धत. आपलं लग्न असं होता कामा नये. संदीपला समजेल आपल्याला काय वाटतं ते.

संदीपसाठी तिला एक सोन्याची अंगठी बनवायची होती. त्याच्या बोटाचं माप तिला ठाऊक होतं. सोनाराकडं तयार असलेलं मंगळसूत्र आणायला जाऊ तेव्हा अंगठी करायला टाकू असं तिने ठरवलं. हॉस्टेलमध्ये नर्सेसना दागिने ठेवायला मनाई होती. त्यामुळे मंगळसूत्र थेट बीडीडीमध्ये नेणं भाग होतं. बीडीडीला आपले कपडे ठेवायला तिला एक छोटं कपाट लागणार होतं. डोंगरीच्या फुटपाथवर विकायला ठेवलेल्या कपाटांमधून ती एक घेणार होती. सिस्टर प्लॅसिडा डिसिल्वाने गेल्या महिन्यात लग्न केलं तेव्हा तिथूनच कपाट घेतलं होतं. डोंगरीच्या फुटपाथवर दुकान थाटून बसलेले हे लोक जुनी कपाटं विकत घेत, रिपेअर करत, रंग लावत, चांगलं पॉलिश करत आणि मग नव्यासारखी कपाटं करून ती विकत. हातगाडीवरून ते घरपोचही कपाट पाठवत. फक्त थोडे पैसे घेत एवढंच. बीडीडीच्या पत्त्यावर कपाट मागवायचा तिचा निर्णय झाला होता.

पण छोटं कपाट घेण्यापेक्षा दोघांसाठी आपण मोठंच कपाट घेतलं तर? सिस्टर प्लॅसिडाबरोबर ती गेली असताना त्यांनी एक मोठं लाकडाचं कपाट निवडलं होतं. सुरेख नक्षीकाम केलेलं होतं त्यावर. कपाटवाल्याने खूपच जास्त किंमत सांगितली होती. जुन्या जमान्यातला, दुर्मिळ 'अँण्टिक पीस' आहे म्हणे. ज्यांचं कपाट होतं त्यांना वाईट दिवस आल्याने त्यांना ते विकावं लागलं होतं. सिस्टर प्लॅसिडाने ताबडतोब ते घ्यायला नकार दिला. "उगीच घरात दुर्दैव कशाला आणायचं? तेही एवढी किंमत मोजून?" सिस्टर प्लॅसिडा म्हणाली. शेवटी त्या कपाटवाल्याने खूप कमी किंमतीत ते कपाट विकलं.

सिस्टर प्रेमा पैला घेऊन जाऊ आपण कपाट निवडताना. पण त्याआधी बँकेत जायला हवं. हॉस्पिटलच्या अगदी जवळ कॅनरा बँकेची शाखा होती. नवीन जागेत राहायला जाईपर्यंत इथलं खातं चालू ठेवण्याचा विचार तिने केला. नवीन फ्लॅट, बँकेचं नवीन खातं आणि त्यावर नवीन आडनाव. नवं आयुष्य. नव्या सुरुवातीच्या योजनांचे विचार.

कोणत्या विषयामध्ये स्पेशलायझेशन करायचं याविषयी संदीपही निर्णयाप्रत येऊ लागला होता. आपल्या स्वभावानुसार त्याने आपल्याला रस वाटतो अशा विभागांची यादी तयार केली. मग एकेका विषयावर तो फुली मारत गेला. हे करताना अनेक गोष्टींचा विचार त्याने केला. आणि अखेर डायबिटिसवर तो येऊन थांबला. आपल्या निवडीमध्ये चूक व्हायला नको म्हणून अरुणाला समोर बसवून त्याने डायबिटिस या विषयावर एक निवेदन सादर केलं. त्याचं सांगून संपल्यावर अरुणानेही त्याची कल्पना चांगली असल्याचं बोलून दाखवलं. ''खूपच चांगली कल्पना आहे. कारण लोकांना गोड खायला आवडणं कधीच थांबणार नाही.''

दोघेही खळखळून हसले.

त्यानंतर अरुणा जे बोलली ते एकून संदीपला आश्चर्य वाटलं.

''केईएममध्ये एक डॉक्टर चेंबूरमध्ये खास डायबिटिसवर उपचार करणारं केंद्र उघडायची योजना आखताहेत. तुम्ही जाऊन त्यांच्याशी बोलत का नाही?''

संदीप थोडा द्विधा झाला.

''जा.''

''त्यांना कदाचित आवडणार नाही. खूप सीनियर डॉक्टर आहेत ते.''

''म्हणून तर उलट तुम्ही जायला हवं. त्यांचं ज्ञान जर खरं असेल आणि माणसाच्या भल्यासाठी असेल तर ते ज्ञान शेअर करायला त्यांची कशाला हरकत असेल? सीनियर डॉक्टर्सनी ज्युनियर डॉक्टरना आपल्या पंखाखाली घेणं ही भारताची परंपरा आहे. गुरू-शिष्य परंपरा.''

''काय?''

''त्या दिवशी मी पेपरमध्ये पंडित रविशंकर काय म्हणाले ते वाचलं. तरुण भारतीयांना सतार शिकवणं हे आपलं कर्तव्य आहे, ती आपली गुरू-शिष्य परंपरा आहे.''

''किती काळजीपूर्वक पेपर वाचतेस गं तू. पण त्या डॉक्टरांनी रविशंकरांचे हे शब्द वाचले नसण्याची शक्यता आहे, त्यांना त्याविषयी आस्था असेलच असं नाही. तेव्हा ते मला हाकलूनही देऊ शकतात.''

''पण ते घडेपर्यंत तसं घडेल असं आपण गृहीत कसं धरू शकतो? कदाचित तसं होणारही नाही. त्यांनी जर तुम्हाला नाही घेतलं तर त्यात त्यांचंच नुकसान आहे. मी म्हणतेय की प्रयत्न तरी करायला काय हरकत आहे? आपलं काय नुकसान आहे? जा.''

संदीप गेला. डॉक्टर संदीपला ओळखत होते, त्याच्या हुशारीविषयी त्यांनी ऐकलेलं होतं. संदीपच्या मन लावून बोलण्याने ते प्रभावित झाले आणि चेंबूरमधल्या आपल्या योजनेविषयी भरभरून बोलले. अर्थात, त्याला वेळ होता, पण तोपर्यंत

डायबिटिस विभागात संदीप काम करू शकत होता आणि मग एक दिवस संदीप विभागप्रमुख बनण्याची शक्यता होती. अर्थात, तो कसं काम करेल त्यावर ते अवलंबून असणार होतं.

अरुणा भलतीच खूश झाली. ही सगळी सुचिन्हं होती. या संधीचा फायदा उठवून अरुणाने आपल्या बहिणीकडे राहायला जायच्या योजनेविषयी सांगितलं. आपली मोठी सुट्टी मंजूर झाल्याचं सांगितलं. संदीपने हसून आपली मान्यता दर्शवली.

रामदासने अखेर धैर्य केलं. त्याने एकट्याने हॉस्पिटलमध्ये पाय ठेवला. आपल्या भीतीवर आपण मात केल्याचा आनंद त्याला झाला. अरुणाने त्याला केईएमची सैर करवली, अनेक डॉक्टरांशी 'माझा भाऊ' म्हणून ओळख करून दिली. रामदासला खूप अभिमान वाटला. अरुणाने त्याला ऑपरेशन थिएटर दाखवलं, तिथे काम कसं होतं, कोणती यंत्रं काय करतात ते सांगितलं आणि छतावरचे गोल चालू करूनही दाखवले. मग त्याला दुसऱ्या ऑपरेशन थिएटरमध्ये नेऊन बाजूला खोलीतून आत चाललेल्या शस्त्रक्रियेची झलक दाखवली. ''खूप थंडपणे आणि शांतपणे काम चालतं इथे. सिनेमातल्यासारखं नाही,'' रामदास म्हणाला.

''कारण खऱ्या आयुष्यात ऑपरेशनच्या वेळी बॅकग्राऊंड म्युझिक नसतं. हिंदी सिनेमात नेहमी मागे हृदयाचे ठोके वाजत असताना दाखवतात. धक-धक, धक-धक. हार्टचं ऑपरेशन नसलं तरी.''

अरुणा कुठे काम करते ते रामदासला पाहायचं होतं. अरुणाने चेहेरा वाकडा केला. ''मला तिथे काम करायला अजिबात आवडत नाही.'' तरीही त्याने आग्रह केल्यावर ती त्याला डॉग लॅबमध्ये घेऊन गेली. त्या दिवशी तिथे कोणतीही शस्त्रक्रिया नसल्याने आराम होता. डॉग लॅबमध्ये सगळे पेपर आणि नियतकालिकं वाचत बसले होते. मेहतर इंदरही. अरुणाने पर्समधले पैसे काढून इंदरला केईएमच्या स्टाफ कँटीनमधून रामदाससाठी मँगोला आणायला पाठवलं.

''तुमची खाजगी कामं अशी सांगू शकता तुम्ही?''

''खरं म्हणजे सांगू नये. पण डिपार्टमेंटमध्ये काम नसलं तर चालतं.''

''ते कधी नाही म्हणत नाहीत? समजा म्हणाले तर किती वाईट दिसेल.''

''हे काही कायम कामगार नाहीत. बदली आहेत. युनियनचे सभासद असलेले एवढ्या नम्रपणे वागत नाहीत. अर्थात, या बदली कामगारांमध्ये काही तर त्यांना ज्या कामाचा पैसा मिळतो तेही धड करत नाहीत. चल, तुझा मँगोला येईपर्यंत तुला डॉग लॅब आणि कुत्र्यांची घरं दाखवते.''

कुत्र्यांचं घर एवढं स्वच्छ पाहून रामदासला आश्चर्य वाटलं. ''या विभागात

सगळंच स्वच्छ आणि टापटीप आहे.''

''अर्थातच. माझं डिपार्टमेंट आहे हे. ते नेहमी असंच राहील याची काळजी घेते मी.''

''कुत्रेही चांगले स्वच्छ आणि तंदुरुस्त दिसताहेत.''

''ते आता. कारण गेले काही दिवस इंदर त्यांची काळजी घेतोय. तो दुसरा मेहतर भयंकर आहे. सध्या तो येतच नाही. कुत्र्यांसाठी बरंय म्हणा. सोहनलाल म्हणजे गिधाड आहे. कुत्र्यांसाठी असलेलं मटण चोरतो तो. मी तर पुरावाच मिळायची वाट बघतेय. पुढच्या वेळी त्याने असं केलं तर मी ताबडतोब तक्रार करणार आहे.''

रामदासच्या चेहेऱ्यावर काळजी होती. ''मला वाटतं, तू त्याला वॉर्निंग द्यावीस.''

''दिलीये. दोनदा.''

''म्हणजे त्याच्या तोंडावर तू त्याला चोर म्हणालीस.''

''होय. सीधा बोल दिया.''

''अरुणा, हे लोक भंग्यांचं काम करतात. त्यांच्याशी बोलताना सावध राहायला हवं. काळजी घ्यायला हवी.''

''कशाची?''

''मला नाही ठाऊक. नुसतीच काळजी घे म्हणजे झालं.''

''डाएट डिपार्टमेंटच्या बाहेर उभं राहून तो कुत्र्यांसाठी असलेलं दूध पितो. एवढं दूध तो घरी कसं काय नेतो आणि पकडला कसा जात नाही हेच कळत नाही मला.''

''तो गरीब असेल. सतत भुकेला असेल.''

''इंदरही मेहतर आहे. तोसुद्धा गरीब आहे. उदयवीरचंही तेच. पण ते चोरी नाही करत. गरीब असल्यामुळे तुम्हाला चूक करायची परवानगी नाही मिळत. शिवाय भूक आणि हावरटपणा यांत फरक आहे. कोणत्याही गोष्टीमध्ये हावरटपणा. आणि हे सगळ्यांना लागू आहे. मग तो गरीब असो, श्रीमंत असो किंवा आपल्यासारखा मध्यमवर्गीय असो.''

''मुंबईसारख्या ठिकाणी इतकं तत्त्वज्ञान ऐकवतेयस.''

''हे तत्त्वज्ञान नाही. हा धर्म आहे. सगळे धर्म चांगली वागणूकच शिकवतात. मुंबईत देवळांमध्ये, मशिदींमध्ये, चर्चमध्ये इतकी गर्दी असते. त्यातले किती लोक आपल्या धर्माकडून काही शिकत असतात, कोण जाणे!''

दोघे जण गच्चीच्या पॅरापिटला टेकून उभे होते. वाईड अँगलमध्ये मुंबई दिसत होती. गिरण्यांची उंच धुरांडी. त्यातून बाहेर पडणारा काळा धूर. त्या धुराखाली वसलेलं गरीब शहर. द्वेष, राग या भावनांना कुरवाळणारं.

सिस्टर प्रेमा पै आणि अरुणा खुदूखुदू हसतच थिएटरमधून बाहेर पडल्या. सिनेमा बघतानाच त्यांना हसू आवरत नव्हतं. त्या शांत, काळोख्या थिएटरमध्ये मधूनच त्यांचे हास्याचे फावारे फुटत होते. बाल्कनीमध्ये दोन-चार जणांनी केलेल्या शूऽऽच्या आवाजाखेरीज इतर कोणी फारसा आक्षेप घेतला नाही. आक्षेप घेण्यासाठी फारसं कोणी नव्हतंच म्हणा. दादरचं प्लाझा थिएटर बऱ्यापैकी रिकामं होतं. सिनेमा जुनाच होता आणि पहिल्यांदा लागला तेव्हा फारसा चाललेलाही नव्हता.

अचानक झटका येऊन अरुणा आणि प्रेमा थिएटरमध्ये शिरल्या होत्या. अरुणासाठी लग्नाच्या साड्यांची पाहणी करायला त्या दादरला आल्या. दोघींनाही फारशा साड्या आवडल्या नाहीत. पुढच्या रजेच्या दिवशी माटुंगा विभाग धुंडाळायचं त्यांनी ठरवलं. "सिल्कमध्ये. साधी पण साऊथ इंडियन. अशी साडी मला हवीये", होणारी नवरी म्हणाली. रंगाच्या बाबतीत दोघींचं एकमत होतं. लाल हा रंग शुभ तर खराच, शिवाय अरुणाच्या गोऱ्या रंगाला तो शोभूनही दिसला असता.

बाहेर पडल्यावर हॉस्टेलमध्ये परतण्यापूर्वी काहीतरी खाऊनच यायचं हा सगळ्या हॉस्टेलवाल्यांचा जणू अलिखित नियम. अरुणा प्रेमाला घेऊन दादर टीटीला आली. तिथल्या एका दुकानात ढोकळा आणि कांदा-भजी फारच प्रसिद्ध होती. दुकानाबाहेरच्या फुटपाथवर उभं राहून दोघी खात होत्या. दादर सर्कलच्या चहुबाजूने ट्रॅफिक घोंघावत होता.

"याला दादर टीटी का म्हणतात?"

"गोटे इल्ला."

"काय?"

"म्हणजे कन्नडमध्ये ठाऊक नाही," अरुणाला म्हणली. "खरं तर तुला ठाऊक हवं. तू इथे जन्माला आलीस आणि मोठी झालीयेस."

भजी आणि भेळपुरी देणाऱ्याला त्यांनी हा प्रश्न विचारला. "टीटी म्हणजे ट्रॅम टर्मिनल असेल. कारण हा ट्रॅमचा शेवटचा स्टॉप असायचा. पाणीपुरी खाणार?"

"नको नको. मला घरी जाऊन जेवायचंय." प्रेमा म्हणाली.

"होय." अरुणा म्हणाली.

अरुणाला अख्खी पुरी सफाईने तोंडात घालताना प्रेमा पाहत होती. त्यातली थोडीशी चटणी तिच्या ओठावर सांडली आणि कडेने गळली. प्रेमाला कसंतरीच झालं.

"एवढं खातेस तरी बारीक कशी राहतेस गं?"

"गोटे इल्ला."

"तुझ्या स्कीनलाही काही होत नाही. मी जरा तेलकट खाल्लं की माझ्या चेहेऱ्यावर पिंपल्स यायला लागतात." तिचा राग जाणवत होता.

अरुणाने खांदे उडवले आणि हनुवटी उचलून दुसरी पुरी आधीपेक्षा अधिक सफाईने तोंडात टाकली.

''नशीबवान आहेस,'' प्रेमा म्हणाली.

''मला नजर लावू नकोस!'' अरुणा हसली.

प्रेमाही हसली. पण तिचे डोळे हसले नाहीत. ''तुझं दिसणंच फक्त नाही, तू जे केलंस तसं करायला मलाही आवडलं असतं.''

''कालच मी एका मॅगझिनमध्ये वाचलं, इफ विशेस वेअर हॉर्सेस, बेगर्स वुड राईड.''

प्रेमा रागाने लाल झाली. ''चल, उशीर होतोय. आपण निघू या.''

''उशीर? फक्त सहाच तर वाजलेत. तुला काय घाई आहे? चल प्लाझाला कुठला सिनेमा लागलाय ते पाहू.''

''मी यापूर्वी मराठी सिनेमा कधीच बघितलेला नाही. आवडला आपल्याला तर थांबू या.''

''मग तर फारच उशीर होईल. तुझ्या हॉस्टेलचं गेट बंद होईल आणि माझी आई मला घरातून बाहेर काढेल.''

''सिनेमा कंटाळवाणा असेल तर आपण अर्धवट सोडून निघून येऊ. चल ना.''

सिनेमा रडका होता. आणि अरुणा आणि प्रेमाला हसू आवरत नव्हतं. एकत्र कुटुंबाचं चित्रण त्यात होतं. सगळे मिळून गाणी गात. पण मग दुष्ट सून घरात येते आणि सगळ्यांच्या आनंदात मीठ कालवते. सासरेबुवा जमिनीवर कोसळून मरतात, सासुबाई खोकू लागतात, त्राग्याने एक भाऊ घर सोडून जातो, दुसऱ्याला सुनबाई बाहेर काढतात. घरातल्या मुलीला धुणीभांडी करावी लागतात. लोकांना शारीरिकदृष्ट्या इजा न पोचवता त्रास कसा देता येतो, याच्या सगळ्या कल्पना वापरून होईपर्यंत असंच होत राहतं.

इंटरव्हलनंतर दिग्दर्शकाने लक्ष केंद्रित केलं ते दुष्ट सूनबाईवर. ती गरोदर राहण्याचा प्रयत्न करत राहते आणि अयशस्वी होत राहते. शेवटी तिला एक साधू भेटतो. तू आपल्या सासू-सासऱ्यांशी वाईट वागलीस म्हणून हे झालं असं तिला सांगतो. मग तिला पश्चात्ताप होतो आणि ती धावत सासूच्या पायाशी जाऊन पडते. त्यानंतर अरुणा आणि प्रेमा बाहेर पडून हसत हसत बस स्टॉपच्या दिशेने चालू लागल्या.

''समजा, त्या सासूने आपल्या सुनेच्या एक कानफटात वाजवली असती आणि म्हणाली असती की माझ्या घराचं नाव पुढे चालो न चालो, पण मी तुला माफ करणार नाही – तर मजा आली असती!''

"समजा, त्या सुनेने त्या साधूलाच चालता हो असं सांगितलं असतं तर?" प्रेमा म्हणाली, "मग तर जास्तच मजा आली असती. सुनेने सांगायचं की स्वभाव बदलण्यापेक्षा मी मूल दत्तकच घेईन!"

अरुणा नव्याने जोरजोरात हसू लागली. "मग तिचा नवराही तिच्यावर रागावला असता. पुरुषांना आपल्या वंशाचं फार असतं. डॉ. परदनानींना त्या दिवशी ऑपरेशनमध्ये डॉग लॅबमध्ये मदत करत होते तेव्हा माझ्या हे लक्षात आलं."

त्यांची बस आली. खचाखच भरलेली. दोघी आत घुसल्या आणि जिन्याच्या खालीच उभ्या राहिल्या. असं बोलायला बरं पडत होतं. डॉ. परदनानी कोणत्या विषयाचे डॉक्टर होते ते प्रेमाला ठाऊक नव्हतं.

"अरे, हेच सगळं. अँड्रॉलॉजी. मर्दोंकी मर्दानगी. उनका एक्स्टर्नल-इंटर्नल प्लंबिंग."

"होय काय. म्हणून ते कुत्र्यांवर काम करत होते."

दोघी हसल्या. डॉक्टर सिलिकॉन शंट जागेवर घालण्याचा प्रयत्न करत असल्याचं अरुणाने सांगितलं.

"समजा, व्हास डेफरन्स कापली आणि पुरुषाला मूल हवं असेल तर ते रबर बँडसारखं काम करतं."

"सरकारने लोकसंख्या वाढवणाऱ्या कोणत्याही संशोधनावर बंदी घालायला हवी."

"लोकसभेत कायदा केला पाहिजे की प्रत्येकाचं दुसरं मूल हे दत्तक मूल हवं. त्यामुळे दत्तक घेणंही वाढेल आणि लोकसंख्येलाही आळा बसेल."

"तू घेशील? दत्तक?"

"मला नाही ठाऊक. ते संदीपवरही अवलंबून आहे ना. एक मूल स्वतःचं आणि एक दत्तक घ्यायला माझी काही हरकत नाही. असं करणं चांगलं. मात्र दोन्ही मुलांना सारखंच वागवायला हवं."

"हो, नाहीतर स्वतःच्या मुलाकडेच सगळं लक्ष दिलं जायचं."

"मला तर उलट दुसरीच भीती वाटते. मुलाला दत्तक घेतलंय म्हणून तुम्ही त्याच्याकडे जास्तच लक्ष द्याल आणि स्वतःच्या मुलाकडे दुर्लक्ष कराल. दोघांमध्ये चांगला समतोल राखता आला पाहिजे. मुलाचे फार लाडही करता कामा नयेत आणि दुर्लक्षही करता कामा नये. मग ते एकच मूल असेल आणि दत्तक असेल तरीही. तू घेशील मूल दत्तक, प्रेमा?"

त्या दोघी जिन्याच्या खालीच जागा बदलत होत्या. बसमध्ये शिरणाऱ्या प्रवाशांना आत यायला आणि बाहेर जायला जागा मिळावी म्हणून. 'बसमधली गर्दीच आपल्या देशात मुलांच्या जन्मावर पुढची पाच वर्षं बंदी का आणावी याचं

उत्तम उदाहरण आहे' असं प्रेमा म्हणाली. ''माझ्या बहिणीचं लग्न झालं. पक्का हरामी होता तो. त्याच्यात काहीतरी प्रॉब्लेम होता आणि त्याने सगळा दोष माझ्या बहिणीवर टाकला. माझे वडील तिच्या सासू-सासऱ्यांना भेटायला गेले. पण त्यांचे सगळेच घरवाले हरामी असावेत. माझे वडील म्हणाले की, दोष कोणताही असो, मूल दत्तक घेतलं तर कुटुंबाला वारस मिळेल. तेव्हा ती सासू काय म्हणाली ठाऊकेय? 'नको, घरात कोणाचं रक्त येईल कोण जाणे.''

अरुणा शांत होती. आज पहिल्यांदाच प्रेमा आपल्या कुटुंबाविषयी बोलत होती. ''रक्त म्हणजे, वेडेपणा वगैरे असेल तर, तसा अर्थ अभिप्रेत असावा तिला. समजा मुलात पालकांमधून किंवा आजी-आजोबांमधून आनुवंशिक वेडेपण आलं असेल तर? चांगलं म्हणून करायला जावं आणि भलतंच व्हावं. वेडेपणा आनुवंशिक असतो का गं?''

''किंवा त्या बाळाला डायबिटिस असू शकतो. किंवा आज ठाऊक नाही पण पंधरा वर्षांनी बोलबाला होईल असा एखादा रोग. किंवा वारस मिळावा म्हणून मुलगा दत्तक घ्यायचा आणि तोच इम्पोटंट निघायचा. काय सांगू शकतो आपण?''

प्रेमाने मान हलवली. ''दुर्दैव असेल तर त्याला कोण काय करणार?''

''तू असं बोलतेयस याचा अर्थ तू घेशील मूल दत्तक?''

''माझी बहीण घरी परत आलीये. घटस्फोटिता म्हणून. इतरही काही अडचणी आहेत. तेव्हा एखादा चांगला मुलगा मला सांगून येईल याची शक्यता जरा कमीच आहे. घटस्फोट घेतलेले किंवा दहा मुलं मागे ठेवून बायको मेलीये असेच पुरुष मला सांगून येणार. बिनपगारी आया हवी असणार त्यांना. तेव्हा माझ्या नशिबात लग्न असेल असं मला वाटत नाही. मग मी मूल दत्तक घेणंच बरं.''

''खूप धाडसाचं होईल ते. पण मला सांग, एकट्या बाईला मूल दत्तक घ्यायला परवानगी आहे?''

''काय माहीत. मला वडिलांना विचारावं लागेल. बहिणीचं लग्न वाचवण्यासाठी म्हणून त्यांनी दत्तक घेण्यावर खूप माहिती जमवली होती.''

''समजा देत असतील तर एक मूल घरात आणून त्याला आई आणि वडील दोघांचंही प्रेम मिळणं आवश्यक नाही का?''

''मी दोन्ही द्यायचा प्रयत्न करेन. मी त्या बाळाची खरी आई आहे असं खोटं सांगायची गरज नाही मला. उलट खरंच सांगेन. नाहीतर आपल्या वडिलांचा पत्ताच नाही असा ग्रह व्हायचा मोठं होताना त्या बाळाचा.''

''मग दत्तक कशाला घ्यायचं? अनाथाश्रमातल्या एखाद्या मुलाचा खर्च करायचा. तशा प्रकारचे बरेच लेख वाचलेत मी पेपरांमध्ये आणि मॅगझिन्समध्ये.''

''माझ्या म्हातारपणी मला बघायला कोणीतरी असावं म्हणून.''

"हा तर स्वार्थ झाला."

"सेक्स आणि स्वार्थ याखेरीज आई-वडिलांचा तरी दुसरा कुठला हेतू असतो गं? ते जर नि:स्वार्थी असते तर आपल्या मुलांना जंगली मुलांसारखी वाढवण्याऐवजी त्यांनी चांगली नागरिक नसतं बनवलं? चल, माझा स्टॉप आला. उद्या भेटू. टाटा."

अरुणा आपल्या स्टॉपवर उतरली आणि हॉस्टेलच्या दिशेने चालू लागली. वॉचमनकडे संदीपने दिलेली चिठ्ठी तिची वाट पाहत होती. चिठ्ठी थोडक्यात होती. त्यातला आशय धक्कादायक होता.

डायबिटिस विभागाचे प्रमुख अचानक संध्याकाळी ६.३० वाजता वारले. वय त्रेचाळीस.

दोघंही रात्री नीट झोपलेले नव्हते. संदीप तर पार हादरून गेलेला होता. अरुणा अस्वस्थ होती. उकाडा आणि आजूबाजूच्या कोलाहलाची त्यात भर पडली होती. हॉस्पिटलमधला प्रत्येक जण त्रासलेला वाटत होता. सप्टेंबर महिन्यात एवढा उकाडा नसतो कधी. आऊट पेशंटसमध्ये जास्तीत जास्त वैद्यकीय सेवा मिळावी म्हणून घामाने थबथबलेले लोक धक्काबुक्की करत होते. कॅज्युअल्टीमध्ये ॲम्ब्युलन्स येत होत्या आणि आवश्यक तेवढी स्ट्रेचर्स नव्हती. मदतनीसही हवे तेवढे नव्हते. त्यामुळे आपल्या पेशंटला स्ट्रेचरवरून नेण्याचं काम नातेवाईकच करत होते. सकाळचे व्हिजिटिंग अवर्स होते आणि सगळीकडे माणसंच माणसं दिसत होती. वॉर्ड्स भरलेले, ओपीडीत गर्दी, प्रत्येक पेशंटच्या बरोबर दोन नातेवाईक. एकत्र बसून काल संध्याकाळी घडलेल्या घटनेच्या परिणामांची चर्चा करण्यासाठी मुळी कुठे जागाच नव्हती.

अरुणा संदीपला घेऊन डॉग लॅबच्या गच्चीवर गेली. कुत्र्यांच्या घरांजवळ असलेल्या प्रयोगशाळेच्या भिंतीला टेकून, सूर्य तोंडावर येऊ नये अशा बेताने ते उभे राहिले. ते बोलत नव्हते. संदीपने हाताची घडी घातली, डोळे मिटले आणि डोकं भिंतीला टेकवलं. अरुणाने हात पुढे केला. त्याच्या दंडाला स्पर्श करून एखाद्या बाळाला समजावावं तसं तिने थोपटलं. संदीपचे डोळे अजूनही बंद होते. त्याने तिचा हात पकडला आणि आपल्या हातावर ठेवला. अरुणा थोडी त्याच्या बाजूला सरकली आणि त्याच्या हातावर डोकं ठेवून तिने डोळे मिटून घेतले. जवळजवळ चार वर्षांच्या संबंधांमध्ये एकमेकांना जाणीवपूर्वक स्पर्श करण्याची आपली ही पहिलीच वेळ असल्याचं दोघांच्याही लक्षात आलं नाही. दोघेही भिंतीला टेकलेले होते. जे घडलंय त्याचं दु:ख सहन करत, काहीही घडलं तरी आपण एकमेकांबरोबर आहोत हा विश्वास मनाशी बाळगत.

अरुणाला थोडं घाबरल्यासारखं झालं. टोचल्यासारखं वाटलं. संदीपच्या खांद्यावरून

तिने डोकं उचललं आणि डोळे उघडून समोर पाहिलं, तेव्हा दोन थंड चमकणारे डोळे तिच्याकडे रोखून पाहत असलेले तिला दिसले. ती भीतीने चित्कारली. संदीपने ताबडतोब आपला हात तिच्याभोवती टाकत विचारलं,

"काय झालं?"

अरुणाने मानेनेच संदीपला समोर बघायला सांगितलं. सोहनलाल जराही हलला नाही. तो त्या दोघांकडे बघत उभा होता. संदीपने अरुणाच्या खांद्याभोवती टाकलेला हात बाजूला केला आणि म्हणाला, "चल, आपण खाली जाऊ." ते जिन्यापाशी गेले. सोहनलाल त्यांच्या मागून येऊ लागला. अरुणाची नखं संदीपच्या दंडात रुतली. ते थांबले. सोहनलालही थांबला.

"सलाम डॉक्टरसाब."

संदीपने मान डोलावली आणि अरुणाला घेऊन तो खाली उतरला. सोहनलाल गच्चीच्या दरवाजात उभं राहून त्यांना पाहत होता.

"तो नेहमी असाच रोखून बघत असतो?" संदीपने विचारलं. केईएमच्या मुख्य दरवाजाच्या समोरच्या असलेल्या एका छोट्याशा हॉटेलमध्ये फळांचा रस पीत ते बसले होते.

अरुणाने मान हलवली. "तोच तो सोहनलाल. कुत्र्यांचं खाणं चोरतो तो."

संदीप शांत होता. अरुणाने मोसंबी रसाचा घोट घेत म्हणलं, "आता काय करणार आपण?"

"काही घडलंच नाही असं समजायचं."

"म्हणजे?"

"माझी एमडीची परीक्षा तीन महिन्यांवर आलीये. त्याची केवढी तयारी व्हायचीये माझी अजून."

"त्यानंतर?"

"पूर्वी ठरल्याप्रमाणे त्यानंतर मी क्लिनिकची तयारी सुरू करेन. इतर हॉस्पिटलमध्ये अटॅचमेंट्स मिळतात का पाहीन. हे कठीण पडेल का ठाऊक नाही, पण तसं दिसतंय खरं."

"होय," अरुणा हळूच म्हणाली. "सगळ्याच गोष्टी आता कठीण वाटू लागल्यात."

संदीप एकदम धसका घेतल्यासारखा म्हणाला, "तू आताच हॉस्टेल सोडू नकोस. तुझी रजाही कॅन्सल कर. मला आधी प्रॅक्टिस नीट सुरू करू दे."

"संदीप, मृत्यू दुसऱ्या कोणाचा तरी झालाय. त्यासाठी मला मारू नका."

"उगीच नाटकीपणा करू नकोस, अरुणा."

"मी नाही तसं करत आहे. तुम्हाला समजत नाहीये. किंवा कदाचित समजून

घ्यायचं नाहीये.''

''असं म्हणणं बरोबर नाही. ठिकेय, मला समजत नाही तर सांग समजावून.''

अरुणाने दीर्घ श्वास घेतला. ''जे घडलंय ते तर आता आपल्याला बदलता येणार नाही. कदाचित जे घडलं ते आपल्या भल्यासाठीच असेल. कसं ते मला ठाऊक नाही. तरी आपल्याला तर पुढे पाहायला हवं. डिसेंबरमध्ये तुमचं एमडी झाल्यावर खाजगी प्रॅक्टिससाठी आणि इतर हॉस्पिटल्समध्ये काम करायचं म्हणून तुम्ही केईएम सोडणार. मग जानेवारीपासून तुम्हाला राहायला जागा हवी. कुठे राहणार आहात तुम्ही?''

''सायनला. माझा भाऊ आणि त्याची बायको राहतात तिथे.''

''किती काळ?''

''आपल्याला आपला फ्लॅट मिळत नाही तोपर्यंत.''

''त्यासाठी कितीही वेळ लागला तरी? उद्या समजा आणखी काहीतरी धक्कादायक घडलं तर? तुमच्या वहिनीने आपल्या छोट्याशा घरात काय म्हणून तुम्हाला इतका काळ सहन करायचं?''

''मी असा विचारच केला नव्हता,'' संदीपने मान्य केलं. ''पण यानंतर असं काही घडणार नाही. इथे मी बाहेरच्या गोष्टींवर अवलंबून होतो. आता तसा राहणार नाही.''

''मग आपण दोघे मिळून स्वावलंबी होऊ या की. तुम्ही जिथे कुठे क्लिनिक काढायचं ठरवाल त्याच्या जवळच आपण एक छोटंसं घर भाड्याचं घेऊ.''

संदीपने भुवया आक्रसल्या. ''मला तरीही वाटतं की नोव्हेंबरपासून तू हॉस्टेल सोडू नयेस.''

''मी त्यांना फार पूर्वीच कळवून टाकलं. हॉस्टेलच्या जागेसाठी केवढी वेटिंग लिस्ट असते ठाऊकेय तुम्हाला. आतापर्यंत त्यांनी माझी जागा दुसऱ्या एखाद्या नर्सला देऊनही टाकली असणार.''

''दोन-तीन महिन्यांसाठी ते ॲडजस्ट करतील. हॉस्टेलमधून तू सरळ त्या भाड्याच्या आपल्या घरात ये.''

अरुणा हसली. ''पण मी वाचवलेले पैसे आपल्याला आपल्या घरात सीलिंग फॅन घ्यायला लागतील.''

आता संदीपही तिच्याबरोबर हसला. आदल्या रात्रीपासून त्याच्या चेहेऱ्यावर जमा झालेली काळजी क्षणात पुसली गेली.

एव्हाना आयुष्यात पुन्हा एकदा उभारी आली होती. उत्साह आला होता.

उषा अनपेक्षितपणे वेगळी वागू लागली. ''मला वाटतं, तुझी गैरहजेरी मला खूप जाणवेल.''

अरुणाने आपली साडी छोट्याशा बॅगमध्ये भरत म्हटलं, ''तुझी यानंतरची रूममेट तुझे वाईट मूड सहन करणार नाही हे ठाऊकेय तुला. म्हणून असं म्हणतेयस तू. कधी कधी तर तू इतक्या खराब मूडमध्ये असायचीस की समोर लीटरभर दूध ठेवलं तर ते फाटून आपोआप पनीर तयार झालं असतं!''

''शहाणी आहेस फार. मला सांग, तुला गेले काही आठवडे पॅकिंग करताना बघतेय मी, तू इतकं तुकड्या-तुकड्याने का करतेयस सगळं? तुझ्याकडे मोठी सूटकेस नाही हे ठाऊकेय मला. माझ्याकडेही नाही. पण आपण कोणाची तरी उसनी घेतली असती. टॅक्सीतून एका फटक्यात गेलं असतं सगळं सामान.''

अरुणाने मान हलवली. ''असू दे. पण माझ्या बहिणीकडे चालत जाताना छोट्या बॅगेतून मी माझ्या वस्तू आरामात नेऊ शकते.''

''मग बसने तरी जात जा.''

''त्यासाठी मला सहा वेळा बसने ये-जा करावी लागेल. शिवाय बसचा स्टॉप काही बहिणीच्या दारासमोर नाही. तिथूनही थोडंफार चालावंच लागतं. तरीसुद्धा उशीरा का होईना, काळजी दाखवल्याबद्दल थँक्स.''

''तू लग्न करतेयस हे तुझ्या आईला ठाऊकेय?''

''नाही.''

''तिने लग्नाला असावं असं नाही वाटत तुला?''

अरुणाने बॅग जमिनीवर ठेवली. गुंडाळून ठेवलेल्या गादीवर मांडी घालून बसली आणि म्हणाली, ''मी हळदीपूरला असताना माझी आई माझ्या प्रत्येक गोष्टीत चूक काढायची. नर्स होण्यासाठी हळदीपूरहून इथे येताना मला माझ्या फॉर्म्र्ससाठी पासपोर्ट साईज फोटो हवे होते. मी कुमट्याला जाऊन फोटो काढले. कारण आमच्या गावात स्टुडिओच नाही. त्यातला एक फोटो मी एनलार्ज केला आणि फ्रेम करून आईला दिला. मागच्या वेळेस मी तिथे गेले असताना बघितलं, तर माझा फोटो देवांच्या आणि मेलेल्या नातेवाईकांच्या तसबिरींच्या बाजूला ठेवलेला. माझ्या आईची मानसिक पातळीच वेगळी आहे. माझं अख्खं घरच तसं आहे. तेव्हा आधी लग्नाचं सांगितलं नाही म्हणून कोणाला वाईट वाटेल असं मला नाही वाटतं.''

''पण थाटामाटात लग्न झालं नाही तर तुला नाही वाईट वाटणार?''

''त्यानंतरचं आयुष्य इतकं चांगलं असेल की हा विचारच माझ्या मनात येणार नाही. देवाची कृपा आहे. बघ ना, हायवेपासून चार तासांच्या अंतरावर असलेल्या मुलाशी तो माझं लग्न लावतोय. त्यासाठी, आमची भेट व्हावी म्हणून त्याने आम्हाला दोघांना मुंबईला पाठवलं.''

''हायवे? कशाबद्दल बोलतेयस? की अचानक तुझीही मानसिक पातळी

तुझ्या कुटुंबासारखीच झालीये?"

"जाऊ दे. तुला नाही कळणार. चलो, मी निघते. उद्या हॉस्पिटलमध्ये भेटू."

"अरुणा, पलंगाखालचं तुझं बकेट विसरलीस तू."

"त्यात काय आहे पाहा."

उषाने पलंगाखालून बकेट ओढलं. आत जे होतं ते डचमळून जमिनीवर सांडलं. "कांजी!"

अरुणा गोड हसली. "तुझ्यासाठी. माझ्याकडून निरोपाची भेट. किचनच्या स्टाफला मी सूचना देऊन ठेवलीये की तुझ्या ऑफच्या दिवशी ताजी कांजी तुला आणून द्यायला हवी म्हणून!"

"दुष्ट!"

"एक दुष्ट दुसऱ्या दुष्टाला बरोबर ओळखतो. टाटा!"

विचारपूर्वक ठरवलेला दिनक्रम लवकर अंगवळणी पडतो. चाळीला जाग येण्याच्या खूप आधी अरुणा उठायची. सार्वजनिक नळावर गर्दी व्हायच्या आत प्रातर्विधी उरकून घ्यायची. आंघोळ करून, कपडे घालून चहाचा कप हातात घेईपर्यंत तिच्या बहिणीने जेवणाचा डबा तिच्या हातात ठेवलेला असायचा. रोज सकाळी घराबाहेर पडताना ती आपल्या बहिणीला स्वत:च्या बादलीमध्ये भिजवलेल्या कपड्यांना हात न लावण्याची सूचना देऊन जायची. संध्याकाळी परतल्यावर आपणच आपले कपडे धुणार असल्याचं ती आवर्जून सांगायची.

आपली चॉकलेटी पर्स ती खांद्याला लटकवायची आणि मग ती अधिक सुरक्षिततेसाठी काखोटीला मारायची. मुंबईच्या रस्त्यांत पर्स मारणारे भरपूर चोर असतात हे तिला ठाऊक होतं. मुंबईच्या लोकलमध्ये गळ्यातली चेन खेचणारे खूप असतात हेही तिला माहीत होतं. उगीच धोका नको म्हणून ती आपल्या गळ्यातली चेन ब्लाऊजमध्येच अडकवून ठेवत असे. युनिफॉर्म एका बॅगेत आणि डब्बा दुसऱ्या प्लॅस्टिकच्या बागेत. म्हणजे मग जेवणाचा वास युनिफॉर्मला लागायला नको. एवढं झालं की अरुणा निघायची. चाळीच्या मागच्या रस्त्याने. घाण आणि कचरा पसरलेल्या रस्त्याने. केईएमच्या सीव्हीटीसीच्या तळघरात सकाळी साडेसातपर्यंत ती पोचायची. सिस्टर मेरी जोसेफ तिच्यानंतर काही वेळाने यायची.

घरून येताना आणि परत जाताना साडी नेसणं अनेक नर्सेसना योग्य वाटायचं. विशेषत: वयस्क नर्सेसना. त्यांची दोन कारणं होती. एक म्हणजे हॉस्पिटलच्या बाहेर त्यांचा युनिफॉर्म हा निव्वळ एक ड्रेस असायचा, ज्यात त्यांना थोडं ऑकवर्ड वाटे. तरुण नर्सेसना तसं वाटण्याची शक्यता नव्हती. पण लांबून प्रवास करून हॉस्पिटलमध्ये यायचं तर युनिफॉर्ममध्ये येणं शक्यच नसे. गर्दीने गच्च भरलेल्या बस आणि

लोकलमध्ये युनिफॉर्मचा कडकपणा तो काय राहाणार! आणि पांढऱ्या रंगाविषयी बोलायचं तर साधारण तासाभरात मुंबईच्या राखाडी समुद्रासारखी कळा यायची त्या युनिफॉर्मला. या सगळ्या नर्सेससाठी, त्यांचे युनिफॉर्म ठेवण्यासाठी सीव्हीसीटीच्या पाचव्या मजल्यावर लॉकर्ससहित एक कपडे बदलण्याची खोली ठेवण्यात आली होती.

सिस्टर मेरी जोसेफ किंवा सीव्हीटीसीच्या डॉग लॅबमध्ये काम करणाऱ्या त्यापूर्वी नर्सेसपैकी कोणीही पाचव्या मजल्यावर जायचा त्रास घेत नसे. तळघरातल्या कुत्र्यांवरील शस्त्रक्रियेसाठी राखून ठेवलेल्या पण वापरत नसलेल्या खोलीचाच त्या उपयोग करत. ४१३ स्क्वेअर फुटांच्या या खोलीच्या उत्तरेकडच्या भिंतीला खिडक्या होत्या. दणदणीत लोखंडाच्या गजांनी त्या बंद केलेल्या. इतक्या की सूर्यप्रकाशाचा किरण किंवा वाऱ्याशी झुळूकही आत येऊ नये. इथे कपडे बदलणं सर्वांत सोयीचं होतं. ड्युटी रूममध्ये जाऊन कामाची हजेरी द्यायची, तिथल्या कपाटांचा लॉकर म्हणून उपयोग करायचा आणि बाजूच्याच शस्त्रक्रियेसाठी ठेवलेल्या त्या खोलीत कपडे बदलायचे. इतकं सरळ सगळं असताना दिवसातून दोन वेळा पाच मजले चढायचा त्रास घ्याच कशासाठी? आता ही खोली अंधारी, कुबट होती हे खरं, पण तसं म्हटलं तर तळघरातली ही सीव्हीटीसीची संपूर्ण डॉग लॅबच कोंदट होती. थोडीही भीतीदायकही. म्हणून तर इथल्या नर्सेस कपडे बदलण्यासाठी कधी एकट्या यायच्या नाहीत. नेहमीच एकमेकींबरोबर येत. शक्य असेल तेव्हा त्या एकट्याने तळघरात शिरणंही टाळत.

इथल्या नर्सेस सीव्हीटीसीच्या डॉग लॅबमध्ये कपडे बदलतात हे ज्येष्ठ नर्सेसना ठाऊक होतं. अनेकदा त्यांनी हे नियमांचं उल्लंघन आहे याची जाणीवही करून दिलेली होती. तुम्हा मुलींना या शवागारासारख्या जागेत कपडे बदलावेसे वाटतातच कसे, असा प्रश्नही काहींनी तळघरात जाऊन आल्यावर केला होता. या मुली मग माफी मागायच्या, काही दिवस कपडे बदलण्यासाठी लिफ्टने पाचव्या मजल्यावर यायच्या, आणि मग पुन्हा एकदा नियम विसरायच्या. सीव्हीटीसीची इमारत बांधल्यापासून आणि सीव्हीटीसीच्या डॉग लॅबमध्ये नर्सेसना एक दिनक्रम आखून दिल्यापासून हे असंच चाललेलं होतं. एकदा एखादा दिनक्रम ठरला की मग त्याबाबत फारसा विचार केला जात नसे. नर्सेसना तळघरात हजेरी लावण्याऐवजी थेट गच्चीवरच्या डॉग लॅबमध्येही हजेरी लावता येईल असं कोणाच्या कधी डोक्यातही आलं नाही.

आपल्या आधीच्या सर्व नर्सेसप्रमाणे अरुणाही सिस्टर मेरी जोसेफबरोबर डॉग सर्जरीमध्ये कपडे बदलायची. सकाळी साडेसातपर्यंत ती हॉस्पिटलमध्ये पोचत असे. ड्युटी डेस्कवर आपली बॅग आणि बरोबरच्या प्लॅस्टिक बॅग्ज ठेवायच्या.

चॉकलेटी हॅण्डबॅगमधून छोटीशी वेताची पर्स बाहेर काढायची. या पर्सला दोन कप्पे होते. अरुणा त्यात सुटे पैसे ठेवायची. सकाळी ती आपले सोन्याचे कानातले आणि अंगठी त्यात टाकत असे. कारण कामावर दागिने घालायला परवानगी नव्हती.

तोपर्यंत सिस्टर जोसेफ यायची. दोघीजणी मिळून आलटूनपालटून डॉग सर्जरीमध्ये कपडे बदलायच्या. साडी, ब्लाऊज, पेटिकोट यांची नीट घडी घालून ठेवायची. सगळं सामान प्लॅस्टिकच्या पिशवीत ठेवायचं आणि मग ड्युटीरूममधल्या कपाटात ते ठेवून चावी युनिफॉर्मच्या खिशात टाकायची. जेवणाचा डबा त्या स्वत:बरोबर गच्चीवरील डॉग लॅबमध्ये न्यायच्या. मात्र त्याआधी सिस्टर जोसेफ सीव्हीटीसीच्या डॉग लॅबला कुलूप लावायची, कॉरिडॉरमधून खाली जाऊन तळघरात जाणारा मुख्य दरवाजा बंद करायची आणि किल्ल्या आपल्या खिशात टाकायची. याच किल्ल्यांचा आणखी एक जुडगा वरती वॉर्ड नं. ३१ मध्ये असे. कामावर असलेल्या रात्रपाळीच्या नर्सच्या ताब्यात. तळघर साफ करणाऱ्या मेहेतरांना सकाळी सात वाजता तिच्याकडून किल्ल्या घ्याव्या लागत.

रोज संध्याकाळी साडेचार वाजता ड्युटी संपली की सिस्टर शानबाग आणि सिस्टर जोसेफ तळघराचं कुलूप काढत, त्या काळोख्या कॉरिडॉरमधून चालत जात, पटकन ड्युटीरूमचं दार उघडत, आत शिरून तिथल्या कपाटातून आपलं सामान घेत, डॉग सर्जरीचं कुलूप उघडत, कपडे बदलत, दिवे घालवून वीस मिनिटांमध्ये तिथून बाहेर पडत. अरुणा चालत चालत बहिणीच्या घरी येई. सकाळी भिजत घातलेले कपडे धुऊन टाके, बहिणीला रात्रीच्या जेवणासाठी मदत करे आणि नंतर केईएमजवळच्या लायब्ररीमधून उसनं मिळालेलं नियतकालिक चाळत पडत असे. संदीप आपल्या अभ्यासात खूप व्यग्र होता. हॉस्पिटलमध्ये ती त्याला रोज दुपारी जेवणाच्या वेळेत भेटायची. नोव्हेंबर १९७३ चे पहिले बावीस दिवस याच दिनक्रमात पार पडले.

अरुणा आणि मेरी जोसेफ अजूनही डॉग लॅबमध्येच कपडे बदलतात हे कळल्यावर मेट्रन दुर्गा मेहतांनी त्यांना पुन्हा दम भरला होता. पण नेहमीचंच आहे म्हणून दोघींनीही त्याकडे दुर्लक्ष केलं होतं. ''नर्सेससाठी राखून ठेवलेल्या खोल्यांमध्ये कपडे न बदलण्याचं एक तरी कारण मला सांगा.'' त्या या दोघींना म्हणाल्या. दोघीही जमिनीकडे पाहत मान खाली घालून उभ्या राहिल्या. शिस्त लावायची तर आपल्याला आणखी कडक व्हायला हवं हे मेट्रनच्या लक्षात आलं. त्यांनी मेट्रन बेलीमलांबरोबर चर्चा करून ठरवलं की यापुढं डॉग सर्जरीमध्ये नर्सेस कपडे बदलताहेत हे समजलं तर त्यांना मेमो द्यायचा आणि त्यानंतर त्यांच्यावर ॲक्शन घ्यायची.

सिस्टर मेहतांना दरम्यान त्यांच्या घरून, गुजरातमधल्या अमरेली गावातून फोन आला. त्यांच्या आईला पुन्हा एकदा अर्धांगवायूचा झटका आला होता. रात्रीच्याच गाडीने सिस्टर मेहता अमरेलीला रवाना झाल्या. मात्र जाण्यापूर्वी त्यांनी ज्येष्ठ सहाय्यक मेट्रन कुसुम उपाध्याय यांच्याकडे सर्व जबाबदारी सोपवलेली होती. अरुणा आणि मेरीवर त्यांनी बारीक लक्ष ठेवलं आणि मग बोलावून घेतलं. ''सहाय्यक मेट्रन मेहता तुम्हा दोघींशी बोलल्या आहेत. आणि आता तुमची ज्येष्ठ सहाय्यक मेट्रन म्हणून मी तुमच्याशी बोलतेय. मला ठाऊकेय तुम्ही ऐकणार नाही – तुम्ही तरूण मुली कधीच ऐकत नाही. आमच्या अनुभवाचा फायदा करून घेण्याएवढी सहनशीलता तुमच्यात नसते. पण सहाय्यक मेट्रन मेहता परत आल्या की त्या आणि मेट्रन बेलिमल या बाबतीत कडक धोरण स्वीकारणार आहेत. आता जा. मी तुम्हाला ताकीद दिलीये. काळजी घ्या.''

त्या रात्री केईएम हॉस्पिटलच्या गच्चीवरचे कुत्रे जोरजोरात रडत होते.

त्यानंतर पुन्हा २४ नोव्हेंबर, १९७३च्या रात्री ते असेच रडू लागले. एकत्र. बराच काळ.

डीनना त्यांचं रडणं ऐकू येत होतं. मध्यरात्री त्यांनी मग सुरक्षा रक्षकाला गच्चीवर जाऊन बघून यायला सांगितलं. ''कदाचित पौर्णिमा आहे म्हणून असेल, सर. पौर्णिमेच्या रात्री कुत्रे वेड्यासारखे वागतात असं म्हटलं जातं.'' सकाळी डॉग-लॅबच्या इनचार्जच्या कानावर कुत्रे रडत असल्याचं घाल, त्यांनी सुरक्षा रक्षकाला सांगितलं. ''प्राण्यांशी क्रौर्याने वागणाऱ्यांविरूद्ध काम करणारी संस्था पुन्हा इथे यायला नकोय.''

सकाळी डॉग लॅबच्या इनचार्जला हे सांगण्यात आलं. ते कुत्रे का रडत होते याचं नेमकं कारण तिला ठाऊक होतं. ते भुकेले होते. त्यांचं मटण आणि दूध त्यांना मिळत नव्हतं. सोहनलालमुळे. तो दिवस खूप घाईगडबडीचा होता. एका दिवसात तीन शस्त्रक्रिया. पहिली डॉ. परुळेकरांची. मृत कुत्र्याला उचलून नेणाऱ्या सोहनलालकडे पाहत स्टाफ नर्स शानबागने उदयवीरला रक्ताने माखलेली चादर धुण्यासाठी न्यायची सूचना दिली आणि इंदरला बोलावून डाएट विभागातून कुत्र्यांसाठी खाणं आणायला सांगितलं. सोहनलाल परत आला, कुत्रे ठेवलेले असतात तिथे गेला, पुन्हा आला आणि कुत्र्यांचं खाणं आणायला आपण जात असल्याचं सांगितलं.

अरुणाचा आवाज धारदार बनला होता. ''त्याची गरज नाही. आजपासून दुसरं कोणीतरी डाएट डिपार्टमेंटमध्ये जाईल. यापुढे तू केनल्समधून कुत्र्यांना आणणं, मेलेल्या कुत्र्यांची विल्हेवाट लावणं, खराब चादरी धुणं आणि कुत्र्यांचं राहण्याचं

ठिकाण स्वच्छ ठेवणं, एवढीच कामं करायची. दुसरं म्हणजे, कुत्र्यांना तू फार खेचून आणतोस असं माझ्या लक्षात आलंय. कुत्र्यांना त्यांच्याच साखळीने असं फरफटवणं यापुढे चालणार नाही.''

सोहनलालचे डोळे चमकले. ''सिस्टरजी, कुत्र्यांची भूक आणि त्यांची फरफट याविषयी तुम्ही इतकी काळजी करता. इथे डॉक्टर्स रोज त्यांना ठारच मारणार असतील तर काय उपयोग तुम्ही किंवा मी त्यांची काळजी घेऊन?''

अरुणाचा आवाज इतका खाली आला की डॉग लॅबमधल्या इतरांना फारसं ऐकू येत नव्हतं. ''डॉक्टर्स इथे काय करतात त्याच्याशी तुझा काय संबंध? तू स्वत:ची तुलना आमच्याशी करण्याची हिंमत कशी करतोस? स्वत:च्या मर्यादेत राहा. तू भंगी आहेस हे विसरू नकोस. पुढच्या वेळी तू तोंड उघडलंस तर डीनकडे लेखी तक्रार करेन तुझी. त्या क्षणी नोकरी जाईल तुझी. आता इथून चालता हो आणि पुन्हा बोलवेपर्यंत त्या केनल्सजवळ जाऊन उभा राहा.''

सोहनलालने डॉग लॅबमध्ये नजर फिरवली. सगळे त्याच्याकडे पाहत होते. तो तंत्रज्ञ संभाजी जेठेगावकरना म्हणाला,

''ती धरून तुम्ही सगळे मला स्वत:ची खाजगी कामं करायला सांगता आणि मी ती करतो. तुमची कामं करण्यासाठी पगार नाही मिळत मला.''

जेठेगावकराना चटकन काय बोलावं समजेना. ते म्हणाले, ''तुला काही अडचण असेल तर डीनना सांग.''

सोहनलालने पुन्हा एकदा अरुणाकडे पाहिलं आणि तो बाहेर पडला.

दुसरी शस्त्रक्रिया जेवणापर्यंत चालली. त्यानंतर लगेचच तिसरी झाली. ही शस्त्रक्रिया खूप लांबली, अगदी दुपारी पावणेचारपर्यंत. डॉक्टर्स बाहेर पडले आणि सगळ्यांनी सुटकेचा नि:श्वास सोडला. मेहतर साफसफाईला लागले. अरुणाने इंदरला सगळ्यांसाठी कँटीनमधून चहा आणायला पाठवलं. उदयवीर आणि सोहनलाल ऑपरेशन झालेला भाग साफ करत होते. नर्सेसच्या कामाच्या जागेपासून हा भाग अर्धं पार्टिशन घालून करण्यात आला होता.

''खूप दमायला झालं,'' सिस्टर जोसेफ म्हणाली. आपल्या युनिफॉर्मच्या खिशात हात घालून तिने सीव्हीटीसी डॉग लॅबच्या किल्ल्यांचा जुडगा बाहेर काढला. आणि अरुणासमोर सरकवला. ''मी विसरून जायच्या आत हा जुडगा ताब्यात घेऊन ठेव. मी दोन दिवस रजेवर आहे. उद्या आणि परवा. २९ला मी येईन.''

''परत आल्या आल्या या चाव्या माझ्याकडून घ्यायला विसरू नकोस,'' अरुणा म्हणाली. ''१ डिसेंबरपासून मी लाँग लीव्हवर चाललेय.''

इंदर चहा घेऊन आला. अरुणाने त्याच्यासाठी, उदयवीर आणि सोहनलालसाठीही चहा ओतायला सांगितलं. "आज सगळ्यांनीच खूप काम केलंय," ती हसून म्हणाली. सगळे कुजबुजू लागले. सिस्टर शानबाग डिसेंबरपासून मोठ्या रजेवर का चाललीये हे सगळ्यांना जाणून घ्यायचं होतं.

"काही चांगली बातमी आहे का, जी आमच्यापासून लपवून ठेवायचीये?"

अरुणा लाजली. "लपवून ठेवायचंय असं नाही. पण अजून नक्की तारीख ठरायचीये."

सगळ्यांनी मग अरुणावर अभिनंदनाचा वर्षाव केला. सुटीच्या आधी पार्टी द्यायची मागणी केली. इंदर म्हणाला,

"आम्हा सगळ्यांसाठी लग्नाचे पेढे हवेत."

अरुणाने कुत्र्यांच्या शस्त्रक्रियेचं डॉक्टरांचं रजिस्टर चाळलं आणि म्हणाली, "ठीक आहे. ३० नोव्हेंबरला त्या दिवशी शस्त्रक्रियेनंतर दुपारी साडेतीन वाजता सगळ्यांना ट्रिट."

सोहनलालने सगळ्यांचे चहाचे कप उचलून धुवायला नेले. त्या वेळी कुत्र्यांची लांब साखळी त्याच्या गळ्यात त्याने दुपट्ट्यासारखी अडकवलेली होती.

दुसऱ्या दिवशी सकाळी हवेत गारवा आलेला होता. मुंबईच्या थंडीचं वेळेच्या जरा आधीच आगमन होत होतं. अरुणाने कपाटातून स्वेटर काढून अंगात चढवला. तिची तयारी नेहमीच झटपट होत असे. तशी ती टापटिपही होती. दुसऱ्या दिवशी कामावर जाताना घालायचे कपडे आदल्याच दिवशी काढून ठेवलेले असत. कपाटात तो हँगर सगळ्यात डाव्या बाजूला अडकवून ठेवलेला असे.

तिच्या बहिणीने जेवणाचा डबा तिच्या हातात ठेवत म्हटलं, "होय होय, मला ठाऊकेय, तुझ्या साबणात भिजवलेल्या कपड्यांना हात लावायचा नाहीये. संध्याकाळी परतल्यावर तू ते धुणार आहेस."

सकाळचं धुकं अजून विरलेलं नव्हतं. मुंबईत गरीबांना ठिकठिकाणी शेकोट्या पेटवलेल्या होत्या. अरुणा सीव्हीटीसीच्या तळघरात गेली. रोजच्यापेक्षा तिथे आज अधिकच काळोख होता. अधिकच थंड होतं. इंदर कॉरिडॉर साफ करत होता.

"नमस्ते, नर्सजी. आज थोडा लेट हो गया. बहोत कोल्ड है ना?"

"नमस्ते, अंदर वाली रूम्स हो गयी?"

इंदर हो म्हणाला. डॉग सर्जरी आणि ड्युटी रूम दोन्ही त्याने स्वच्छ केलेल्या असल्याने तिला आत जायला हरकत नव्हती.

अरुणा घाईघाईने आत शिरली. ड्युटी रूमचा दरवाजा तिने आपल्या मागे बंद केला आणि डॉग सर्जरीमध्ये चटकन कपडे बदलले. वेताची छोटी पर्स बाहेर

काढली. त्यात आपले कानातले आणि संदीपने दिलेली अंगठी टाकली. पर्समधून लाँड्रीची रिसीट काढायलाही ती विसरली नाही. दिवसभरात कधीतरी ड्रायक्लिनिंगला दिलेली आपली साडी लाँड्रीतून आणण्यासाठी एखाद्या मेहतरला सांगायला हवं. राणी कलरची ती साडी तिला खरंच शोभून दिसत असे. माटुंग्याच्या एका दुकानातून उषाबरोबर जाऊन तिने ती घेतली होती. रिसीटमध्ये अरुणाने पैसे गुंडाळले आणि कपाटाच्या किल्ल्यांबरोबरच रिसीटही युनिफॉर्ममध्ये टाकली. वरून स्वेटर चढवला, जेवणाचा डबा उचलला, आपल्या मागे दरवाजे लावून घेतले आणि काम झाल्यावर तळघराच्या मुख्य दरवाजाला कुलूप लावायची आठवण इंदरला केली.

पहिलं ऑपरेशन सकाळी सव्वादहा वाजता होणार होतं. सोहनलालने कुत्र्याला साखळीला बांधून फरफटतच बाहेर आणलं. त्याने ती साखळी आपल्या गळ्याभोवती गुंडाळलेली होती. डॉक्टरांची शस्त्रक्रिया होईपर्यंत गच्चीवर तो ऊन खात बसला. पंधरा मिनिटांमध्ये डॉक्टरांचं काम आटोपलं. कुत्र्याला औषध देण्यात आलं होतं, बँडेज बांधण्यात आलं होतं. सोहनलालने शस्त्रक्रिया झालेल्या कुत्र्यांना ठेवतात तिथे याही कुत्र्याला नेलं. ड्युटी डेस्कपाशी तो परतला तेव्हाही त्याच्या गळ्यात कुत्र्याची साखळी लोंबकळत होती.

"मी कुत्र्यांचं जेवण आणायला डाएट विभागात चाललोय."

"नाही," अरुणा ठामपणे म्हणाली, "तुझ्या कामात कुत्र्यांना जेवण देणं बसत नाही हे कालच सांगितलंय मी तुला."

सोहनलाल काहीच बोलला नाही. चेन गळ्याला अडकवूनच तो डॉग लॅबमध्ये बसला. इंदर आल्यावर अरुणाने त्याला कुत्र्यांचं जेवण आणायला पाठवलं. उदयवीर आला. शस्त्रक्रियेसाठी वापरलेल्या चादरी धुवायला नेण्याची सूचना अरुणाने सोहनलालला केली. उदयवीरकडे पाहत सोहनलाल म्हणाला,

"मला इथे साफसफाई करायचा पगार मिळतो, धुण्याचा नाही."

अरुणाने उदयवीरला चादरी घेऊन पाठवलं. मग समोरचा कागद घेऊन ती डीनकडे द्यायला तक्रार लिहू लागली. तेवढ्यात प्रेमा नेहमीच्या टेरेसवरच्या टाइमपाससाठी तिथे आली.

"सोहनलाल कुत्र्यांचं जेवण चोरत असल्याची माझी तक्रार लिहून होईपर्यंत थांब," अरुणा म्हणाली.

"नंतर लिही." प्रेमाने सांगितलं आणि दोघी गप्पा मारू लागल्या.

सिस्टर मेरी जोसेफ दोन दिवस रजेवर असल्याने डॉग सर्जरीमध्ये कपडे बदलायला माझ्यासोबत येशील का, असं अरुणाने विचारल्यावर प्रेमा शहारली,

''तिथलं वातावरण इतकं भयानक असतं. तुम्ही आत शिरताच कशा, मला कळत नाही. तू थेट पाचव्या मजल्यावर जाऊन का नाही कपडे बदलत? सिस्टर जोसेफ नाहीये हे माहितीये तरी?''

''सवय झालीये आता,'' अरुणाने मान्य केलं. ''तू येशील का आज माझ्याबरोबर?''

प्रेमाने साडेचार वाजता तळमजल्यावरच्या सीव्हीसीटी ओपीडीमध्ये तिला भेटायचं ठरवलं. ''उशीर करू नकोस. मला आज लवकर घरी जायचंय,'' असं म्हणून ती घाईघाईने पायऱ्या उतरून गेली.

संदीपचा फोन आला. ''काय करतेयस आता? हवा किती छान पडलीये. मला अभ्यासच करावासा वाटत नाहीये. कॅण्टीनमध्ये येतेस? पटकन कॉफी घेऊ?'' तिने ताबडतोब होकार दिला आणि ती गेलीसुद्धा. कॉफी झाली, कॅम्पसवरच दोघे थोडे फिरले, गप्पा मारल्या, 'आज ब्रेकफास्टला काय खाल्लंस,' यासारखे 'महत्त्वाचे' प्रश्न एकमेकांना विचारले. मग संदीपची अभ्यासाला जाण्याची आणि अरुणाची डॉग लॅबमध्ये परतण्याची वेळ झाली.

तिचं जेवण संपेपर्यंत डॉक्टर दुपारच्या शस्त्रक्रियेसाठी आलेसुद्धा. दोन वाजून पाच मिनिटांनी सुरू झालेली ती शस्त्रक्रिया साडेतीन वाजेपर्यंत चालली. सोहनलालने आणखी एका कुत्र्याला खेचत आणलं. तेव्हाही कुत्र्याची साखळी त्याच्या गळ्याभोवती होती. इंदरने कुत्र्याचं मृत शरीर विल्हेवाट लावण्यासाठी नेलं, उदयवीरने चादरी धुवायला नेल्या. शस्त्रक्रियेची जागा धुऊन सोहनलाल फोनशेजारी एका छोट्या स्टुलवर बसला.

''उद्या सकाळी मी स्वत: तुझी तक्रार डीनना देणार आहे,'' अरुणा थंड आवाजात सोहनलालला म्हणाली. ''केईएममधला आजचा तुझा शेवटचा दिवस आहे.''

त्याने तिच्याकडे पाहिलं. डोळ्यांची पापणीही न लवता. त्याचे काळे डोळे चमकत होते. एक इंचभरही तो हलला नाही. स्टुलवर जणू त्याचं दणकट शरीर चिकटून बसलेलं होतं. मानेभोवती साखळी गुंडाळलेली.

आपण पत्ते खेळू या असं पांडुरंग नेमाणेंनी सुचवलं आणि आपल्या खिशातून पत्त्यांचे दोन जुने जोड काढले. संभाजी जेठेगावकरांनाही ही कल्पना आवडली. डॉक्टरांच्या केबिनमध्ये खेळावं, असंही ते म्हणाले. लाँड्रीत पाठवायला उदयवीर किंवा इंदर दिसताहेत का ते अरुणा पाहत होती. ''सोहनलाल जाईल ना,'' जेठेगावकर म्हणाले. त्यांनी सोहनलालला आपल्यासाठी मिलन सुपारीचं पाकीट आणायला सांगितलं आणि अरुणाने त्याच्याकडे व्हाईटवे लाँड्रीची रिसीट आणि पाच रुपये दिले. तेवढ्यात फोन वाजला. सोहनलालने तो उचलला आणि अरुणाकडे दिला. अरुणाने फोन कानाला लावला आणि मग ठेवून दिला. ''प्रेमा होती,'' ती

म्हणाली. ''कॅज्युअल्टीमधून बोलत होती. माहीममध्ये फूड पॉयझनिंगची केस झालीये. शाळेत बक्षीस समारंभामध्ये वाटलेल्या मिठाईतून विषबाधा झालीये मुलांना. खूप जण सीरियस आहेत. मोठी माणसंही आहेत. आपल्या शेजाऱ्यांकडे फोन करून घरी यायला उशीर होईल असं वडिलांना कळवायला सांगितलंय प्रेमाने.''

सोहनलालने गळ्याभोवतीची साखळी काढली. आणि ती हातात पकडून जिन्यावरून घसटवत सांगितलेलं काम करण्यासाठी तो पायऱ्या उतरू लागला. अरुणाने प्रेमाचं काम केलं. डॉक्टरांच्या केबिनमध्ये बसून त्यांनी पत्त्यांचा डाव मांडला. शेवटचा हात होत असताना सोहनलाल साडी आणि सुपारी घेऊन आला. उरलेले पैसे तो अरुणाला परत देत होता, पण अरुणाने ते त्यालाच ठेवायला सांगितले. साडेचार वाजता त्यांनी खेळ थांबवला. अरुणाने युनिफॉर्मच्या खिशातून आपलं घड्याळ काढून हाताला बांधलं. शस्त्रक्रियेच्या वेळी ती नेहमीच ते काढून ठेवत असे.

अरुणाने आपलं सगळं सामान घेतलं. आपण तुझ्या वडिलांना निरोप दिलाय हे प्रेमाला कॅज्युल्टीमध्ये जाऊन सांगावं की फोन करावा? अरुणा स्वत:शीच पण मोठ्याने म्हणाली. फार उशीर झाला तर घरी न येता रात्री नर्सेस क्वार्टर्समध्येच तिला राहायला सांग, असं प्रेमाचे वडील म्हणाले होते. अरुणाने स्वत: कॅज्युअल्टीमध्ये जाऊन प्रेमाला हा निरोप सांगायचं ठरवलं. इतकी मोठी इमर्जन्सी असताना प्रेमाला फोनवर बोलावणं तिला योग्य वाटलं नाही. सगळे जण डॉग लॅबमधून निघाले. सोहनलालने विभागाला कुलूप लावलं आणि तो सगळ्यांच्या पुढे पळाला.

कॅज्युअल्टीमध्ये कुजलेली अंडी आणि मलमूत्राचा वास भरून राहिला होता. मोठी माणसं विव्हळत होती. लहान मुलं रडत होती. उलट्या करताना त्यांचं शरीर गदगदून हलत होतं. वॉर्डभर आयव्ही ट्युब्जची ने-आण चालू होती. डॉक्टर आणि नर्सेसची लगबग जाणवत होती. भेसळयुक्त मिठाईचे रोगी अजून येत होते. प्रेमा अगदी व्यग्र होती. अरुणाने काही रोग्यांना मदत केली, आयव्हीसाठी प्रेमाला काही जणांची नस शोधून दिली. यातलं काहीच तिने करायची खरं म्हणजे गरज नव्हती. कोणा डॉक्टरने तिचं साहाय्य मागितलेलं नव्हतं की तिथे हजर असलेल्या ज्येष्ठ नर्सेसपैकी कोणी तिला मदत करायला सांगितलेलं नव्हतं. पण नव्या नव्या रोग्यांनी भरलेल्या वॉर्डमध्ये शिरून नुसता निरोप सांगून माघारी फिरणं तिला शक्यच नव्हतं. एक ट्रॅन्क्विलायझर देताना मधेच हसून प्रेमा म्हणाली,

''आता पुरे, तू तुझं काम केलंस. आता घरी जा.''

अरुणाने वडिलांचा निरोप तिला दिला. तिने मान हलवली.

कॅज्युअल्टीमधल्या ॲम्ब्युलन्स, स्ट्रेचर्स आणि माणसांच्या गर्दीला चुकवत

अरुणाने झटक्यात रस्ता क्रॉस केला. धावत ती तळघराच्या पायऱ्या उतरली. सीव्हीटीसीचा मुख्य दरवाजा बंद नव्हता. अर्धवट उघडाच होता. सकाळी दरवाजा बंद करायला इंदर विसरला असणार. ती आत शिरली आणि तिने मुख्य दरवाजा बंद केला. झपझप चालत ती कॉरिडॉरमधून पुढे आली. थांबली आणि परत मागे फिरली. तळघराचा दरवाजा तिने पुन तपासला आणि दुसरं लॅचही लावलं. भरभर ती नर्सेसच्या ड्युटीरूमपाशी आली. कुलूप काढलं. दरवाजा ढकलून आत गेली. तिच्या मागे तो दरवाजा झुलून अर्धवट उघडा राहिला. कपाट उघडून तिने लाँड्रीतून आणलेली साडी आणि डबा आत ठेवला. आपली कपड्यांची बॅग ओढली आणि कपडे बदलायला डॉग सर्जरीच्या दाराचं कुलूप काढलं.

तळघराच्या त्या काळोखात, अर्धवट उघडलेल्या त्या दरवाजाच्या पलीकडे तिच्या हालचाली न्याहाळता याव्यात म्हणून एक पुरुष आपली जागा किंचित बदलत होता. दबा धरून तो बसला होता. त्याचे डोळे चमकत होते. शर्टाच्या आत कंबरेला त्याने कुत्र्याची साखळी बांधलेली होती. आतमधल्या नववधूला तो न्याहाळत होता. आतापासून कोणत्याही क्षणी ही दुल्हन त्याची होणार होती...

३

प्रचंड डोकेदुखी. आणि त्याचबरोबर कधी कधी होणारी सर्दी. शरीराला आलेली किंचित सूज. बोटं आणि घोटेही थोडे सुजलेले. स्तन दुखतील इतके मऊ झालेले. बदलता मूड, मध्येच होणारी चिडचिड. वेदना. गुडघ्यात, पाठीमध्ये, ओटीपोटात. गर्भाशयाचं आक्रसणं. प्रत्येक बाईच्या शरीरामध्ये असलेली ही प्रसरण पावणारी पिशवी दर महिन्याला आपल्या आतला भाग बाहेर फेकून देते, तेव्हा हे असंच होतं. काही काही दुर्दैवी बायकांच्या बाबतीत तर दर तेवीस दिवसांनी. सलग तीन ते सहा दिवस.

अनेक प्रकरणांचा अभ्यास केल्यानंतर स्त्री-रोगतज्ज्ञांच्या असं लक्षात आलंय की मासिक पाळीच्या वेळी होणारा रक्तस्राव आणि तीव्र वेदना हे त्या बाईच्या मानसिक अवस्थेशी थेट संबंधित असतं. त्या काळात गर्भाशय म्हणजे एक अखंड ठुसठुसणारी जखम बनलेली असते. त्याचा आतला भाग खेचून बाहेर फेकला जात असतो. वेगाने. कधी कधी तुकड्यांमध्ये, कधी कधी बारीक रेषांमध्ये. कोणत्याही क्षणी हे घडू शकतं. ती बाई बाजारहाट करताना किंवा झोपलेली असताना. या अनपेक्षितपणाने ती चक्रावते. काही बायकांच्या बाबतीत या धक्क्याची तीव्रता जास्त असते. मेंदू मग ताबा घेतो. शरीरामध्ये एका परकीय वस्तूचा प्रवेश झालाय. ही वस्तू ताबडतोब बाहेर फेकून देणं आवश्यक आहे. गर्भाशय मग मेंदूचा हा संदेश ऐकून त्याला प्रतिसाद देतो. बाईच्या योनीचं तोंड मग मोठं होतं. आणि भडक लाल रंगाचं रक्त भस्सकन बाहेर पडतं. यकृताच्या रंगाचे, वेगवेगळ्या आकाराचे रक्ताचे तुकडे. जणू दर महिन्याला होणारं बाळंतपणच. गर्भाशय मग ठणकतच राहतं.

या सगळ्याआधीच एक आठवडा असतो पीएमटीचा. प्रि-मेन्स्टुअल टेन्शनचा.

आणि त्यांनतरचा आठवडा असतो पीएमडी, पोस्ट-मेन्स्ट्रुअल डिप्रेशनचा. ज्या बायकांना हा त्रास होत नाही त्यांनी स्वत:ला भाग्यवान समजायला हवं.

अरुणा शानबाग अशा भाग्यवान बायकांपैकी एक नाही. तिचा मेंदू अर्धवट मृत आहे. ती आंधळी आहे. ती बोलू शकत नाही. तिची हाडं ठिसूळ होत चाललीत आणि स्नायू खराब होताहेत. बोटं, मनगटं, गुडघा आणि घोटे यांना जोडणारी हाडं आतल्या बाजूने वळताहेत. तिचे हात किंवा पाय सरळ करायला गेलं तर तिला दुखतं. होय, वेदना तिला समजते. ती जाणवून देणारा मेंदूचा भाग सगळ्या नासधुशीतून बचावलाय, चांगला व्यवस्थित काम करतोय. तिला नियमितपणे मासिक पाळी येतेय. आणि हा काळ असतो भयानक वेदनेचा.

ती सध्या मुंबईतल्या दूरवरच्या एका उपनगरात असलेल्या शुश्रुषागृहामध्ये आहे. या वर्षीच्या, १९७७ च्या १० फेब्रुवारीपासून. तिच्यावर औषधांचा मारा होतोय. ती विव्हळतेय. आणि रक्ताळलेल्या अवस्थेत आहे. तिला बेड-सोअर्सही होऊ लागलेत. डोक्यात उवा झाल्यात. आणि धड साफ न केल्याने सुकलेल्या विष्ठेचे कणही तसेच अंगावर आहेत. तिचं शरीर सडतंय. पण तिचा आत्मा अजून मृत्यूला बोलावत नाहीये.

केईएममधल्या तिच्या काही नर्स मैत्रिणी तिला बघायला आल्यात. तिच्याकडे एक दृष्टिक्षेप त्या टाकतात आणि निर्णय घेतात. काही राजकारण्यांशी बोलण्यासाठी समाजसेवकांशी संपर्क साधला जातो. वर्तमानपत्रांमध्ये पत्रं लिहिली जातात. केईएम हॉस्पिटलचे डीन आणि मुंबई महानगरपालिकेचे आयुक्त यांना फोन करून आपला निषेध व्यक्त करण्यासाठी काहींना सांगण्यात येतं. पालिकेला झुकावं लागतं. लोकांच्या आग्रहासमोर नाही. पण आता अरुणा शानबाग मेली तर शहराच्या पालिकेने तिचा असा थंडपणे खून होईल याची काळजी घेतली, असं म्हटलं जाईल म्हणून.

१० मार्च, १९७७, म्हणजे बरोबर एक महिन्याने अरुणा हॉस्पिटलमधल्या वॉर्ड नंबर चारच्या बाजूला असलेल्या पलंगावरच्या आपल्या घरी परतते.

तिला घासून-पुसून स्वच्छ केलं जातं. औषधं दिली जातात. बँडेज बांधलं जातं. उवांमुळे तिचे केस संपूर्ण कापले जातात. दर दोन तासांनी तिला हलवलं जातं, कारण ती सारखी गर्भासारखी शरीराची गुंडाळी करत असते. लवकरच तिला एफडीएचपी, (फुल डाएट हाय प्रोटीन) आणि दोन अंडी असा आहार दिला जाऊ लागतो. ती ओरडते. ती हसते. ती किंचाळते. ती रडते.

२९ वर्षांची स्टाफ नर्स अरुणा शानबाग नेहमीप्रमाणे आयुष्य जगू लागते.

डॉ. संदीप सरदेसाई अरुणाकडे पाहत उभा असतो. द्विधा मन:स्थितीत. मग तो वॉर्ड नंबर ३३ मधून तिच्याबरोबर इथेही आलेलं स्टुल पुढे ओढतो आणि त्यावर बसतो. तो तिचा हात हातात घेत नाही. फेफरं येऊ नये म्हणून गेले चोवीस तास तिच्यावर औषधांचा मारा होत असल्याने ती शुद्धीवरही नाही.

तो तिच्याशी बोलू लागतो. अगदी सावकाश. पूर्वीसारख्या गप्पा नाहीत. "उद्या १ मे. माझं लग्न आहे उद्या. माझे घरचे आणि मित्र यांनी हे लग्न ठरवलंय. ती खूप चांगली मुलगी आहे. तेव्हा मी तिला दुखावता कामा नये. यापुढे मी तुला भेटणार नाही. मी केईएममध्ये येईन, पण तुझ्याकडे येणार नाही. तुझ्या पलंगाभोवती याविषयी आणि माझ्या लग्नाविषयी चर्चा होईल. तुला ती ऐकावी लागेल. सॉरी. शक्य असेल तर मला माफ कर."

डॉ. सरदेसाई स्टुलवरून उठतो आणि पलंगाच्या पलीकडे असलेल्या लॉकरपाशी जातो. अरुणा केईएममध्ये परत आल्याचं कळल्याबरोबर त्याने टिकल्यांचं नवीन पाकीट घेऊन ते लॉकरमध्ये ठेवलेलं असतं. पण आज ते पाकीट त्याला सापडत्च नाही. तो लॉकर धुंडाळतो. छे, ते पाकीट नसतंच. असहायपणे तो खोलीभर पाहतो. तो दरवाजापाशी जातो. वळतो आणि अरुणाकडे बघतो. झपाट्याने चालत तो तिच्या पलंगापाशी येतो आणि तिचं लुळं पडलेलं शरीर आपल्या हातात घेतो. तिचे हात बाजूला पडतात. आपल्या पंजामध्ये तो तिचा चेहरा पकडतो आणि तिच्या थंडगार प्रतिसाद न देणाऱ्या ओठांवर ओठ टेकतो. चार वर्षांच्या त्यांच्या नात्यामध्ये त्याने पहिल्यांदाच तिचं चुंबन घेतलेलं असतं. कोणाच्या तरी अश्रूंची खारट चव त्याच्या ओठांना झोंबते. आणि मग तो निघून जातो. या वेळी कायमसाठी.

डॉ. सुनील पंड्या रॅकमधून एका बाजून छापलेला आणि पुन्हा वापरण्यासाठी ठेवलेला कागद बाहेर काढतात. हातात पेन घेऊन ते जरा वेळ विचार करतात आणि मग मनातल्या मनात आपल्याला जे लिहायचंय त्याची पुन्हा एकदा जुळणी करून ते अमेरिकेतल्या सेमूर इथल्या टेक्सासमधल्या सेमूर हॉस्पिटलमधील डॉ. चार्ल्स रँडल यांना पत्र लिहू लागतात.

डॉ. रँडल यांचा पत्ता मिळवायला डॉ. पंड्यांना बराच त्रास झालेला असतो. 'रीडर्स डायजेस्ट' हा जुना अंक चाळताना 'द एट इयर स्लीप ऑफ जीन टिप्स' (जीन टिप्सची आठ वर्षांची झोप) नावाचा लेख त्यांच्या नजरेस पडलेला असतो. आठ वर्षांची झोप म्हणजे कोमा. जीन टिप्स हा कोमात गेलेला रोगी डॉ. चार्ल्स रँडल यांच्या यापूर्वी कधीही न वापरलेल्या पण वेगळ्या वैद्यकीय उपचारांमुळे कसा जागा झाला यावर हा लेख असतो. सोप्या भाषेत सांगायचं तर, या डॉ. रँडलनी

रोग्याच्या मेंदूला जाग आणलेली असते.

डॉ. पंड्या आधी मुंबईतल्या 'रीडर्स डायजेस्ट'च्या संपादकांना पत्र पाठवून आपल्याला डॉ. रँडल आणि जीन टिप्सचा पत्ता का हवाय ते कळवतात. काही दिवसांनी संपादकांच्या सेक्रेटरीचं पत्र येतं. आम्ही आमच्या अमेरिकन आवृत्तीला तुमचं पत्र पाठवलं, पण रोग्याचा पत्ता आपण देऊ शकत नाही असं तिथून कळवण्यात आल्याचं या पत्रात म्हटलेलं असतं. डॉ. पंड्या परत पत्र पाठवून आपल्याला फक्त डॉ. रँडल यांचा पत्ता मिळाला तरी चालेल, अशी विनंती करतात. या पत्रामागोमाग आणखी एक स्मरणपत्रही जातं आणि त्यानंतर फोनही. अखेर डॉ. रँडल यांचा पत्ता येतो.

अरुणा शानबागच्या परिस्थितीवर वैद्यकीय अहवालाचे पाच उतारे लिहून डॉ. पंड्या पुढे लिहितात, ''आमच्या पेशंटला जनरल ॲनस्थेशिया किंवा इनट्युबेशन विथ हायपरव्हेंटिलेशन (संपूर्ण भूल किंवा श्वासनलिकेत नळी घालून जोराने हवेचा पुरवठा देणे) वगैरेचा उपयोग होऊ शकेल का? शस्त्रक्रिया करण्यापूर्वी तुमच्या पेशंटची अवस्था, झाल्यानंतर त्याची घेतलेली काळजी याविषयी सविस्तर माहिती तुम्ही आम्हाला कळवू शकाल का? इतर कोणतीही मदत तुम्ही देऊ केलीत तर आम्ही तुमचे ऋणी राहू.''

सेक्रेटरी ते पत्र टाईप करून ताबडतोब पोस्ट करते. पत्राची एक प्रत ती १९७३ अशी नोंद केलेल्या फाईलमध्ये ए या आद्याक्षराखाली लावते. आपल्या विभागामध्ये आलेल्या सगळ्या केसेस फाईल करण्यासाठी डॉ. होमी दस्तूर यांनी एक सोपी पण परिणामकारक पद्धत शोधून काढलेली असते. एक म्हणजे पेशंटला झालेल्या आजाराच्या आधारे. किंवा मग रोगी ज्या साली त्यांच्या देखरेखीखाली आला त्या सालामध्ये आणि रोग्याच्या पहिल्या नावाच्या आद्याक्षराखाली त्याची केस फाईल होते.

''पहिलं नाव का?'' त्यांच्या सेक्रेटरीने एकदा विचारलं. ''सगळीकडे करतात तसं आडनावाने का नाही?''

''कारण बायकांचं लग्न झालं की त्यांचं आडनाव बदलतं म्हणून.'' डॉ. दस्तूरांनी शांतपणे तिला समजावलं. ''अर्थात भारतामध्ये काही पुरुष लग्नानंतर आपल्या बायकोचं नावही बदलतात. आपल्या फाईल करण्याच्या पद्धतीच्या आणि त्या बायकांच्या सुदैवाने हे अलीकडे फार होत नाही.''

डॉ. रँडल यांचं उत्तर १९७३-एच्या फाईलमध्ये टाकायची वेळ सेक्रेटरीवर येतच नाही. कारण त्यांचं उत्तरच येत नाही.

नेफ्रॉलॉजी स्पेशालिस्ट आणि नर्सेस विभागाच्या प्रमुख डॉ. विद्या आचार्य

स्टाफ नर्सेसना एक छोटी गोष्ट समजावून सांगू पाहत असतात. अरुणा शानबागवर त्या आपला हक्क असल्यासारख्या वागू लागल्या आहेत, असं डॉ. आचार्य यांचं म्हणणं असतं.

''ती तुमची सहकारी आहे आणि तिच्यावर जो प्रसंग गुदरलाय त्यामुळे तुम्हाला तिच्याविषयी अतिशय पोटतिडकीने वाटतंय हे मी समजू शकते. पण ती एक पेशंट आहे हेही तुम्ही लक्षात घ्यायला हवं.''

''म्हणजे आम्ही तिच्या बाबतीत बेपर्वा बनावं असं तुमचं म्हणणं आहे?''

''तुम्ही चुकीचा शब्द वापरताय. केईएममधल्या इतर रोग्यांच्या बाबतीत तुम्ही बेपर्वा नाही. अजून तरी नाही. पण इतर पेशंटसवर होणाऱ्या उपचारांबाबत तुम्ही जशा तटस्थ असता तसं तुम्हाला अरुणाच्या उपचारांबाबतही राहायला हवं.''

''आम्ही जर तटस्थ राहिलो असतो तर मृत्यूपूर्वी ती त्या अडगळीच्या, घाणेरड्या जागी सडून गेली असती.''

''पूर्ण श्रेय तुमचं. आपण आता इथे बोलतोय म्हणून मी हे सांगत नाहीये, पण खरंच अरुणा शानबागच्या जलद नीट होण्याचं पूर्ण श्रेय केईएमच्या नर्सेसना द्यायला हवं. पण तिच्यावर एखादी नवीन उपचारपद्धती वापरून पाहावी असा आम्ही नुसता विचार केला तरी तुम्ही एवढ्या रागावता का?''

''दर वेळी मेंदूवरची एखादी नवीन उपचारपद्धती ऐकली की ताबडतोब त्याचा प्रयोग तिच्यावर करून बघायला ती काही गिनी पिग नाही.''

''आम्ही फिजिओथेरपीची एक नवीन पद्धत वापरून बघितली. पण तिला दुखतं म्हणून तुम्ही ती थांबवलीत. तिने तिचे हातपाय बराच काळ वापरलेले नाहीत, तेव्हा तिला थोडं तरी दुखणारच ना. आम्ही तिला व्हील-चेअरवर बसवून खोलीबाहेर नेण्याचा प्रयत्न केला, पण ती किंचाळते म्हणून तुम्ही तेही थांबवलंत. तिची काळजी करणं चांगलं आहे पण तिच्यावर उपचार करण्यामध्ये तुम्ही अडथळा निर्माण करताहात असा विचार तरी तुमच्या मनात येतो का?''

''पालिकेने तिला ठार मारण्याचा प्रयत्न केला आणि तुम्ही सगळ्यांनी तिच्याकडे पाठ फिरवलीत, तेव्हा आम्ही जसा अडथळा निर्माण केला तसाच का?''

''आत्ता मुद्दा तो नाही. आम्ही डॉक्टर्स आहोत. दर वेळी जगभरातून आमचे कोणी सहकारी किंवा मित्र मुंबईला येणार असले की आम्ही त्यांना खास अरुणा शानबागला तपासण्यासाठी केईएममध्ये आमंत्रित करतो. त्यातले काहीजण काही सूचना करतात. यातल्या फार थोड्या सूचना तुम्ही ऐकता. सध्या शहरात एक स्वीडिश टीम आलेली आहे. बॉम्बे हॉस्पिटलला भेट देण्यासाठी. आम्ही त्यांना इथे येऊन अरुणाला भेट देण्याची विनंती केली आहे. कृपया त्यांच्या हेतूंविषयी शंका घेऊ नका किंवा त्यांच्याकडे संशयाने पाहू नका. ते व्यावसायिक आहेत. आवश्यक

तो आदर त्यांना द्यायला हवा. अरुणाच्या तपासणीमध्ये त्यांना मदत करा.''

स्वीडिश डॉक्टर्स अरुणाला सेन्सर्स आणि प्रोब्सने (सुईसारखी उपकरणं) सौम्य शॉक्स देऊन तिचा मेंदू उत्तेजित करावा, असं सुचवतात.

''ती काही तुमच्या प्रयोगशाळेतलं माकड नाही. किंवा आपापल्या न वापरलेल्या कल्पनांचा तिच्यावर उपयोग करून बघायला ती काही तुमची वैद्यकीय मालमत्ता नाही,'' असं म्हणून नर्सेस त्या सूचना फेटाळून लावतात.

डॉ. आचार्य नि:श्वास सोडतात. लोकांपर्यंत पोचणं किती कठीण असतं. केईएमचे सर्वेसर्वा, डॉ. जीवराज मेहतांचं त्याच वर्षी निधन झालं, तेव्हाची गोष्ट. संपूर्ण हॉस्पिटल त्यांचं शव येईल म्हणून वाट पाहत होतं. त्यांना क्षयरोग झाला होता. त्यांचं एक फुफ्फुस काढून टाकण्यात आलं होतं. ते फुफ्फुसं संशोधनासाठी हॉस्पिटलला द्यावं अशी त्यांची इच्छा होती. केवळ तेवढंच नव्हे तर आपले इतर अवयवही. आजारी असताना ते केईएमच्या डॉक्टर्सना म्हणाले होते, ''मी इथला आहे. माझं शरीर केईएममध्येच परत यायला हवं.'' आपलं मृत्यूपत्र करताना त्यांनी तसा उल्लेखही केला.

त्यामुळे आपले संस्थापक आणि पहिले डीन यांचं निधन झाल्याची बातमी केईएमला कळली तेव्हा त्यांनी सगळी व्यवस्था करून ठेवली आणि ते त्यांचं शव येण्याची वाट पाहत राहिले. पण त्यांचं शव आलंच नाही. कारण त्यांच्या दु:खात बुडालेल्या पत्नीने ते द्यायला नकार दिला होता.

मे १९७८. वातावरणात प्रचंड उकाडा आहे. इतका की हवेलाच घाम यावा. ज्येष्ठ सहायक मेट्रन कुसुम उपाध्याय भुवईवरचा घाम टिपून एरवी सोप्या वाटणाऱ्या आपल्या कामावर लक्ष केंद्रित करू पाहताहेत. नर्सेसची शिफ्ट लावण्याचं काम त्या करताहेत. आणि कॉरिडॉरच्या टोकापासून ऐकू येणारं अरुणाचं ओरडणं त्यांचं लक्ष अधिकच विचलित करतंय. ती आज सकाळपासूनच ओरडतेय. सिस्टर उपाध्याय खुर्ची मागे ढकलून उठतात आणि आपल्या ऑफिसबाहेर पडतात. कॉरिडॉरच्यामधेच त्यांना प्रशिक्षणार्थी नर्स ख्रिस्टिन गोम्स भेटते.

''सिस्टर, मी तुमच्याकडेच येत होते.''

''काय झालं?''

''ती नर्स, म्हणजे अरुणा शानबाग, ती सकाळपासून ओरडतेय.

''होय, मला ठाऊक आहे.''

''वॉर्ड नंबर चारमधले रोगी खूप त्रासलेत.''

''मी तिच्याच खोलीत जात होते. तुला हवं तर ये तू माझ्याबरोबर.''

लहान, तरुण ख्रिस्टिन गोम्स आपल्या ज्येष्ठ सहायक मेट्रनच्या मागून चालू

लागते. यापूर्वी एकदा तिने अरुणा शानबागला बघितलेलं असतं. अरुणा झोपलेली असताना ती तिच्या खोलीत डोकावलेली असते. मात्र त्या हाडकुळ्या, विस्फारलेल्या डोळ्यांच्या, काड्यांसारखे हातपाय असलेलया आणि जोरजोरात किंचाळणाऱ्या बाईला पाहण्यासाठी तिची तयारी झालेली नसते. स्वत:च्या नकळत ख्रिस्टिन सिस्टर उपाध्यांयांचा हात पकडते.

"अरुणा? अरुणा! थांबव बरं हे आता. तू इतर पेशंटसना त्रास देतेयस."

त्या काळोख्या खोलीतला आवाज ताबडतोब कमी होतो. सिस्टर उपाध्याय पडदे ओढतात, खिडकी उघडतात आणि पंखा सुरू करतात. "मला वाटलंच होतं. तुझ्याकडे लक्ष द्यायला हवं म्हणून तू ओरडतेयस ना. बरं, सांग मला, काय हवंय तुला?"

खोलीत आलेल्या दुपारच्या उजेडाने अरुणा आक्रसते. जरा मोठ्याने विव्हळते. कोपऱ्यात उभ्या असलेल्या त्या प्रशिक्षणार्थी नर्सच्या अंगावर काटा आल्याने ती आपले हात चोळत असते. सिस्टर उपाध्याय खोलीत फेरी मारतात. पलंगावरची चादर नीट करतात. आणि कापडापासून बनवलेला अरुणाचा सॅनिटरी नॅपकीनही बदलतात.

"तुझे पीरियड्स आल्यामुळे तुला वेदना होताहेत हे कळतंय मला. हे दुखणं तर सहन करायलाच हवं."

नर्सकडे पाहून त्या खोलीबाहेर पडण्याची खूण करतात. बाहेर कॉरिडॉरमध्ये ख्रिस्टिन हळूच आपल्या ज्येष्ठ सहाय्यक मेट्रन म्हणते, "मी प्लीज एक प्रश्न विचारू?"

सिस्टर उपाध्याय थोड्या अडखळतात. पण मग या मुलीच्या मनात असलेल्या अरुणा शानबागबद्दल प्रश्नांना उत्तर द्यायचं ठरवतात. देव जाणे, या सगळ्यातून प्रत्येकासाठी शिकण्यासारखं काही ना काही असेल.

"मी वॉर्ड नंबर चारमध्ये राऊंडसाठी चाललेय. तू माझ्याबरोबर चल, म्हणजे आपण बोलू. चल."

"लक्ष द्यायला हवं असलं की ती नेहमीच अशी ओरडते?"

"फारच त्रास होत असेल तर ओरडते. पूर्वी तिच्या अवतीभोवती तिच्या बॅचच्या मुली असायच्या. काही तिच्या ज्युनिअर्स होत्या. त्या सगळ्याजणी तिच्याभोवती जमून आवर्जून गप्पा मारत. म्हणजे मग तिलाही आपण त्यांच्यातल्या एक आहोत असं वाटावं म्हणून. आयुष्य कसं विचित्र आहे पाहा. ती इथे स्टाफ नर्स म्हणून होती तेव्हा फारशी कोणात मिसळत नसे. हं, आता तर तिच्या जवळजवळ सगळ्या सहकारी इथून निघून गेल्यात. काहींची लग्नं झालीत, काही खाजगी हॉस्पिटल्समध्ये काम करू लागल्यात. तुझ्यासारख्या नवीन नर्सेस तिला अजिबातच ओळखत नाहीत."

''तिला त्या दुसऱ्या जागी हलवलं तेव्हा, सिस्टर उपाध्याय, तुम्हीही होतात?''

''म्हणजे तिला तिथे हलवावं या निर्णयाला माझीही संमती होती का, असं तुला विचारायचंय?''

ख्रिस्टिन स्पष्टपणे बोलते. ''होय.''

''आपलं माणूस आपल्या देखरेखीखाली असणं चांगलं असं मला वाटत होतं. पण व्यवस्थापनाच्या दृष्टिकोनातून मी याकडे पाहू शकत होते. ज्यांना उपचारांची अधिक गरज आहे अशा एखाद्या रोग्यासाठी पलंग रिकामा असावा असं त्यांना वाटण्यात त्यांचीही काही चूक नव्हती.''

''तिचा मेंदू मृत आहे म्हणून तिला उपचारांची गरज नाही असं म्हणायचंय तुम्हाला?''

''तिचा मेंदू पूर्णपणे मृत नाही. तुझ्या उरलेल्या प्रश्नांचं उत्तर मी नाही देऊ शकत, कारण हा प्रश्न पूर्णपणे व्यक्तिगत आहे. प्रत्येक व्यक्ती स्वतःचा म्हणून जो विचार करते त्यावर या प्रश्नाचं उत्तर अवलंबून आहे. किती विचित्र आहे पाहा, वैद्यकशास्त्र जितकी अधिक प्रगती करेल तेवढी दयामरणाची चर्चा अधिक तीव्र होईल.''

''तिला तिथे पाठवण्यात आलं तेव्हा असा विचार केला होता? दयामरणाचा?''

''त्या दृष्टिकोनातूनही याकडे पाहिलं जाऊ शकतं.''

''ती मेली असती तर बरं झालं असतं, असं वाटतं तुम्हाला?''

''मी म्हटलं ना, या प्रश्नाचं उत्तर फार व्यक्तिगत आहे म्हणून. पण मला नाही वाटत जर्जर बनून पडायला या जगात कोणाला आवडत असेल. इतरांवर, आपल्या मुलाबाळांवर ओझं बनून राहायचं, यंत्रांच्या सहाय्याने श्वास घ्यायचा आणि मग कित्येक वर्षांनी शरीराने मरायचं, असं कोणाला हवं असणार?''

अरुणाने पुन्हा एकदा ओरडायला सुरुवात केली. वॉर्ड नंबर चारमधली पेशंट आता मोठ्याने तक्रार करते.

''तिने जर दिलेल्या सूचना पाळल्या असत्या तर तिच्यावर अशी वेळ आलीच नसती, असं ऐकलंय मी.''

वेगवेगळ्या स्वरूपात निर्माण होणारा तोच प्रश्न. प्रत्येक वेळी विचारपूर्वक दिली गेलेली उत्तरं. कित्येक पिढ्यांमधल्या भारतीय स्त्रीची वेदना ध्वनित करणारा.

सिस्टर उपाध्याय खेदाने हसल्या. ''किती वेळा हा प्रश्न वेगवेगळ्या प्रकारे विचारला गेलाय. त्याचं उत्तर तेच आहे. पण तुम्हा तरुण मुलींच्या ते डोक्यात शिरत नाही. थोड्या वेगळ्या प्रकारे सांगायचा प्रयत्न करते मी. इंग्लिशमध्ये मॅन आणि वुमन असे दोन शब्द आहेत. पण यातून नेमका फरक कळत नाही. आपल्या हिंदीमध्ये नर आणि नारी असं म्हटलं जातं. बाईच्या पुढे ई हे एक अक्षर लागतं

कारण तिला तेवढी थोडी अधिक काळजी घ्यावी लागते. मला ठाऊक आहे, तुला ऐकताना हे सगळं जुनाट वाटत असेल. सीव्हीटीसीच्या तळघरात कपडे बदलू नकोस असं मी अरुणाला सांगितलं, तेव्हाही तिला हे विचार जुनाटच वाटले होते. तुम्हा तरुण मुलींना मोठ्यांकडून सल्ला नको असतो. कारण तुम्हाला वाटत असतं की तुम्ही एका अधिक चांगल्या, आधुनिक जगाचा एक भाग आहात. पण काही गोष्टी नाही बदलत. उलट बायका जितक्या अधिकाधिक पुरुषांसारख्या होतात तेवढे पुरुष जास्त जास्त रानटी होत जातात.''

हे सगळं बोलणं ऐकताना ख्रिस्टिनच्या भुवया आक्रसतात. ''सॉरी सिस्टर, मला नाही समजत तुमचं बोलणं. बायकांनी प्रगतीच करू नये असं तुम्हाला वाटतं का?''

''प्रगतीचा अर्थ काय? कशी करणार तू त्याची व्याख्या? आणि ही प्रगती कोणती किंमत देऊन हवीये तुम्हाला? पावित्र्याच्या बदल्यात? आज ज्या प्रकारे गोष्टी होताहेत ते पाहून वाटतं की आजच्या पिढीसाठी पावित्र्य म्हणजे केवळ योनीमधला त्वचेचा तो छोटासा भाग आहे. मी वय झालेली बाई हे म्हणतेय म्हणून तू मला हसशील कदाचित, पण मला वाटतं की पावित्र्य म्हणजे आत्मसन्मान. बाईच्या शरीरातल्या त्या छोट्याशा भागाच्या पलीकडे असतं पावित्र्य. त्याचा संबंध तिच्या मनाशी असतो आणि ती ज्या नजरेने जगाकडे पाहते त्याच्याशीही असतो.''

अरुणाच्या किंकाळ्या वातावरण भेदून येऊ लागतात. आणखी काही रोगी तक्रारीचा सूर काढतात. सिस्टर उपाध्याय निःश्वास सोडतात. ''चल माझ्याबरोबर. सकाळपासून अरुणा मागतेय ते पेनकिलरचं इंजेक्शन दे तू तिला.''

सिस्टर गोम्स सफाईने इंजेक्शन देते. सिस्टर उपाध्याय कौतुकाने मान हलवतात. खोलीतून बाहेर पडल्यावर ख्रिस्टिन पुन्हा एकदा प्रश्न विचारले, ''एक शेवटचा प्रश्न, सिस्टर. देव तिला हे सगळं का सहन करायला लावतोय?''

''तुझा पुनर्जन्मावर विश्वास आहे?''

''ख्राईस्ट पुन्हा जिवंत झाला होता. पण मला स्वतःला नाही सांगता येणार मी अजून तसा विचारच केलेला नाही.''

''आम्हा हिंदूंमध्ये पुनर्जन्म आहे. कदाचित गेल्या जन्मी केलेल्या पापाची फळं ती या जन्मी भोगत असेल. कदाचित तुझ्या येशू ख्रिस्ताप्रमाणे ती आपल्या सगळ्यांच्या पापांची शिक्षा भोगत असेल. आणि यापैकी कुठलाच विचार जर आपल्याला पटणार नसेल तर शेवटी आपण असं म्हणायचं की, या जगात देवच नाही. अरुणा शानबागची दुरवस्था हा त्याचा ढळढळीत पुरवा आहे.''

२० मार्च, १९८०. दुपारी दीड वाजता सिस्टर प्रेमा पै अरुणा शानबागच्या

खोलीत जाते तेव्हा तिला अरुणा जमिनीवर पडलेली दिसते. बेशुद्धावस्थेत. आपली स्वत:ची किंकाळी रोखण्यासाठी सिस्टर पै झटक्यात आपल्या तोंडावर हात ठेवते. आणि धावत मेट्रन दुर्गा मेहतांच्या ऑफिसमध्ये धावत सुटते.

ताबडतोब अरुणाची कसून तपासणी केली जाते. तिच्या जिभेवर चावल्याच्या खुणा असतात.

लगेच चौकशी होते. विद्यार्थिनी नर्सेस तिला स्पंजिंग करण्यासाठी आणि खायला घालण्यासाठी आल्या तेव्हा अरुणाच्या पलंगाला दोन्ही बाजूंनी खास लावलेलं रेलिंग वर करायला त्या विसरल्या असाव्यात असा निष्कर्ष काढला जात असतो. एवढी वर्षं या रेलिंगमुळेच अस्वस्थतेचा झटका आल्यानंतरही अरुणा पलंगावरून खाली येऊ दिलेलं नसतं. पण दोघीही नर्सेस आपण रेलिंग वर केलं होतं, असं खात्रीने सांगतात. तुमच्यावर कोणतीही कारवाई होणार नाही, असं सांगितल्यानंतरही आपल्याकडून हलगर्जीपणा झालेला नाही यावर त्या ठाम असतात.

आणि मग सिस्टर प्रेमा पैची नजर कॅलेंडरकडे जाते. ७३+७=८०. प्रश्न विचारताना तिच्या आवाजात भय दडलेलं असतं. ''तो मेहतर सुटलाय का? तो तुरुंगातून बाहेर आलाय का? मागच्या वेळी त्याने तिचा खालचा ओठ जवळजवळ चावून टाकला होता. तिच्या जिभेला चावा त्यानेच घेतला नसेल असं आपण खात्रीने कसं म्हणू शकतो?''

खोलीतले सगळे स्तब्ध होतात. ''पण बलात्कार तर नोव्हेंबर महिन्याच्या शेवटी झाला होता. सात वर्षं म्हणजे तो डिसेंबर महिन्याच्या सुरुवातीला बाहेर पडणार.''

कोणीतरी अगदी हळू आवाजात म्हणतं, ''समजा, चांगल्या वर्तणुकीसाठी त्याला लवकर सोडलं गेलं असेल तर?''

संध्याकाळी ५.१० वाजता भोईवाडा पोलीस स्टेशनला कळवण्यात येतं. ही तक्रार आहे का? कोण करतंय ही तक्रार? तुमचा कोणावर संशय आहे का? केईएमला हे प्रश्न विचारण्यात येतात. नाही, आम्ही फक्त तुम्हाला माहिती देतोय. या माहितीचं आम्ही काय करावं अशी तुमची अपेक्षा आहे, भोईवाडा पोलिसांना उत्तर हवं असतं. आम्हाला माहीत नाही, पण आम्ही तुम्हाला ही माहिती दिली असल्याचं तुमच्या रेकॉर्डवर येऊ दे. तुम्ही आम्हाला केवळ फोनवर सांगत असताना हे रेकॉर्डवर कसं येणार? तेव्हा तुम्ही कोणतीही तक्रार न करता किंवा तुमच्या बाजूने कोणी आपणहून पुढे येऊन काही लेखी न देता पोलिसांनी नेमकं काय करावं असं तुम्हाला वाटतंय? आता जे दिसतंय त्यावरून एवढंच म्हणता येईल की हॉस्पिटलमधून फोन करून कोणीतरी आम्हाला तुमचा एक पेशंट पलंगावरून खाली पडला हे कळवतंय.

केईएममध्ये अफवांना ऊत येतो. कोणीतरी त्याला रस्त्यावर बघितलेलं असतं. कोणीतरी हॉस्पिटलमध्ये शिरताना. घटना घडली त्या दिवशी सकाळी त्याला वॉर्ड नंबर चारच्या दिशेने आपण जाताना पाहिलं, असं कोणीतरी खात्रीलायकरीत्या म्हणतं. पण प्रश्न विचारल्यावर ते आपलं म्हणणं बदलतात. आपण ज्याला पाहिलं तो मेहतर सोहनलालच होता की... हे ते शंभर टक्के नाही सांगू शकत, आता फार काळ उलटलाय त्या घटनेला, तो कसा दिसतो हेही नीट आठवत नाहीये, वगैरे.

आणि मग त्याच वेळी सगळ्यांच्या लक्षात येतं की संपूर्ण हॉस्पिटलमध्ये सोहनलाल भरत वाल्मीकी कसा दिसतो हे माहीत असणारे फार थोडे लोक आहेत. तो बदली कामगार असल्याने फाईलवर त्याचा फोटो नाही. मेहतर सोहनलालचे वडील भरत ढेलोकिया फार पूर्वीच इस्पितळ सोडून गेलेले आहेत. याचा अर्थ, सोहनलाल इथे कोणत्याही नर्ससमोर उभा राहिला तरी कोणीही त्याला ओळखू शकणार नसतं. याचा आणखी एक अर्थ असाही होतो की व्हिजिटिंग अवरमध्ये तो हॉस्पिटलमध्ये ये-जा करत असला तरी कोणाच्याही ते लक्षात येण्याची शक्यता नसते. आणि त्या दिवशी दुपारी एक वाजेपर्यंत तो स्टाफ नर्स अरुणा शानबागच्या खोलीमध्ये सहजी गेला असण्याची शक्यता असते.

अरुणाच्या खोलीची खिडकी नको असताना सताड उघडी असल्याचं दिसून येतं. आणखी एक बदली कामगार सांगतो की, त्या खोलीच्या बाहेरची जमीन साफ करत असताना त्याला एक पुरुष त्या खोलीच्या खिडकीतून डोकावून पाहताना दिसला होता आणि त्याने हटकताच तो पळून गेला.

अरुणाच्या खोलीच्या खिडकीला मोठे बार लावले जातात. मेट्रन दुर्गा मेहतांचं तरीही समाधान होत नाही. त्या आपल्या सहकाऱ्यांशी चर्चा करतात आणि एक भलंमोठं कुलूप खरेदी केलं जातं. अरुणाच्या खोलीच्या दरवाजावर ते लावलं जातं. हे कुलूप अरुणाला खायला घालणं, तिचे कपडे बदलणं, स्पंजिंग, आंघोळ आणि वैद्यकीय तपासणीच्या वेळीच उघडलं जाईल अशा कडक सूचना दिल्या जातात. दरवाजा स्टाफ नर्सच उघडणार आणि तीच नर्स तो बंदही करणार, असं सांगितलं जातं. कुलपाची किल्ली दुसऱ्या स्टाफ नर्सखेरीज आणखी कोणाच्याही ताब्यात दिली जाणार नसते. यात कोणतीही कसूर झाली तरी कडक कारवाई होणार असते.

अशा तऱ्हेने अरुणा जगत राहते. मानसिकदृष्ट्या अशा जगात कोंडली गेलेली की तिचं पूर्ण अस्तित्वच एका खोलीतल्या एका पलंगापुरतं मर्यादित होऊन गेलेलं आणि आता भौगोलिकदृष्ट्याही एका कुलपाने जगापासून तोडली गेलेली. तिच्या तुरुंगवासावर शिक्कामोर्तब करण्यासाठीच जणू तो परत येऊन गेलेला असतो.

२७ नोव्हेंबर, १९८०. केवळ सात वर्षं होऊन गेलीत त्या घटनेला. पण अनेक माणसांच्या आयुष्यात उलथापालथ घडून गेलीये.

दूरवर, आपल्याच काळात वावरणाऱ्या दुसऱ्या एका जगात, कर्नाटकातल्या हळदीपूरमध्ये त्या मोठ्या घरात अरुणाचा चुलत भाऊ भास्कर शानबाग आता केअर टेकर म्हणून राहतोय. सागवान लाकडाने बांधलेल्या आणि कणखर खांबांवर उभ्या असलेल्या त्या घराची देखभाल करणं सोपं काम नाही. त्यातून गेटजवळूनच जाणाऱ्या हायवेवरच्या प्रचंड ट्रॅफिकमुळे उडणाऱ्या धुळीने आपलं काम अधिकच कठीण होतं, असं भास्करचं म्हणणं. तो अरुणाच्या तब्येतीची चौकशी करतो. ''मुंबईहून ती शेवटची इथे तिच्या आईला भेटायला आली होती, तेव्हा आम्हालाही भेटून गेली. केवढी स्मार्ट आणि आनंदात दिसत होती.'' आपल्या मुलीच्या आयुष्यात काय घडलंय हे समजताच अरुणाच्या आईला मृत्यू आला. तिला कोणी काही सांगायची तसदीच घेतली नाही. अरुणाचे सहापैकी तीन भाऊही आता हयात नाहीत.

सदानंद आजारी असताना तिला केईएममध्ये भेटायला गेला होता. आणि त्याला उपचारांसाठी ती संदीपकडे घेऊन गेली होती. त्या सदानंदला प्रोस्टेट कॅन्सरने मृत्यू आला. कॅन्सरशी तो खूप झगडला. त्यांचा मोठा भाऊ बाळकृष्ण त्याला मुंबईतल्या टाटा मेमोरियल हॉस्टिलमध्ये आणि कर्नाटकातल्या मणिपाल हॉस्पिटलमध्ये घेऊन गेला होता. कोल्हापुरातल्या एका रेस्टॉरंटमध्ये तो कॅशिअर म्हणून काम करत असे. त्याच्याकडचे सगळे पैसे संपल्यानंतर त्याच्या आजारपणाचा सगळा खर्च बाळकृष्णने केला. सदानंदचा मृत्यू वेदनामय होता.

इतर दोन भावांचा मृत्यूही तितकाच वाईट झाला. हळदीपूरमधले सगळे गावकरी या दोघांना 'मेंटल' म्हणत. एक दिवस त्या दोघांपैकी एक दुपारी जेवून झाल्यावर आकाशाकडे पाहात रस्त्यावर उभा होता. तो दिवस हळदीपूरचा वार्षिक जत्रेचा. सगळ्यांबरोबर तोही रथोत्सवात सहभागी झाला होता. अचानक हायवेवरून एक टेम्पो चुकीच्या दिशेने आला आणि त्याला उडवून गेला.

आणि तिसरा एक दिवस घरातल्या घरात आजारी पडला, काही काळ तसाच खितपत राहिला आणि एक दिवस मरून गेला.

मृत्यूसुद्धा भेदभाव करतो तर!

आणि एक जीवन अर्थहीन झाल्याला एक दशक उलटल्यानंतरही तो असाच भेदभाव करत राहतो.

दरम्यान काही माणसं आपल्या आयुष्यात पुढे सरकलेली असतात.

उदाहरणार्थ, मेट्रन दुर्गा मेहता. आज त्यांच्या डोळ्यांत अश्रू दाटून आलेले

आहेत. केईएममधला त्यांचा हा शेवटचा दिवस आहे. १९५१ साली त्या या संस्थेमध्ये आल्या होत्या. बत्तीस वर्षं या हॉस्पिटलमध्ये त्या राहिल्या, हॉस्पिटल्वर आणि तिथल्या रोग्यांवर त्यांनी प्रेम केलं. सिस्टर प्रेमिला कुशे त्यांच्या खोलीत शिरतात आणि ओशाळून थांबतात.

''सॉरी मेट्रन. तुम्हाला गुडलक म्हणण्याची ही योग्य वेळ नाही हे माझ्या लक्षातच आलं नाही.''

मेट्रन मेहता पटकन डोळे पुसतात, ''नाही, नाही. ठीक आहे. मला जरा भरून आलं होतं इतकंच.''

''तुम्हाला कसं वाटत असेल हे कळतंय मला. केईएमबाबत तुम्हाला किती आस्था आहे याची कल्पना आहे मला. पण सिस्टर, प्रमोशन मिळाल्यानंतरही कोणाला तरी वाईट वाटलेलं मी पहिल्यांदाच बघतेय.''

दुर्गा मेहताही त्यांच्या हसण्यात सहभागी होतात. ''मला ठाऊक आहे, मी आता मुंबई महानगरपालिकेच्या नर्सिंग सर्व्हिसेसची सुपरिंटेंडंट झालेय. पालिका चालवत असलेल्या सगळ्या हॉस्पिटलमधल्या नर्सेसना मदत होईल असे निर्णय मार्गी लावण्याचा प्रयत्न माझ्याकडून होईल अशी आशा आहे. नाहीतच उलटच व्हायचं.''

दोघीही हसतात. सिस्टर कुशे सिस्टर मेहतांना त्यांचं सामान बाहेर उभ्या असलेल्या वाहनापर्यंत न्यायला मदत करतात.

दुर्गा मेहता जातात आणि अरुणा शानबागच्या आयुष्यात आणखी एक मेहताचा प्रवेश होतो. अप्रत्यक्षरीत्या. हरकिशन मेहता. दुर्गा मेहतांशी त्यांचं काही नातं नसतं, पण ते त्यांना ओळखत असतात आणि आपल्या 'चित्रलेखा' साप्ताहिकासाठी त्यांनी दुर्गा मेहतांची मुलाखतही घेतलेली असते. चित्रलेखा म्हणजे भाग्यदेवता. 'चित्रलेखा' आणि हरकिशन मेहता एकमेकांसाठी भाग्यवान ठरले आहेत हे मात्र खरंच. गुजराती पत्रकारितेमध्ये या नियतकालिकाने आणि या माणसाने अतुलनीय यश मिळवलंय. हे साप्ताहिक असून ते संपूर्ण कुटुंबासाठी आहे आणि त्यात वेळोवेळी आजूबाजूला घडणाऱ्या घटनांवर लेख येत असतात. 'चित्रलेखा'वर हरकिशन मेहतांचा पूर्ण ठसा आहे आणि ते अगदी छोट्यातल्या छोट्या गोष्टींकडेही लक्ष देतात. उगीच नाही हरकिशन मेहतांना 'गुजराती पत्रकारितेमधले मनमाहेन देसाई' म्हणत.

माहीत नसणाऱ्यांसाठी, मनमाहेन देसाई हे हिंदी मसाला सिनेमे बनवणारे गुजराती दिग्दर्शक आहेत. त्यांच्या सिनेमांमध्ये ताकदीच्या कथेचा अभाव असतो, अतर्क्य योगायोग असतात आणि प्रेक्षकातल्या प्रत्येकाला रडवतील अशा प्रसंगांची रेलचेल असते.

अर्थात त्यांचा प्रत्येक सिनेमा जरी हिट झाला नसला तरी जे चालतात ते शेवटपर्यंत भरपूर मनोरंजन करणारे असतात. प्रेक्षक म्हणतात त्याप्रमाणे अगदी पैसा वसूल. हिंदी सिनेमाचे टीकाकार त्यांच्या सिनेमांविषयी बोलताना 'चार आने की मुर्गी, बारा आने का मसाला' असं म्हणतात. तेव्हा हरकिशन मेहतांनी आपली तुलना मनमोहन देसाईंबरोबर केली जाणं मानाचं समजावं की नाही कोण जाणे.

हरकिशन मेहता कथेची मालिका लिहिताना गोष्ट चांगली गुंफू शकतात यात मात्र वादच नाही. प्रत्येक आठवड्याला सगळा 'चित्रलेखा' वाचून झाल्यानंतर वाचक उत्सुकतेने शेवटच्या पानांकडे जातात. कादंबरीतलं पुढचं प्रकरण वाचण्यासाठी. दर आठवड्याला हरकिशन मेहता कादंबरीचं एक प्रकरण लिहितात. कधी कधी तर पानं छापायला जाण्याच्या अगदी थोडं अगोदर ते लिहून देतात. अनेक व्यक्तिरेखांची गुंफण असणाऱ्या, चित्रविचित्र परिस्थितीचं वर्णन करणाऱ्या कादंबरीची मालिका. वाचकाला पुढे काय होईल याची उत्कंठा वाटायला लावणारी मालिका.

५ डिसेंबर, १९८३. हरकिशन मेहता आपल्या 'जड चेतन' या कादंबरीचं पहिलं प्रकरण लिहितात. त्यांच्या कादंबरीची नायिका असते बलात्कार झाल्यांनतर कोमामध्ये गेलेली एक मुलगी. केईएममध्ये जाऊन ते दुर्गा मेहतांना भेटतात. नर्सेसचं काम कसं चालतं, डॉक्टर्सचे परस्परसंबंध कसे असतात, हॉस्पिटल कसं चालवलं जातं, या सगळ्या प्रश्नांबरोबरच ते अरुणा शानबागविषयही काही माहिती विचारतात. गुजरातीत जड म्हणजे निर्जीव. आणि चेतन म्हणजे जिवंत. आपण जे लिहितोय त्याचा अरुणा शानबागच्या आयुष्याशी संबंध नाही, असं ते आवर्जून सांगतात. मात्र तिच्यावर झालेला बलात्कार आणि त्यांनतरचं तिचं कोमात जाणं यावरून आपण स्फूर्ती घेतली आहे हेही ते मान्य करतात. आपल्या नायिकेचं नाव ते ठेवतात तुलसी. भारतीय परंपरेनुसार तुळशीचं रोप पवित्र मानलं जातं. या झाडाला चांगलं खतपाणी घातलं आणि प्रेमाने काळजी घेतली तर तिच्या औषधी गुणांचाही आपल्याला उपयोग होतो.

'जड चेतन' पुरुष वाचकांना भलतीच आवडते. आपल्याच विभागातल्या एखाद्या सार्वजनिक इस्पितळासंबंधी आपण वाचत असल्याची त्यांची भावना होते. महिला वाचकांनाही ही कादंबरी भावते. हरकिशन मेहतांची कादंबरी जेमतेम एक-चर्तुर्थांश लिहून होते न होते तोच त्यांना पत्रं आणि फोन येऊ लागतात. तुलसीला पुन्हा शुद्धीवर आणावं अशी सगळ्या वाचकांची मागणी असते. हळूहळू ती मागणी वाढू लागते. जगभरचे 'चित्रलेखा'चे वाचक तेच सांगू लागतात. होय, 'चित्रलेखा'ची आंतरराष्ट्रीय आवृत्तीही असल्याने तिचे वाचक जगभर पसरलेले असतात. शेवटी लोकांच्या इच्छेला मान देऊन ते कादंबरी अशा वळणावर आणून ठेवतात की तुलसी कोमातून बाहेर येते. वैद्यकीयदृष्ट्या कोणतीही इजा न होता. ती आपल्या डॉक्टर प्रियकरालाही ओळखते आणि दोघेही सूर्यास्ताच्या दिशेने हातात हात

घालून सुखाने चालू लागतात.

तुलसीने डोळे उघडल्यानंतरचा पंधरवडा म्हणजे सहसंपादक भरत घेलानींच्या दृष्टीने प्रचंड धकाधकीचा होऊन बसतो. अभिनंदन करणारे असंख्य फोन त्यांना घ्यावे लागतात. खूश झालेल्या वाचकांकडून फुलांचे गुच्छ आणि मिठाई स्वीकारावी लागत असते. शिवाय अनेक तारा, पत्रं तर असतातच. त्यातच एक पाकीट असतं. बडोद्याहून आलेल्या त्या पाकिटात पत्राबरोबर काही नोटाही कोंबलेल्या असतात. त्यात लिहिलेलं असतं, ''आमो तुलसी माटे मनता मानी हती. आमारा तरफ थी आ अग्यार रुपयाना पेंडा खाया लेजो.'' (तुलसी कोमामधून बाहेर आली की आम्ही मिठाई वाटू असा नवस केला होता. आमच्याकडून हे अकरा रुपये पाठवतोय, कृपया त्याचे पेढे घेऊन खा.)

तुलसीशिवाय 'जड चेतन' १४ जानेवारी, १९८५ पर्यंत चालू राहते.

''ती मरत का नाही?''

केईएममधूनच प्रशिक्षण घेऊन बाहेर पडलेली नर्सेसची नवीन बॅच. स्टाफरूममध्ये चाललेल्या त्यांच्या गप्पा सिस्टर ख्रिस्टिन गोम्स ऐकत असते. रोग्यांचा यांना आताच कंटाळा येऊ लागल्याचं जाणवतंय, तिच्या मनात विचार येतो. सिस्टर गोम्सचं लवकरच लग्न होणार असतं. आणि मग ती आपल्या नवऱ्याबरोबर आखाती देशांमध्ये जाऊन तिथल्या एखाद्या हॉस्पिटलमध्ये नर्सची नोकरी करणार असते.

''कारण आपण तिची काळजी घेतो.''

''म्हणजे आपण तिला खायला दिलं नाही आणि तिच्याकडे दुर्लक्ष केलं तर ती लगेच मरेल?''

''असंच काही सांगता नाही येणार. माणसाचं शरीर अन्नाशिवाय बराच काळ जिवंत राहू शकतं. आणि आपल्याला रस्त्यावर नाही का गरीब लोक भुकेने पडलेले दिसत. कित्येक आठवडे ते तसेच पडलेले असतात. नंतर नंतर त्यांच्या शरीराला दुर्गंधी येऊ लागते पण ते मरत नाहीत. मला वाटतं वैद्यकीय भाषेत त्याला क्रॉनिक वेस्टेज म्हणतात.''

''नाहीतर कधी कधी चांगले धट्टेकट्टे लोक असे चुटकी वाजवल्यासारखे गेलेले दिसतात. कोणी टेनिस खेळताना तर कोणी असंच काहीतरी करत असताना.''

''सुदैवी असतात.''

''तू अशांना सुदैवी म्हणतेस? चांगले तंदुरुस्त असताना अचानक मरतात त्यांना?''

''त्यांनाच नाही, त्यांच्या कुटुंबालाही.''

''शी, असं कसं म्हणू शकतेस तू. अगदी थंडपणे.''

''मी प्रॅक्टिकल बोलतेय. अनेक लोकांना कोणत्याही परिस्थितीत जगायचंच असतं. मग त्यासाठी त्यांना दिवसाला शंभरेक गोळ्या का खाव्या लागेनात. आणखी काही लोक असतात जे आपल्या कुटुंबातलं कोणी तरुणपणी किंवा अचानक किंवा दोन्ही प्रकारे गेलं म्हणून रडत असतात. मला त्या सगळ्यांना सांगावंसं वाटतं की, तुमची मृत्यूबद्दलची भीती मनातून काढून टाका. आमच्या हॉस्पिटलमधल्या अरुणा शानबागकडे एकदा पाहा आणि मग आपल्या मुलांवर त्यातलं एक टक्काही काही सहन करायची वेळ आली नाही म्हणून नशिबाचे आभार माना.'

''तिला हे सगळं सहन करावं लागतंय ते तिच्या आईवडिलांनी केलेल्या पापांमुळे असं वाटतंय तुला? माझी आजी माझ्या आईला सांगायची की, चांगले पालक आपल्या मुलांसाठी चांगलं भविष्य घडवतात आणि नकळत दुष्ट पालक, इतरांच्या मुलांविषयी वाईट चिंतणारे पालक आपल्या मुलांचं वाईट झालेलं पाहण्याची शिक्षा भोगतात.''

''होय, मलाही पटतंय हे. आईवडिलांची पापं मुलांना भोवतात असं मीसुद्धा ऐकलंय.''

''तेही याच आयुष्यात. आधीच्या किंवा नंतरच्या जन्मी नाही.''

''आकाशात स्वर्ग आणि पाताळात नरक नसतो असं जे म्हणतात ते त्याचसाठी असेल. दोन्ही इथेच असतं. आणि आपण रोजच्या रोज जो विचार करतो आणि जसं वागतो त्यानुसार या दोन्ही जागी आपल्याला याच जन्मात ये-जा करावी लागते.''

''अरुणा तर चौदा वर्ष नरकात आहे. त्यांच काय उत्तर देशील तू''

''म्हणजे मेडिकलमध्ये नाही असं उत्तर? धार्मिक?''

''अर्थातच.''

''याला उत्तरच नाही. तिच्यापेक्षा कितीतरी दणकट माणसं तिच्यापेक्षा कमी दुखणं असताना मृत्यूने ओढून नेलेली आपण पाहत असतो; मग ती कशी जिवंत राहिली आहे याला जसं उत्तर नाही, तसंच.''

सिस्टर ख्रिस्टिन गोम्स त्यांच्या गप्पांमध्ये सहभागी झाली. ''मला जे वाटतं ते तुम्हाला सांगितलं तर तुम्ही हसाल. मला वाटतं, तिला असा इतक्यात मृत्यू नाही यायचा. तिच्यावर बलात्कार करणाऱ्याला देव योग्य ती शिक्षा देत नाही तोवर तिचा आत्मा तिला मरू देणार नाही. देवाला लाजवण्याचा तिच्या आत्म्याचा हा मार्ग आहे. तिच्यापेक्षा कितीतरी अधिक पटीने त्याला सहन करावं लागलं तरच आपल्याला न्याय मिळेल, असं ती देवाला सांगतेय. तिच्यापेक्षा कोणाला जास्त काही सहन करावं लागेल यावर विश्वास ठेवणं कठीण आहे, पण जीझस,

अरुणाचा भगवान किंवा तुझा अल्ला ही सगळी एकाच निर्मिकाची नावं आहेत आणि त्याचे स्वत:चे असे मार्ग आहेत. उदाहरणार्थ कोणा गायकाचा आवाज ते काढून घेईल, कोणा नर्तकीचे पाय तर कोणा चित्रकाराची नजर. तसं झालं तर त्या व्यक्तीच्या आयुष्यात काय शिल्लक राहील?... सांगा मला.''

खोलीत काही काळ शांतता पसरली. ऐकताना काही नर्सेस माना डोलावत होत्या. त्यातल्या एकीने विचारलं, ''पण तो काय गमावू शकतो? तो एक मेहतर होता. त्यापेक्षा तो मोठा होऊ शकत नव्हता. मग त्याची वेळ येईल तेव्हा त्याला काय शिक्षा होऊ शकते?''

दुसरी एक जण उत्तर देते. ''काय माहीत, कदाचित देव त्याला आधी खूप काही देईल आणि मग ते सगळं त्याच्याकडून हिरावून घेईल. असं म्हणतात की देवाच्या हाताखाली हळूहळू भरडलं गेलं तरी बारीक भरडलं जातं. पण सिस्टर गोम्स, त्याची जेव्हा वेळ येईल तेव्हा आपण अरुणा शानबागला जे केलं त्याची शिक्षा आपल्याला मिळतेय हे त्याला कसं कळेल?''

सिस्टर गोम्स थोडा विचार करते. सिस्टर कुसुम उपाध्यायांनी आपल्याला विचारपूर्वक, मोजनमापून उत्तरं का दिली होती हे तिला आता कळतं. आणि अचानक त्या उत्तरांनी आपल्याला आपल्या आयुष्याला वळण द्यायला किती मदत केली हेही तिच्या लक्षात येतं. ''आपल्याला कोणत्या पापाची शिक्षा मिळतेय हे एखाद्या व्यक्तीला कळणं खरंच आवश्यक आहे का? पण मला वाटतं की प्रत्येक व्यक्तीला ते कळतंच. लोकांनी कितीही आव आणू देत. आपल्या प्रत्येकाच्या मनात एक चेकलिस्ट असते. मनापासून केलेल्या प्रार्थनेद्वारे आपण ती यादी तपासून पाहत असतो. मनापासून केलेली प्रार्थना म्हणजे हे धर्मांध आणि जातीयवादी लोक करतात तसं देवापुढं उभं राहून आरत्या ओवाळणं नाही म्हणत मी. मनापासून केलेली प्रार्थना म्हणजे सतत स्वत:चा शोध घेत राहणं, मनातली बऱ्यावाईटाची यादी तपासत राहणं.''

''देव जर इतका थोर असेल तर त्याने त्या मेहतराला इतक्या सहजपणे का सोडलं.''

''कारण स्वत:ला जे मदत करतात त्यांनाच देव मदत करू शकतो.''

''देव जर इतका चांगला असेल तर त्याने तिच्यावर ही परिस्थिती आणलीच का?''

सिस्टर ख्रिस्टिन गोम्स हसते. काही वर्षांपूर्वी तिनेही हाच प्रश्न विचारलेला असतो. ''मला नाही माहीत. कदाचित तिथे कोणी देव नसेलच. राक्षसाप्रमाणे देवही इथे आपल्या आतमध्येच राहत असेल. किंवा कदाचित त्याला आपल्या सगळ्यांना, इथल्या नर्सेसना, भारतीय बायकांना काहीतरी समजावून सांगायचं असेल. ज्याचा आपल्याला उपयोग होईल असं काहीतरी. तिच्या दुखण्यातून तो आपल्याला ते

सांगू पाहत असेल. त्यातून योग्य तो धडा घेऊन त्यापासून काहीतरी शिकायचं आणि ते आपल्या मुलीबाळींपर्यंत पोचवायचं म्हणून?''

''काय समजावून घ्यायचं? कोणता धडा शिकायचा?''

''अजून तरी मलाही माहीत नाही. पण धडा शिकणं म्हणजे काहीतरी मोठं असायला हवं किंवा कोणीतरी आपल्याला शिकवायचं ते मोठ्याने जाहिरात करून, टेन कमांडमेंटस कशा वाजतगाजत आल्या तसंच व्हायला हवं, असं आपल्याला वाटत असतं. कदाचित अरुणाच्या गोष्टीने मला काही छोटे छोटे धडे केव्हाच शिकवलेले आहेत आणि माझ्या अजून ते लक्षात आलेलं नाही. मी आता एवढंच सांगू शकते की मी यातून जे शिकले ते तुम्ही जे शिकाल त्यापेक्षा वेगळं असेल.''

अरुणा शानबागची विचित्र केस लोकांना बुचकळ्यात पाडणं थांबवत नाही. तिचा आत्मा देशभर प्रवास करून, या देशाच्या सीमा ओलांडून बाहेर पडतो, लोकांनी कोणत्या ना कोणत्या प्रकारे तिच्यापर्यंत पोचायला भाग पाडतो. उदाहरणार्थ, मध्य प्रदेशातील रायपूर जिल्ह्यामधले प्रणेश्वर बोकाडे, डॉ. एस. के. पंड्या, न्युरो सर्जरी, किंग एडवर्ड हॉस्पिटल, बॉम्बे एवढ्या पत्त्यावर त्यांचं पत्र येतं. ते ताबडतोब डॉ. पंड्यांकडे पोचवलं जातं. हिंदीमध्ये लिहिलेल्या त्या पत्रात प्रवेश्वर म्हणतात की, आपण रेडिओ सिलोनवर बेहेन अरुणा गेली बारा वर्षं बेहोश असल्याचं ऐकलं. तिला शुद्ध यावी म्हणून आपण प्रार्थना करतोय आणि तुम्हाला ते कळावं एवढीच आपली इच्छा आहे.

चांगला हेतू असलेली विचित्र माणसंही धावून येतात. काही जण ती श्रद्धेमुळे शंभर टक्के बरी होईल असं सांगतात, तर काही जण दिनकर या मांत्रिकाकडे जायचा सल्ला देतात. कोणीतरी तेलाची एक बाटली पाठवून त्या तेलाने तिच्या हातापायाला माशील करायची विनंती करतात, तर कोणी एक धागा पाठवून तो अरुणाच्या मनगटाला बांधल्याने ती ताबडतोब बरी होईल याची ग्वाही देतात.

एका पारड्यात एका पुरुषाचं क्रौर्य तर दुसऱ्या पारड्यात अनेकांचा चांगुलपणा. पण तरीही समतोल काही साधला जात नाही.

मुंबईवर गेले काही दिवस वाहणाऱ्या वाऱ्यांचं वर्णनही 'क्रूर' असंच करता येईल का? शहरातून अनेक लोकांना बाहेर हाकलून काढणाऱ्या माणसाच्या पाइपातून येणाऱ्या धुरासारखे हे वारे वाहू लागले आहेत. दक्षिण भारतीय, गुजराती, मुसलमान त्याच्यासारखे नसलेले कोणीही. ते सगळे बाहेरचे बनलेत. त्यांनी शरण यावं म्हणून त्यांना भीती दाखवा. स्थानिक पातळीवर राज्य करायचं तर भीती हाच मुख्य मंत्र आहे. मग तोच मंत्र वापरून राज्य काबीज करायचं आणि मग उद्या आणखी काही.

खरं म्हणजे हा एक असा पुरुष आहे, जो काहीतरी बदल घडवून आणू शकतो. मुंबईला वाचवण्यासाठी अशा एखाद्या हुकूमशहाची गरजच आहे. मुंबईला गृहीत धरू लागल्याने होणाऱ्या हल्ल्याने ती खचू लागलीये. पण हीच तर मुंबईची शोकांतिका म्हणायला हवी. शहराचा ताजा इतिहास बदलण्याची क्षमता असणारा कोणीतरी निर्माण होतोय असं वाटत असतानाच, मुंबईला तरीही सहनच करावं लागत राहातं. या माणसाच्या आणि त्याच्या चमच्यांच्या हाताखाली तर अधिकच. कारण त्यांना तर घाई झालेली आहे. संपूर्ण शहराला बरोबर घेऊन जाण्याएवढा वेळ त्यांच्यापाशी नाही, चांगलं काही करण्याची इच्छा नाही. आधी तोडा, मग राज्य करा. इंग्रजांनी हे सगळ्यात चांगलं केलं असं कोण म्हणतं?

हे कुबट वारे थेट मुंबई महानगरपालिकेमध्ये येऊन ठेपतात. त्याआधीच्या तितक्याच सडलेल्या राजकीय पक्षाने मागे ठेवलेल्या घाणीत मुळात पालिका बरबटलेलीच असते. माणसाचे प्रयत्न हाच एखाद्या संस्थेच्या चांगुलपणाचा कणा ठरणार असेल तर भ्रष्टाचाराचे वारे आधी घाला घालतात तो प्रामाणिक व्यवस्थापनावरच. त्या वाऱ्याने वेग पकडला की हा प्रामाणिकपणा झपाट्याने उडून जातो. उरतं फक्त व्यवस्थापन. आणखी एक वाऱ्याचा झोत, आणि तेही विखुरतं.

रोममध्ये असलं की रोमन्ससारखं वागायला हवं वगैरेसारखी वचनं ऐकवून अनेक अधिकारी या भ्रष्टाचारात सामील होतात. जणू काही ते एखादं कारण शोधतच असतात. आणि मग सगळी संस्थाच जळणाऱ्या रोममधल्या एखाद्या राखेच्या ढिगाऱ्यासारखी भासू लागते. पालिकेच्या बातम्या देणाऱ्या एका पत्रकाराच्या मनात येतं की या पालिका उपायुक्ताला जर रोमन लोकांनी आपल्या झग्यात अडकवलं तर त्यालाही फार बरं वाटेल. नाहीतरी त्याच्या शर्टाची बटणं कमरेपर्यंत उघडीच असतात. त्यातून त्याची किळसवाणी केसाळी छाती आणि त्यावर रुळणाऱ्या सोन्याच्या चेनमधलं अंडाकृती सोन्याचं नाणं चमकत असतं. बाई, बाटली आणि नाचगाणं या त्याच्या खास आवडी. अनेक राजकारण्यांबरोबर तो आपले हे शौक पूर्ण करत असतो. स्वाभाविकच त्याच्या मिळकतीमध्ये खंड पडत नाही. नाहीतर नाणी, साखळ्या आणि बायका कशा घोटाळणार त्याच्या शरीरापाशी? आपल्या बायका चांगल्या टंच असाव्यात अशी या माणसाची अपेक्षा असते. बदल्यात तोही त्यांच्यावर महागड्या भेटींची उधळण करतच असतो. अर्थात या भेटी काही त्याच्या खिशातून आलेल्या नसतात. कोणाला तरी डावलून एखाद्याला दिलेली बढती, परवानगी नसताना घरबांधणीसाठी दिलेली जागेची मंजुरी, त्यांना, त्यांच्या नवऱ्याला किंवा मुलांना दिलेली नोकरी. आयुष्य चांगलं चाललेलं असतं. मागे कोणताही पुरावा ठेवत नसल्याने कोणाला उत्तर द्यायची गरज नसते. त्या त्या काळात पालिकेमध्ये सत्तेवर असलेल्या पक्षातील एखादा तरी नगरसेवक जोडीला घेण्याची

खबरदारी तो बाळगत असतो. आता त्याच्या पीएने, एका छान दिसणाऱ्या बाईने त्याच्याकडून एक मेहेरबानी करून मागितली आहे. केईएममधली ती नोकरी आपल्या डॉक्टर मुलीला मिळावी अशी तिची इच्छा आहे. दुसऱ्या एका डॉक्टरला ती जागा देऊ केलीये, तो अमेरिकेहून खास तेवढ्यासाठी येतोय, पण शेवटी ती जागा आपल्या मुलीलाच मिळायला हवी असा तिचा हट्ट आहे. पालिकेचा तो अधिकारी अर्थातच तिचा हट्ट पुरा करणार आहे. कारण त्या पीएला त्याचे बरेच उद्योग माहीत आहेत. "जा," तो तिला उदारपणे सांगतो, "आराम कर. याला थोडा वेळ लागेल, पण तुझ्या मुलीला सांग की तिचं काम शंभर टक्के होईल."

६ डिसेंबर, १९८८. डॉ. राजेश पारीख केईएममधल्या आपल्या कामाच्या पहिल्या दिवशी हजर झालाय. अमेरिकेहून त्याचं विमान त्याच दिवशी पहाटे मुंबईत उतरलंय. बाल्टिमोरमधल्या मेरीलँड इथल्या जोन्स हॉपकिन्स इस्पितळातून यायला त्याला केईएमने फारसा अवधी न दिल्याने, तो शक्य होईल तेवढ्या गोष्टी घेऊन मुंबईला आलाय. बाकीची सगळी आवराआवर त्याने त्यांच्या बाळाबरोबर मागे राहिलेल्या त्याच्या बायकोवर सोपवलीये. ती मागून येणारेय. डॉ. पारीखसाठी केईएम म्हणजे त्याच्या कुटुंबाचाच एक भाग आहे. त्याचे वडील इथे बराच काळ शिकवत असल्याने, त्याचं बालपण केईएमच्या आवारातच गेलं असं म्हणायला हरकत नाही. त्यानेही आपली पदवी केईएमशी संलग्न असलेल्या वैद्यकीय महाविद्यालयातूनच घेतलेली होती.

१९८४ साली जोन्स हॉपकिन्सने त्याला संशोधन आणि शिकवण्यासाठी मोठी फेलोशिप देऊ केली. केईएमकडे त्याने बिनपगारी स्टडी अभ्यास रजेसाठी विनंती अर्ज केला. केईएमने ती फाईल आपल्या बॉसकडे, पालिकेकडे पाठवली आणि पालिकेने डॉ. पारीखची विनंती फेटाळून लावली. हे करणं त्यांच्या मर्यादेत होतं यात शंकाच नाही; पण त्यामुळे डॉ. पारीखला मदतच झाली. जोन्स हॉपकिन्सने त्याच्या फेलोशिपला एक्स्टेन्शन दिल्याने त्याने मग केईएमच सोडलं. त्याची कारकीर्द झपाट्याने वर जात होती. वैद्यकीय क्षेत्रातलं त्याचं योगदान दुर्लक्ष करण्यासारखं नव्हतंच. आणि तशातच त्याला भारतातून एक पत्र आलं. केईएम एका विभागप्रमुखाच्या शोधात असल्याचं. त्याच्या फेलोशिपचे नऊ महिने शिल्लक राहिलेले असतानाही जोन्स हॉपकिन्सने त्याला मोकळं करायचं मान्य केलं. इतकंच नव्हे तर केईएममध्ये एकत्रितपणे संशोधन करण्यासाठी देण्यात आलेलं आर्थिक सहाय्यही अमेरिकेतून भारतात नेण्याची परवानगी दिली.

आणि डॉ. राजेश पारीख मुंबईत येऊन दाखल झाला. भारतातला एकमेव न्युरोसायकियाट्रिस्ट. जेट लॅगने थकलेला पण सकाळी उठल्याबरोबर आपल्या

कर्मभूमीत परतल्याने आनंदलेला. इथे अनेक गोष्टी करायचं त्याच्या मनात आहे. मुख्य म्हणजे आपण जे शिकलोय त्यात त्याला इथल्या विद्यार्थ्यांना सहभागी करून घ्यायचं आहे. तो जे शिकलाय ते या देशासाठी नवीन आहे. मानसिक असंतुलनामागे असलेला मज्जातंतूमधील बिघाड आणि मज्जातंतूंमध्ये बिघाड झाल्यावर त्याचे होणारे मानसिक परिणाम. सोप्या भाषेत सांगायचं तर मेंदूला जोडायचं वागण्याशी, वागण्याला विचारांशी, विचारांना भावनांशी आणि भावनांना त्यातून होणाऱ्या क्रियेशी. मेंदूच्या किचकट क्रियांच्या संदर्भात माणसाचे विचार आणि भावना समजून घेण्याचा प्रयत्न करायचा.

डॉ. राजेश पारीख सकाळी ८.४५ वाजता आपल्या विभागात हजर असतो. नऊ वाजता त्याला एका बाईने पाठवलेली कायदेशीर नोटीस येते. ही जागा आपल्याला देऊ केलेली होती असं त्या नोटिशीत म्हटलेलं असतं. प्रकरण कोर्टात जातं, तिथून बाहेर फेकलं जातं. ती बाई अपील करते. पुन्हा एकदा केस कोर्टाबाहेर फेकली जाते. डॉ. पारीख सुटकेचा निःश्वास टाकून आपल्या विभागाच्या उभारणीच्या कामाला लागतो. मात्र तो अधिकृतरीत्या विभागप्रमुख नसल्याने कामासाठी फारशा सुविधा त्याला मागता येत नाहीत. पण तो केवळ शिष्टाचार आहे, डॉ. पारीख स्वत:लाच समजावतो. आपल्याला तर इथे येण्यापूर्वीच विभागप्रमुख करण्याचं कबूल केलं गेलंय. अमेरिकेहून फोन करतेवेळी त्याला 'इथे येताक्षणी तुम्हाला विभागप्रमुख केलं जाईल' असंच सांगितलेलं असतं.

पण तसं होत नाही. डॉ. पारीख हा मुद्दा घेऊन डीनकडे जातो. तिथे त्याला पालिकेकडे जायला सांगतात. या गोष्टी ज्यांच्या हाताखाली येतात त्या पालिकेच्या उपायुक्तांना भेटण्यासाठी मग डॉ. पारीखच्या परळपासून ते दादाभाई नौरोजी मार्गापर्यंत फेऱ्या मारणं सुरू होतं. प्रत्येक वेळी सेक्रेटरी हसून 'तुम्हाला बढतीचं पत्र लवकरच मिळेल' असं सांगतो. अशाच एका भेटीच्या वेळी त्याला सांगण्यात येतं की, तो ज्या जोन्स हॉपकिन्स इस्पितळातून आलाय ते पालिकेने मंजूर केलेल्या हॉस्पिटलच्या यादीत येतं की नाही ते पाहण्यासाठी एक बैठक होणार आहे. राजेश पारीखचा आपल्या कानांवर विश्वास बसत नाही. पण पालिकेच्या अधिकाऱ्याने मागच्या महिन्यात सांगितल्यानुसार हा केवळ शिष्टाचार असल्याने त्यालाही त्याची हरकत नसते.

जोन्स हॉपकिन्स हॉस्पिटलमधून एखाद्या डॉक्टरला बोलावण्याएवढं हॉस्पिटल चांगलं आहे की नाही याचा विचार करण्यासाठीची पालिकेची बैठक ठरायलाच भरपूर वेळ लागतो. डॉ. पारीखच सगळा वेळ एक तर स्वत: पालिकेमध्ये जाण्यात नाहीतर तिथे फोनवर बोलण्यातच जाऊ लागतो. होय, मी ती बैठक ठरवण्याच्याच मागे आहे, पालिका उपायुक्तांची पीए सांगते, पण सगळ्यांच्या वेळाच जुळत

नाहीयेत. अखेर बैठक ठरते पण होत नाही. आणखी एकदा असंच घडतं. आणि मग पुन्हा एकदा. जगातल्या एका मान्यवर वैद्यकीय संस्थेमधला आपलं कर्तृत्व सिद्ध केलेला स्पेशालिस्ट नोकरीत घेता येतो की नाही, याचा विचार करण्यासाठी तीन वेळा बैठक आयोजित केली जाते, पण ती होत नाही.

४ जून, १९८९ या दिवशी डॉ. राजेश पारीख आपला राजीनामा केईएम हॉस्पिटलकडे पाठवून देतो. ते राजीनामा पत्र पालिकेकडे पाठवण्यात येतं आणि स्वीकारलं जातं. बातमी लवकरच सगळीकडे पसरते आणि जसलोक हॉस्पिटल डॉ. पारीखशी संपर्क साधतं. सरकारच्या पैशावर चाललेल्या केईएमसाठी काम करायच्या विचाराने आपण इतके झपाटलेले होतो की खाजगी हॉस्पिटलमध्ये काम करण्याचा विचारही आपल्या डोक्यात कधी आला नाही हे तो प्रामाणिकपणे त्यांना सांगून टाकतो. जसलोक त्याला विचार करायला वेळ देतं. एका व्यावसायिकासारखं त्याला तिथे वागवलं जातं. पेडर रोडवरील द जसलोक हॉस्पिटल अ‍ॅण्ड रिसर्च सेंटरमध्ये डॉ. पारीख दाखल होतो. कन्सल्टिंग न्युरोसायकियाट्रिस्ट म्हणून. इथे त्याला अनेक गोष्टी मिळतात. केईएम कधी विचारही करू शकणार नाही एवढा लठ्ठ पगार, त्याच्या कामात मनापासून घेतला जाणारा रस आणि हॉस्पिटलचं सहकार्य. प्रत्येक डॉक्टर, अ‍ॅडव्होकेट, इंजीनियर, पत्रकार किंवा कोणत्याही विचार करणाऱ्या माणसाला जे हवं असतं तेही मिळतंच - जॉब सॅटिसफॅक्शन.

होय, केईएममध्ये शिरत असताना तिथले विद्यार्थी पाहून त्याच्या मनात एक खंत जाणवते. आपण त्यांना शिकवू शकणार नाही, आपलं ज्ञान त्यांच्याबरोबर वाटून घेऊ शकणार नाही. कदाचित आपण म्हातारे झालो आणि केस पांढरे झाले, म्हणजे टक्कल पडण्याआधी केस पिकले आणि आपण पूर्णवेळ नोकरी करत नसू, तर कदाचित इथल्या मुलांना... डॉ. पारीख आपली काही शेवटची कागदपत्रं पूर्ण करण्यासाठी केईएममध्ये आलेला असतो. डीनच्या ऑफिसमधून बाहेर पडताना सरळ आपल्या गाडीकडे जाण्याऐवजी काहीतरी त्याला वॉर्ड नंबर चारपाशी ओढून नेतं. वॉर्ड नंबर चारला जोडून असलेल्या खोलीला लावलेलं कुलूप पाहून तो ड्युटीवर असलेल्या नर्सकडे जातो. ती नुसतीच खांदे उडवते. आत असलेल्या त्या बाईविषयी आम्हाला फारशी माहिती नाही, ती खरं म्हणजे पेशंट नाही पण आमच्या ड्युटीच्या वेळेत आम्हाला तिला जेवू-खाऊ घालावं लागतं, त्या बाईला हाताळणं फार कठीण आहे, कारण एखाद्या वेड्या माणसासारखी ती किंचाळत आणि हसत असते.

डॉ. राजेश पारीख मग मेट्रनना भेटतो आणि अरुणा शानबागबद्दल त्यांच्याशी सविस्तर चर्चा करतो. तिचं वागणं, तिच्या क्रिया, प्रतिक्रिया, शरीराची भाषा, ती शांत असते ते क्षण. आपल्या गाडीपाशी जाताना तो विचारात बुडून गेलेला असतो.

मस्तिष्कपुच्छाला काही इजा झाली असेल तर त्यामुळे हसण्याचे किंवा रडण्याचे झटके येतात. कधी कधी तर अगदी नॉर्मल वाटणाऱ्या माणसांमध्येही हे जाणवतं. एकदा हसायला किंवा रडायला लागलं की त्यांना थांबवताच येत नाही. काही जण त्याच्याकडे आपला हा प्रॉब्लेम घेऊन येतातही. ''त्या दिवशी डॉक्टर, मी जे हसत सुटले ते थांबताच येईना मला.'' आजारामुळे निर्माण होणाऱ्या हसण्याचा आणि रडण्याचा अभ्यास करणारा डॉ. पारीख हा एकमेव डॉक्टर आहे. मेडिकल डिक्शनरीमध्ये त्याच्या कामाची दखल घेतली गेलीये. केईएममधून कदाचित शेवटचं बाहेर पडताना त्याच्या डोक्यात विचार असतात ते अरुणा शानबागचे. तिच्यावर झालेल्या बलात्काराचा परिणाम अजूनही तिच्या वागण्यावर होत असल्याची शक्यता नाकारता येत नाही.

पण आता अर्थात केईएमने त्याला परवानगी दिली तरी त्या बाबतीत तिची तपासणी करून काही शोध लागण्याची शक्यता फार दुरावलीये. कारण त्या घटनेला थोडीथोडकी नाही, सोळा वर्षं झालीत.

डॉ. पारीखला देऊ केलेली जागा, त्या तीन न झालेल्या बैठका ठरवणाऱ्या सेक्रेटरीच्या मुलीला मिळते. पाइप ओढणाऱ्याच्या पक्षातल्या दोन नगरसेवकांनी तिची शिफारस केलेली असते. ती बाई आपल्या स्थानाचा पुरेपूर वापर करून घेते. हॉस्पिटलच्या खास पण मोफत सेवेचा उपयोग करून घेत ती दोन बाळांना जन्म देते. आणि लवकरच आपल्या नवऱ्याबरोबर ऑस्ट्रेलियाला निघून जाते. केईएममधल्या जागेसाठी प्रयत्न करत असतानाच्या काळातच तिने इमिग्रेशनसाठी अर्ज केलेला असतो.

एका खूप ज्येष्ठ डॉक्टरला काही गोळ्या आपल्या पँटच्या खिशात कोंबताना आणि केईएमच्या रोग्यांसाठी असलेली आणखी काही औषधं आपल्या बॅगेत टाकताना पाहून एका नर्सला धक्काच बसतो. आपण जे बघितलं ते ती आपल्या सहकारी मैत्रिणींना सांगते. त्या खांदे उडवतात, अगं, त्याच्या बायकोने त्यांच्या घराजवळच आपलं नर्सिंगहोम सुरू केल्यापासूनच तो डॉक्टर हे करतोय.

पूर्ण वेळ डॉक्टर्सची नेमणूक केली म्हणून मानद डॉक्टर्सनी शिकवणं थांबवल्यानंतरही केईएमला मानद पदावर काम करणारे एक डॉक्टर विद्यार्थ्यांना शिकवणं चालू ठेवतात. मानद डॉक्टर्स मुलांना शिकवतही असत, काही काही वर्ग तर पहाटे तीन वाजेपर्यंत चालत. पूर्ण वेळ डॉक्टर्सनी विभागप्रमुख म्हणून काम करायला सुरुवात केल्यानंतर शिकवण्याची जबाबदारी घेतली. जे एक डॉक्टर अजूनही शिकवतात ते खरं म्हणजे दुसरीकडे प्रॅक्टिस करतात, पण मुलांना शिकवण्यासाठी रात्रीचे केईएममध्ये येतात. तेही मोफत.

व्यवस्थापनाकडून त्यांना हे शिकवणं ताबडतोब थांबवण्याचा आदेश येतो.

शिवाय, ''कोणतीही अपेक्षा न ठेवता तुम्ही आमच्या विद्यार्थ्यांना काय म्हणून शिकवता?'' अशी त्यांच्या हेतूविषयी शंका घेण्यात येते. ''त्यातून तुम्ही आमचे वर्ग आणि वीज काहीही पैसे न देता वापरता. तुमच्या शिकवण्यामुळे आमच्या मुलांच्या मनात गोंधळ निर्माण होऊ लागलाय. कारण तुमची पद्धत आमच्या पूर्णवेळ शिक्षकांपेक्षा वेगळी आहे. आमच्या आवारातले तुमचे वर्ग ताबडतोब थांबवा, अन्यथा आम्हाला कारवाई करावी लागेल,'' असा इशाराही त्यांना देण्यात येतो.

ते डॉक्टर मग एक छोटीशी खोली भाड्याने घेतात आणि भिंतीवर एक फळा लटकवतात. आता आपल्याला खर्च असल्याने विद्यार्थ्यांकडून आपल्याला पैसे घ्यावे लागतात म्हणून ते मुलांची माफीही मागतात. विद्यार्थ्यांची अर्थातच त्याला अजिबात हरकत नसते. ते गटागटाने त्यांच्याकडे येतात. इतर कॉलेजांमधली मुलंही त्यांच्याकडे गर्दी करू लागतात. सध्या ते डॉक्टर मुंबईमध्ये वैद्यकीय विद्यार्थ्यांचा सर्वात बिझी कोचिंग क्लास चालवताहेत.

ते भ्रष्टाचारी वारे, कुठे कुठे वाहताहेत ते!

१९९० च्या दशकातली अखेरची काही वर्षं. केईएमच्या मागच्या बाजूला असलेल्या बंगल्यातून अंधारात एक मध्यम उंचीच्या, मध्यम बांध्याच्या, मध्यम वर्णाच्या बाई बाहेर पडतात. अंगावर साधी कॉटनची साडी आणि पायात चपला. सावकाश त्या हॉस्पिटलच्या आवारातली आपली रात्रीची फेरी सुरू करतात. केईएमच्या डीनपदी नेमणूक झाल्यापासून गेलं वर्षभर त्या बरेचदा अशा फेऱ्या मारू लागल्यात. केईएमच्या त्या पहिल्या महिला डीन. त्याआधी १९८६ मध्ये मध्य मुंबईतल्या नायर इस्पितळामध्ये त्यांना बढती मिळाली तेव्हा त्या महाराष्ट्राच्या पहिल्या महिला डीन बनल्या होत्या. डॉ. प्रज्ञा पै, व्यवसायाने बालरोगतज्ज्ञ. लग्नही एका डॉक्टरशीच झालेलं. प्रेमविवाह. त्या गुजराती तर ते कोंकणी.

आवारामधून शांतपणे, एकटीने फेऱ्या मारताना डीन प्रज्ञा पैंच्या कान आणि डोळ्यांपासून कोणतीही गोष्ट सुटत नाही. कोणताही लेखी अहवाल देऊ शकणार नाही ते केईएमच्या ऱ्हासाचं चित्र या रात्रीच्या फेऱ्यांमधून त्यांना नेमकं कळतं. त्यांना अनेक गोष्टी अशाच दिसून आलेल्या आहेत, त्यांनी अनेकांचे संवाद असे ऐकलेले आहेत. आणि त्यानुसार योग्य ती कारवाई केलीये. अनेकांना त्यामुळे डीन पैंचे या हॉस्पिटलमध्ये किती खबरे आहेत, असा प्रश्नही पडलेला आहे. वस्तुस्थिती ही आहे की डीन पैंनी मित्रांपेक्षा शत्रूच जास्त केले आहेत.

काळोख्या शवागारात मृतांच्या साक्षीने होत असलेला अमली पदार्थांचा व्यवहार. आजूबाजूच्या झोपडपट्ट्यांमधून आणि फुटपाथवरून येणाऱ्या लोकांचे

आवरात कपडे धुणं, रोजच्या रोज पैसे घेऊन त्यांना हॉस्पिटलची प्रसाधनगृहं वापरायला देणं. ऑर्थोपेडिकच्या गच्चीवर कंट्री दारूचा बार राजरोस चालवणं. वापरात नसलेल्या शेडमध्ये लैंगिक व्यवहार होणं. डीन पैंना सापडलेला हिमनगाचा छोटासा भाग. अजूनही केईएमच्या सर्व थरातल्या स्टाफमध्ये होणारे गैरव्यवहार व्यवस्थित छुपेपणाने चालू आहेतच. यात फक्त खालच्या थरातले कर्मचारी आणि सुरक्षा व्यवस्था पाहणारे कामगार नाहीत, तर कारकून, व्यवस्थापक, डॉक्टर्स आणि नर्सेसही सहभागी झालेले आहेत. आणि यातले काही जण आपल्याला मिळणाऱ्या रकमेचा वाटा मुंबई महानगरपालिकेतल्या आपल्या सहकाऱ्यांबरोबर वाटून घेताहेत.

श्रीमती प्रज्ञा पै वॉर्ड नंबर चारपाशी पोचतात आणि एका अंधाऱ्या खोलीच्या आडोशाला उभ्या राहतात. दोन तरुण नर्सेसचा संवाद त्यांच्या कानावर पडतो. एक जण दुसरीला काहीतरी करू नकोस असं आर्जव करताना धमकी देत असते, "डीन मॅडमना सांगू का?" आपलं नाव वाईट गोष्ट न करण्याची धमकी देण्यासाठी वापरलं जातंय याचा आनंद होण्याऐवजी डीन पैंना खेद वाटतो. अमुक एक गोष्ट करणं योग्य म्हणून ती का नाही केली जात? त्यांच्यासाठी, त्यांच्या आयुष्याचा दर्जा सुधारण्यासाठी ते आवश्यक आहे असं का नाही वाटत त्यांना? भीती हेच चांगलं वागण्यामागचं कारण का असतं? वॉर्ड नंबर चारच्या बाजूला असलेल्या खोलीमधून एक बारीक कण्हण्याचा आवाज त्यांच्यापर्यंत येतो. हे कण्हणं हळूहळू वाढून मोठ्याने विव्हळणं बनतं. एक नर्स दुसरीला टोकते, "जा, तिला झोपेचं इंजेक्शन देऊन टाक, नाहीतर रात्रभर डोकेदुखी होऊन बसेल तिची." डीन पै सावकाश तिथून बाहेर पडतात.

पुढचा एक आठवडा डीन पैं साठी अतिशय थकवणारा, प्रचंड निराशा आणणारा आणि भयंकर वैफल्य जाणवून देणारा ठरतो. इस्पितळामध्ये असलेल्या बऱ्याच रिकाम्या जागा भरण्यासाठी अखेरच्या मुलाखतींसाठी शेवटची बॅच येणार असते. आणि त्यांच्या कानावर येतं की सर्व कर्मचाऱ्यांची निवड आधीच झालेली आहे. कोणत्या जागेसाठी कोणी कोणाला किती पैसे दिले आहेत हेही त्यांना कळतं. अखेरच्या मुलाखतींचं नुसतं नाटक असतं. गेली अनेक वर्षं हे असंच होत आलेलं असतं. आणि आता इतक्या उशिरा समाजव्यवस्थेच्या या दणकट भिंतींमध्ये साधं भोक पाडणंही कठीण बनून गेलेलं असतं. हा प्रश्न त्यांनी आता उकरला तर तो त्यांच्याच अंगावर शेकण्याची शक्यता असते. नाहीतरी कोणी कोणताही पुरावा मागे ठेवत नसल्याने आपले वैयक्तिक रागलोभ त्या काढत असल्याचा आरोपही होऊ शकतो.

या अखेरच्या मुलाखतींच्या दिवशी डीन प्रज्ञा पै नियमावली वाचतात आणि

सरळ कॉन्फरन्स रूममध्ये प्रवेश करतात. प्रत्येक आणि सगळ्या मुलाखतींना आपण बसणार असल्याचं त्या जाहीर करतात. खोलीत एकदम शांतता पसरते. सगळ्यांनाच धक्का बसतो. काहीजण हळूच निषेधही नोंदवत म्हणतात,

''मॅडम, या छोट्या गोष्टींसाठी तुम्ही कशाला त्रास करून घेताय?''

डॉ. पै. हसून म्हणतात, ''प्लीज, मला थांबू द्या. या अशा गोष्टींमध्ये मी सहभागी झाल्याला बराच काळ उलटलाय.''

मुलाखती होतात, लोकांना त्यांच्या कर्तृत्वाच्या निकषांवर निवडलं जातं. चोरांमध्येही प्रामाणिकपणा असतो हे डीन पैंना माहीत असतं पण या लोकांविषयी त्यांना खात्री नसते. त्यामुळे ज्यांच्याकडून पैसे घेतले गेले आहेत त्यांना ते परत मिळतील याचीही काळजी त्या घेतात.

आणि हे असंच चालू राहतं. दर आठवड्याला मानवी स्वभावाची एक नवीन ओळख. पण त्यातूनही डीन पै स्टाफ नर्स अरुणा शानबागसाठी वेळ काढतात. त्या अरुणाचा हात पकडतात. एरवी अनोळखी माणसाच्या स्पर्शाने आक्रसणारी अरुणा त्यांच्या स्पर्शाने घाबरत नाही. त्या तिच्याशी कोंकणीमध्ये बोलतात. अरुणा मान उचलते. तिचे डोळे फिरतात. डॉ. पै. बोलत असतात आणि अरुणा ऐकत असते. एखाद्या अस्थिर बाळासारखी. डीन मॅडमच्या सूचनांवरून प्रशिक्षणार्थी नर्सेस अरुणाजवळ बसून वाचन करू लागतात.

डॉ. पै अरुणाला, ती जे जेवण चवीने खायची ते पुन्हा द्यायला लावून जिवंतपणाची जाणीव करून देण्याचा प्रयत्न करू पाहतात. दादरच्या एका कोंकणी रेस्टॉरंटमधून त्या तिच्यासाठी भात आणि माशाची आमटी आणतात आणि ती तिला भरवायला लावतात. अरुणा खूश होते. त्याच्या मागोमाग इडली-वडा सांबार येतं. आणि मोसम असताना आंबे. भात आणि माशाची आमटी मात्र तिची खास आवडती. डीन पै मग त्या रेस्टॉरंटमधून सतत ते आणू लागतात. मग केईएमच्या कँटीनच्या स्वैंपाक्याच्या कानावर ही गोष्ट जाते आणि भात आणि माशाची आमटी बाहेरून आणू नये, आपण ती स्वत: करून पाठवत जाऊ, असा आग्रह तो धरतो. डीन पै त्याला पैसे द्यायला जातात पण तो घेत नाही. चांगल्या माणसांकडे चांगली माणसं खेचली जातात ती अशी. अरुणाच्या चवीच्या ग्रंथी झपाट्याने विकसित होतात. नाश्त्यासाठी देण्यात येणारं कुस्करलेलं ऑम्लेट ती थुंकून टाकू लागते. आपलं आवडतं झणझणीत सांबार मिळायला लागल्यानंतर पातळ डाळ आणि भातही तिला आवडेनासा होतो.

अरुणाचा मेंदू कोणतीच प्रतिमा तिच्या डोळ्यांपर्यंत पोहोचवत नसल्याने ती आंधळी आहे हे डीन पैंना ठाऊक नसतं. तिच्या भोवतालच्या अनेक नर्सेसनाही ते ठाऊक नसतं. त्यामुळे डीन पै अरुणाच्या आयुष्यात रंग भरू पाहतात. तिच्या खोलीतले पांढरे पडदे जाऊन त्या जागी रंगीत पडदे येतात. सिनेमातल्या नट-

नट्यांचे आणि निसर्गाचे नियतकालिकांमध्ये छापून आलेले फोटो तिच्या खोलीत चिकवटले जातात. अरुणाच्या हाडकुळ्या मनगटांवर काचेच्या बांगड्या चढवल्या जातात. त्या खणखणतात. अरुणा शरीराला झटके देते तसा त्यांचा खणखणाट वाढतो. पण अस्वस्थ असताना ती हातपाय झाडते आणि त्यातली एक बांगडी फुटते. मग सगळ्याच बांगड्या काढल्या जातात.

अस्वस्थ असताना तिने स्वत:ला इजा करून घेऊ नये म्हणून डीन पै तिच्यासाठी खास पलंग बनवून घेतात. भरपूर पॅडिंग असलेला आणि ॲडजस्ट होणारा. मऊ चादरी त्यावर घातल्या जातात. तिला रॅश येऊ नये म्हणून मऊ, सुती पायजमे शिवले जातात. त्वचा घसटली जाऊ नये म्हणून डायपर्सही मुलायम असतील हे पाहिलं जातं. डॉ. पै तिची फिजिओथेरपीही पुन्हा सुरू करतात.

अरुणाला बसवून खोलीच्या बाहेर नेण्यासाठी आणि बागेत फिरवण्यासाठी एक खास व्हील-चेअर बनवून घेतली जाते. पण हा प्रयोग पार फसतो. बाहेरच्या अनोळखी लोकांची जाणीव होताच अरुणा आक्रसते. आणि मग बागेतल्या सकाळच्या उन्हाखाली येताच त्रासाने किंचाळू लागते. हे असं फिरवण्याचे अनेक प्रयत्न असफल होतात. उलट त्याचा विपरीतच परिणाम होतो. जराशाही वेगळ्या वातावरणात नेलं तर अरुणा प्रचंड घाबरते हे सगळ्यांच्या लक्षात येतं. व्हील-चेअर निरुपयोगी ठरते.

''खूप वाईट वाटतं तिचा विचार आला की मॅडम. अजून किती काळ ती हे सगळं सहन करू शकेल?'' डीन पैंच्या खाजगी सचिव रमा मलिक विचारतात.

डॉ. प्रज्ञा पैंच्या चेहेऱ्यावर कोणतेही भाव नसतात. ''रमा, आमच्यामध्ये गुजरातीत एक म्हण आहे. 'मंडी शरीरना काम छे, मृत्यू समयनो धर्म छे' आजारपण ही शरीराची क्रिया आहे. मृत्यू हा काळाचा धर्म आहे. मी आणि अरुणा जोवर इथे आहोत तोवर तिला आराम मिळेल याची काळजी घेणं मला भाग आहे.'

मृत्युशय्येवरच्या रूग्णाला वाचवण्याचे जाणीवपूर्वक प्रयत्न न करता त्याला मृत्यू येऊ देण्याचा विचार त्यांना मान्य आहे. म्हणजे पॅसिव्ह युथनेजियाच्या त्या पुरस्कर्त्या आहेत. आपल्या आजोबांना आयसीयूमध्ये दाखल करायचं नाही, असं त्यांनी म्हटलं तेव्हा त्यांचे कुटुंबातले अनेक मित्र चिडले होते. ८९ वर्षांची त्यांची आजी आपल्या नवऱ्याच्या थाळीमध्ये खिचडीवर कटोरीतलं तूप घालत होती. अचानक तिचा तोल गेला आणि ती पडली. तिला फ्रॅक्चर झालं. आजीचं ऑपरेशन यशस्वी झालं, पण दहा दिवसांमध्येच ती गेली. आजोबांसाठी ही शेवटाची सुरुवात होती. ते खूप आजारी पडले. त्यांना ताबडतोब अतिदक्षता विभागात हलवायला हवं असं घरच्यांचं मत पडलं. पण डॉ. प्रज्ञा पैंनी असं करायला नकार दिला. त्यांच्या घरातल्या तरुण मंडळींना, आजोबांच्या मुलालाही त्या काय सांगू पाहताहेत हे

समजत होतं, पण कुटुंबातल्या वयस्क मंडळींनी अजूनही त्यांना क्षमा केलेली नाही.

त्यांचे आजोबा वारले तेव्हा आजोबांच्या चेहेऱ्यावर एक मंद स्मित होतं. आपल्या ९५ वर्षांच्या आजोबांचा त्रास आणि मृत्यू न लांबवण्याचे धैर्य आपल्याला दिलं म्हणून त्या देवाचे नेहमी आभार मानत असतात.

केईएमच्या मुख्य दरवाजातून आत शिरल्यावर दिसणाऱ्या हिरव्यागार वर्तुळापाशी डॉ. शशिप्रभा सातोस्कर थांबतात. माळी काम करत असतो. डॉ. सातोस्कर मेडिकल ऑफिसर आहेत. त्या मूळच्या कोल्हापूरच्या. १९५१ सालापासून विद्यार्थी म्हणून त्या केईएममध्ये आल्यात. तेव्हा त्या हॉस्टेलमध्ये राहायच्या. तेव्हापासूनच केईएम हे त्यांचं घर बनलंय. केईएममधली एक छोटी बाग आणि एकूणच परिसर हिरवागार करून टाकण्याचं काम डॉ. सातोस्करांनी अंगावर घेतलंय.

''ते गवत काढून टाका, माळीदादा.'' त्या माळ्याला सूचना करतात. ''त्या ख्रिसमस ट्रीचं खोड तपासलं तुम्ही'' काही दिवसांपूर्वीच त्यांनी ते रोपटं आणून लावलंय आणि आता ते झाड बागेची शोभा बनलंय. मुख्य गेटमधून आत शिरणाऱ्या प्रत्येकाच्या नजरेत ते भरतं. आपण आवारातल्या बऱ्याच झाडांची तपासणी केली आहे आणि जंतुनाशकांचा छोटासा डोस द्यायला हरकत नसल्याचं माळी सांगतो. डॉ. सातोस्कर मान हलवतात, मनातल्या मनात या गोष्टीची नोंद करतात आणि हॉस्पिटलच्या इमारतीमध्ये शिरतात.

वाटेतच डॉ. सातोस्करांना मेट्रन प्रेमिला कुशे भेटतात. ''मेट्रन, मी तुमच्याच ऑफिसमध्ये येत होते.''

''काही खास काम होतं, डॉक्टर?''

''अरुणासाठी मला हा ट्रान्झिस्टर तुम्हाला द्यायचा आहे. तिला थोडं संगीत ऐकवावं असं डीन पैंनी सुचवलंय.''

''फारच छान. मी उद्यापासूनच तिच्या खोलीमध्ये हा ट्रान्झिस्टर लावते.''

दुसऱ्या दिवशी सकाळी अरुणाची आंघोळ होऊन, कपडे बदलून, खायला घालून आणि तिच्या जागेवर तिला थोपटल्यानंतर मेट्रन प्रेमिला कुशे ट्रान्झिस्टर लावतात आणि अरुणाची प्रतिक्रिया काय होते हे बघायला बाजूला उभ्या राहतात.

सगळं वातावरण अभंगाच्या पवित्र सूरांनी भरून जातं. ते सूर अरुणाला घेरून टाकतात. तिच्या चेहऱ्यावर एक प्रकारची शांतता पसरते. आणि मग हळूच, अरुणा शानबाग किंचितशी हसते.

आपल्याही ओठावर हसू आहे हे मेट्रन कुशेंच्या लक्षात येतं. या दुर्दैवी मुलीला हसताना पाहून किती बरं वाटतंय. यापूर्वी कधी अरुणा हसल्याचं मेट्रन कुशेंच्या

कानावर आलेलं नसतं. तसं कधी घडलं असेलच तर एखाद्या नर्सच्या नजरेतून ते सुटणार नाही. आणि मग मेट्रन कुशेंच्या लक्षात येतं की साधारण एकोणीस वर्षांमध्ये पहिल्यांदाच स्टाफ नर्स अरुणा शानबागच्या चेहेऱ्यावर हसू तरळलंय. खोलीतले पडदे त्या नीट करतात आणि दरवाजापाशी जातात. खोलीमध्ये ट्रान्झिस्टर तसाच चालू ठेवायचं ठरवून.

अभंग संपतो. पुढच्या गाण्याचे तपशील निवेदकाच्या तोंडी येतात आणि अरुणा किंचाळते.

मेट्रन धावत तिच्या खोलीत जातात. अरुणाच्या चेहेऱ्यावर भीती दाटून आलेली असते. ती किंचाळते. आणि किंचाळते. मेट्रन कुशे पटकन ट्रान्झिस्टर बंद करतात आणि तिला शांत करू लागतात. हळूहळू अरुणा थंड होते. तिला औषध आणायला त्या खोलीबाहेर पडतात तेव्हा गोंधळलेल्या असतात. आता ती हसत होती. मग एकदम काय झालं? दरवाजाला कुलूप लावता लावता त्यांच्या डोक्यात लख्ख प्रकाश पडतो. अभंगानंतरचा आवाज पुरुष निवेदकाचा असतो.

त्यानंतरचे काही दिवस अरुणा नेहमीपेक्षा जास्तच अस्वस्थ वाटते. जोरजोराने हसण्याचे झटके आणि ते थांबले की मोठ्याने विव्हळणं. तिच्या किंकाळ्या भिंतीला आपटून परत येतात, तिचं खदाखदा हसणं कॉरिडॉरमधून थेट मेट्रन कुशेंच्या ऑफिसपर्यंत येऊन पोचतं.

प्रेमिला अनंत कुशे तो आवाज कानावर पडू नये म्हणून हाताने कान झाकून घेतात. डोळे मिटून घेतात. पण किंचाळणाऱ्या आणि हसणाऱ्या अरुणाची प्रतिमा काही त्या आपल्या नजरेसमोरून पुसून टाकू शकत नाहीत. तिचं हसणं आणि किंचाळणं. सतत. चेहरा पूर्ण रिकामा. भावनाहीन.

जुन्या दगडी इमारतीच्या गच्चीवरील डॉग लॅबमध्ये कुत्र्यांचा प्रचंड तुटवडा आहे. पूर्वी मुंबई महानगरपालिकेची एक कार्यपद्धती होती. बेवारशी कुत्र्यांना इतरांचा संसर्ग होऊ नये अशा वेगळ्या जागी, क्वारन्टाईनमध्ये ठेवलं जायचं किंवा त्यांची पूर्ण माहिती लिहून त्यांना केईएम इस्पितळाच्या डॉग लॅबमध्ये शस्त्रक्रियेवरील प्रयोगांसाठी पाठवलं जायचं. पण 'सोसायटी फॉर द प्रिव्हेन्शन ऑफ क्रुएल्टी टू ॲनिमल्स' या आणि तशा इतर संस्था पालिकेवर तुटून पडल्या. त्यांच्या दडपणामुळे बेवारशी कुत्र्यांना 'स्टेरलाईज' करून पुन्हा रस्त्यावर सोडून देण्यात येऊ लागलं. परिणाम, इतर अनेक गोष्टींबरोबर हे कुत्रे रस्त्यावरील नागरिकांना चावायला मोकळे झाले. मात्र माणसांवर एकदा उपचार करून बघण्यासाठी कुत्र्यांवर त्यांचा प्रयोग करून बघण्यासाठी केईएमच्या सर्जन्सना ते मिळेनासे झाले.

त्या जुन्या दगडी इमारतीच्या पलीकडच्या रस्त्यावर कार्डिओव्हॅस्क्युलर थोरॅसिक सेंटरच्या बिल्डिंगमधला आऊट पेशंट विभाग सकाळी नेहमीप्रमाणे गजबजलेला होता. काही रोगी आपला नंबर येण्याची वाट पाहत इथे तिथे फिरत होते. जमिनीवर बांधलेल्या खुर्च्या सगळ्यांनाच पुरणं शक्य नसतं. एक तरुण मुलगी ड्युटीवर असलेल्या नर्सपाशी जाऊन डॉक्टर कधी येणार त्याची चौकशी करते. एका लालभडक रंगाच्या, लव्हली, लालबाग असं लिहिलेल्या प्लॅस्टिकच्या पिशवीत तिने कारडिओग्रॅम्स ठेवलेले असतात.

सहायक मेट्रन वैशाली गावडे सीव्हीटीसीमध्ये येतात तेव्हा त्यांच्याबरोबर पाहुणे असतात. दोघीही तळमजल्याच्या मागच्या बाजूला जातात आणि तिथून तळघराकडे जाणाऱ्या पायऱ्यांवरून खाली उतरतात. ती जागा ट्यूबलाईट्‌सच्या उजेडात उजळून निघालेली असते. पंखे भिरभिरत असल्याने हवा थंड असते. स्वच्छता नजरेत भरण्याएवढी असल्याचं जाणवतं. कडेने लॉकर्स आणि पलंगांची रांग गेलेली असते. भिंती रंगांनी सजलेल्या असतात. बाजूलाच बसण्यासाठी एक छोटीशी जागा बनवलेली असते आणि काही मंडळी तिथे बसून मनमोहन देसाईंचा एक सिनेमा टीव्हीवर बघण्यात दंग झालेली असतात. सिनेमा असतो 'नसीब'. हा काही त्यांच्या हिट सिनेमांपैकी एक नव्हे, पण मनमोहन देसाईंचा शेवट ज्या पद्धतीने झाला त्याच्याशी मात्र हे नाव समर्पक असल्याचा विचार मनात येतो. खेतवाडीतल्या आपल्या ऑफिसच्या बिल्डिंगमधून तोल जाऊन (की उडी मारल्याने) त्यांना आलेल्या मृत्यूचं वर्णन दुसऱ्या कोणत्या शब्दांत करणार?

अचानक लाऊड स्पीकरवर एक घोषणा होते. बेड नंबर अमूक अमूकवर असलेल्या पेशंटचा नातेवाईक कृपया वर येऊन त्या पेशंटला भेटेल का?

''डीन पैंनी हे सगळं केलं. पेशंटच्या नातेवाईकांना सतत पेशंटच्या पलंगाजवळ बसून राहायला नको म्हणून.'' सहायक मेट्रन गावडे सांगतात.

गोऱ्या, हसऱ्या चेहेऱ्याच्या गावडे काहीतरी चांगलं घडत असेल तर त्यात सहभागी व्हायला उत्सुक असल्यासारख्या वाटतात. तळघराकडे हात करून त्या आपल्याबरोबरच्या पाहुण्यांना सांगू लागतात,

''एकेकाळी इथे सीव्हीटीसीची डॉग लॅब होती. त्या खोलीमधला तो पलंग आहे ना, तो पुरुष तिथे वाचत बसलाय तो, तिथे डॉग सर्जरी होती. ''१९७३ नंतर हा सगळा भाग बंद करून टाकण्यात आला. त्यानंतर तर इथली परिस्थिती अधिकच खराब झाली. सगळीकडे घाण. बिल्डिंगच्या बाहेरून येणारं पाणी आतल्या भिंतींमधून झिरपायचं. त्या पाण्याचं जमिनीवर तळं बनायचं. चिकट, घाण तळं. सगळीकडून मोठे मोठे उंदीर पळत असत. पावसाळ्यात तर आत पूरच येई. डीन मॅडम आल्या आणि त्यांनी सगळं बदलून टाकलं.''

डीन प्रज्ञा पैंनी इथलं गळणं थांबवण्यासाठी ते तळघर अक्षरश: पुन्हा बांधून घेतलं. जुन्यापुराण्या फाइल्स आणि मोडकंतोडकं फर्निचर बाहेर काढलं. पुन्हा एकदा प्लास्टरिंग करवलं, रंग लावून घेतला, वायरिंग करून घेतलं आणि या जागेचं रूपांतर एका छोट्याशा निवाऱ्यामध्ये केलं. मुंबईच्या बाहेरून सीव्हीटीसीमध्ये येणाऱ्या रोग्यांच्या नातेवाईकांसाठी बांधला गेलेला निवारा. इथे त्यांनी ६१ पतंग ठेवले, पैकी सात बायकांसाठी वेगळे होते. आणखी एक बाथरूम बांधली, स्वच्छ चादरी आल्या, जेवणाची खोली झाली, टीव्ही ठेवायला जागा केली गेली आणि एक बैठकीची खोलीही बनली. हे सगळं करायला खूप वेळ आणि सहनशीलता लागली. आणि अर्थातच पैसेही. डीन पैंनी सगळ्यांकडून छोट्यामोठ्या देणग्या घेतल्या. मग त्यांनी 'संयोग' नावाचा एक खास ट्रस्ट स्थापन केला आणि या जागेचा रोजचा कारभार आणि व्यवस्थापन त्या ट्रस्टच्या हवाली केलं.

वीस वर्षांपूर्वी याच जागेवर त्या कुत्र्याच्या साखळीचा उपयोग झाला होता. १९९३ मध्ये हे तळघर पुन्हा एकदा खुलं झालं. मध्य प्रदेश, गुजरात, महाराष्ट्र, कर्नाटक आणि अगदी अंदमान बेटांवरून इथे आपला आजार बरा होईल या आशेने येणाऱ्या रोग्यांच्या नातेवाईकांसाठी १९९६-९७ च्या बारा महिन्यांमध्ये १५१७ नातेवाईकांनी संयोगच्या छत्राखाली आसरा घेतला. बदल्यात त्यांनी दिले दर पलंगासाठी दर दिवसाचे पाच रुपये.

"दिवसाचे फक्त पाच रुपये? तुमच्या डीन मॅडम आणि केईएम जे करतंय त्याचं खरंच कौतुक करायला हवं." आलेल्या पाहुण्या म्हणतात. "वीस वर्षांपूर्वी हे तळघर बंद केलं तेव्हाच का नाही कोणाच्या डोक्यात असा एखादा विचार आला?"

सहाय्यक मेट्रन वैशाली गावडे त्या जागेवर नजर फिरवत म्हणतात, "परिस्थिती पुन्हा ठीक करण्यासाठी या जागेला दुसऱ्या एका बाईचीच गरज होती बहुधा. शिवाय योग्य वेळही येणं आवश्यक होतं. त्या वेळी तर अचानक फार काही घडत होतं इथे." एवढं म्हणून त्या पुढे आणखी काहीतरी म्हणतात. १९७३ साली, त्यांचं लग्न झालेलं नसताना, सिस्टर शशिकला वारन म्हणून काम करत असताना त्या जे म्हणाल्या होत्या तेच. "त्या घटनेनंतर सगळंच बदलून गेलं."

विशेषत: नर्सेसची आपल्या कामाकडे पाहण्याची दृष्टी बदलली. हळूहळू इतर नर्सेसची केईएममधून निवृत्त होण्याची वेळ येऊन ठेपली.

अरुणावर बलात्कार झाल्यानंतर तिच्याकडे धावणारी सिस्टर सुलोचना बिची. त्या आता माऊंट अबूमधल्या एका हॉस्पिटलमध्ये मेट्रन आहेत. सिस्टर प्रेमिला कुशे मुंबईच्या पश्चिम द्रुतगती मार्गावर असलेल्या एका इस्पितळात मेट्रन आहेत. आधी त्या रोज आपल्या घरून हॉस्पिटलमध्ये जायच्या. पण मग एक दिवस

सकाळी सात वाजता कामाला जात असताना हायवेवरून वेगाने जाणाऱ्या एका गाडीने त्यांना उडवलं. ड्रायव्हर तर थांबला नाहीच, पण रस्त्यावरचं इतरही कोणी मदतीला आलं नाही. त्यानंतर मग त्या हॉस्पिटलच्या आवारातच राहू लागल्या. सिस्टर कुसुम उपाध्याय मध्य उपनगरात एक अनाथाश्रम चालवताहेत.

सिस्टर दुर्गा मेहतांनी व्हिक्टोरिया टर्मिनस येथील मुंबई महानगरपालिकेच्या मुख्य इमारतीमधला आपला कार्यकाल पुरा केला आणि मग त्या गुजरातेतल्या अमरेली या आपल्या गावी राहायला गेल्या. तिथून जवळच त्यांनी भगिनी छात्रालय सुरू केलं. आजूबाजूच्या गावांमधल्या ज्या मुलींना पुढे शिकायचंय, पण विश्वास असावा असं घर असल्याखेरीज पालक पाठवणार नाहीयेत, अशा मुलींसाठी हे छात्रालय बांधण्यात आलं. पालक आणि मुली दोघांनाही हे अशा प्रकारचं वेगळं हॉस्टेल एवढं आवडलं की तिथे अधिकाधिक गर्दी होऊ लागली. आणि मग सगळ्या मुलींना जागा मिळायला हवी म्हणून दुर्गा मेहतांना आपल्या इमारतीचा विस्तार करून घ्यावा लागला.

डॉ. शशिकला सातोस्कर बाजूला असलेल्या लहान मुलांच्या बाई जेरबाई वाडिया हॉस्पिटलमध्ये मेडिकल ऑफिसर बनल्यात. तिथेही त्या केईएममध्ये असताना हिरवाई आणण्याचा जितका प्रयत्न करत असत तितकाच करताहेत. केईएममधली ख्रिसमस ट्री आता चांगलीच उंच वाढलीये.

केईएममध्ये एकेचाळीस वर्षं काम केल्यानंतर डॉ. विद्या आचार्य निवृत्त झाल्या. आता त्या प्रवासी प्राध्यापिका म्हणून नेफ्रॉलॉजी आणि मूत्रपिंड दान करणं या विषयावर बोलण्यासाठी फिरतातच, पण त्याशिवाय सल्लागार म्हणूनही प्रॅक्टिस करतात. निमशहरी आणि दूरदूरच्या जागी असलेल्या हॉस्पिटलमध्ये त्या आवर्जून जातात. ''आयुष्य म्हणजे पंचतारांकित हॉटेल्समधली अर्थशून्य सेमिनार्स बनता कामा नयेत.'' डॉ. आचार्य अरुणाची काळजी घेणाऱ्या नर्सेसचं मात्र तोंडभरून कौतुक करतात. ''त्यांनी सगळ्या गोष्टींची काळजी घेतली. तिचं मलाशय, तिचं मूत्राशय आणि तिचं गर्भाशय, सगळ्याची.'' तिच्या आयुष्याचीही. मग ते आयुष्य कोणत्या का लायकीचं असेना, पण आपली सहकारी मरणार नाही हे त्यांनी पाहिलं. एक नव्हे अनेक नर्सेस.

पण आता विचार मनात येतो, त्यांनी केलं ते बरोबर केलं का?

''मला नाही माहीत. निदान अरुणा शानबागच्या केसमध्ये तरी नाही माहीत,'' डॉ. आचार्य मोकळेपणाने उत्तर देतात. ''मला एवढं कळतंय की ते आयुष्य पूर्णपणे वाया गेलंय. अर्थात तिचे कुटुंबीय कुठून तरी आले आणि त्यांनी तिच्या मृत्यूनंतर तिचे डोळे दान करायला आपली हरकत नाही असं हॉस्पिटलला लिहून दिलं तर गोष्ट वेगळी. विचार करा, आपल्या विभागासाठी काहीतरी चांगलं करायचा प्रयत्न

करत असताना तिच्यावर अशी दुर्दैवी आयुष्य जगायची पाळी आली. आपलं अख्खं आयुष्य त्यापायी तिला खर्ची घालावं लागलं. तिचे डोळे पूर्णपणे तंदुरुस्त आहेत. पण ती आंधळी आहे. आणि तिच्या मृत्यूनंतर तिच्या डोळ्यांमुळे जिवंत असणाऱ्या आणखी दोन व्यक्तींना दृष्टी मिळू शकते. यातला विरोधाभास तर पाहा. आणखी एक विचार करा, पुढच्या आयुष्यासाठी तिच्या गाठी किती पुण्य जमा होईल. आणि हे करू दिलं म्हणून तिच्या घरच्यांनाही दुवा मिळेल. आणखी एक, आपल्या आतल्या कानाचाही भाग डोनेट करता येतो. मृत्यूनंतर ताबडतोब. मी ऐकलंय की आपल्याला तिला घेऊन जावं लागेल म्हणून अरुणा शानबागचा भाऊ तिला भेटायला येत नाही. एकवीस रुपयांच्या एका स्टॅम्पपेपरवर त्याने सगळी जबाबदारी केईएमला दिल्याचं लिहून द्यावं. तेवढं पुरेसं होईल. वेळ येईल तेव्हा डीन आणि केईएममधले इतर डॉक्टर्स बाकी सगळ्याची काळजी घेतील. तसं करण्यात त्यांना आनंदच वाटेल अशी माझी खात्री आहे. आणि सध्या तर आपल्या देशात नेत्रदानाच्या घटना वाढताहेत.''

आज १ जून, १९९७. स्टाफ नर्स अरुणा शानबागचा ४९वा वाढदिवस. अर्थात ही तारीख कोणाच्याही लक्षात नाही. कारण कोणी ती आवर्जून आठवणीत ठेवलेली नाही. गंमत म्हणजे अरुणासाठी तरीही आजचा दिवस खास आहे. कारण आज तिचा आंघोळीचा दिवस आहे.

सिस्टर भक्ती कुबल तिच्या खोलीत येतात आणि तिला स्ट्रेचरवर ठेवण्यासाठी दुसऱ्या एका नर्सला मदत करायला सांगतात. ''मी जर एखाद्या पुरुषाची मदत घेतली तर ती किंचाळायला लागते.'' नर्सेस आता अरुणाच्या खोलीमध्ये कुजबुजलेल्या स्वरात एकमेकींशी बोलतात. ''या खोलीमध्ये एखादा अनोळखी आवाज ऐकला की ती कण्हायला लागते.'' तिला आंघोळ घालणं फार कठीण झालेलं आहे. अरुणाचं वजन अगदी कमी झालंय, पण तिच्या शरीराचा स्वत:शीच सतत झगडा चालू असतो. तिचा हात किंवा पाय चुकून जरी तिच्या अंगाखाली आला तरी तिचं हाड मोडू शकतं. ''अलीकडेच तिची मासिक पाळीही थांबली आहे,'' सिस्टर कुबल म्हणतात. ''बायकांचे पिरीयड्स थांबले की हाड फ्रॅक्चर होण्याची शक्यताही वाढते. त्यामुळे तर मला अधिकच काळजी घ्यावी लागते.''

तिची त्वचा आता चरचरीत झाली आहे. जणू हाडांच्या सापळ्यावर ती खेचून घातली असावी. अरुणाला बेड सोअर्स होण्याची शक्यताही आता वाढलीये. त्यामुळे तिला सारखं या कुशीवरून त्या कुशीवर वळवावं लागतं. तिची मनगटं आतल्या बाजूला वळली आहेत. आणि बोटंही सांध्यांमधून वाकली असून तिच्या पंज्यामध्ये रूतू लागली आहेत. ''असं होऊ नये म्हणून मी शक्य तेव्हा तिच्या

हाताला तेल लावते. नाहीतर तिची नखं वाढून तिच्याच हाताचं मांस निघतं. तिची बोटं सरळ करून मी तिची नखं कापते तेव्हा तिला खूप दुखतं. पण मी तरी काय करणार? तिचे दात घासतानाही मला अपराधी वाटत असतं. ते आता किडू लागले आहेत आणि त्याचाही तिला बराच त्रास होतो.''

तिचं जेवण आता पूर्णपणे कुस्करून आणि अर्धवट द्रव स्वरूपात दिलं जातं. पाव आणि ऑम्लेट चहामध्ये बुडवून, तिची आवडती माशाची आमटी आणि भात हाताने भरपूर कालवून, इडली आणि वडा सांबारात मऊ करून आणि तिचा खास आंबा घट्ट पिळून दिला जातो. पण आता ती एका वेळी अख्खं जेवण जेवू शकत नाही. एक इडली किंवा आमटी आणि भाताचे काही चमचे खाल्ले की तिची पचनसंस्था काम करेनाशी होते. आणि अरुणाला द्रवही देता येत नाही. कारण ती घुसमटते. अरुणावर लेख लिहिण्यासाठी एक पत्रकार डीन पैंची परवानगी घ्यायला येते. येताना ती केईएमसमारेच्या उडिपीमधून अरुणासाठी मोसंबीचा ताजा रस घेऊन येते. अरुणा रस पिऊ शकत नाही हे कळल्यावर त्या पत्रकार महिलेला आपण अपराधी व मूर्ख असल्यासारखं वाटतं. अरुणाला तिच्या दुपारच्या जेवणातून भातामध्ये तो रस मिसळून आम्ही देऊ असं सांगितल्यावर तर तिला मळमळून येतं.

त्या पत्रकाराला लेख लिहिण्याची परवानगी मिळते. तिचा लेख छापून येतो आणि त्याला प्रचंड प्रतिसाद मिळतो. देशभरातून काळजी करणारे अनेक जण येतात. पण त्यामुळे केईएममध्ये सुरक्षेचा प्रश्नही निर्माण होतो. तिला बघायला लोक येऊ लागतात. एका बाळाला काखोटीला मारून आणि बरोबर एका पुरुषाला घेऊन एक बाई थेट डीनच्या ऑफिसमध्ये घुसते आणि विचारते,

''वो रेप करेली नर्स किधर है?''

डीन पै आपल्या ऑफिसमधल्या कोपऱ्यातील गणपतीच्या मूर्तीकडे बोट करतात आणि म्हणतात, ''तिथे पाहा, तुम्हाला ती दिसेल.''

आणखी एक बाई येते. ती पुण्याला निघालेली असते. दादरहून सुटणारी तिची गाडी काही तास उशिरा निघणार असल्याने आपण जिच्याविषयी वाचलं त्या नर्सला बघून यावं म्हणून ती केईएममध्ये येते. अरुणा काही पर्यटनस्थळ नव्हे, स्वाभाविकच त्या बाईला परवानगी दिली जात नाही.

एक गायक आपला हार्मोनियम घेऊन येतो. त्याला परवानगी द्यावी की नाही याविषयी आधी सगळ्यांची द्विधा अवस्था होते. पण मग दोन नर्सेस त्याच्या बाजूला उभ्या राहतात. पाऊण तास तो शांत भजनं म्हणत असतो. एक पुरुष, तोही अनोळखी पुरुष, तिच्या खोलीत असतो आणि अरुणाच्या चेहेऱ्यावर असते केवळ शांतता.

आणखी एक पुरुष मेट्रनच्या ऑफिसमध्ये येतो. आपण एक श्रीमंत कापड

व्यापारी आहोत, पण आपल्याला इंग्लिश वाचता येत नसल्याचं तो सांगतो. दुकानातला त्याचा सहाय्यक इंग्लिश पेपरमध्ये आलेल्या या लेखाविषयी काहीतरी बोलतो आणि मग हा व्यापारी विनंती करतो म्हणून त्याला संपूर्ण गोष्ट हिंदीत सांगतो. या नर्सला संगीत आवडत असल्याचा उल्लेख त्या लेखात होता. तो खरा आहे का हे त्या व्यापाऱ्याला विचारायचं असतं.

आपण अलीकडेच या हॉस्पिटलमध्ये आल्याचं मेट्रन सांगतात. ज्या महिला पत्रकाराने हा लेख लिहिलाय ती अरुणाला बराच काळ ओळखतेय, आणि तिने लिहिलंय म्हणजे ते खरंही असावं असंसुद्धा मेट्रन म्हणतात.

''मी तिच्यासाठी एक रेडिओ कम टेपरेकॉर्डर देईन. शिवाय काही कॅसेट्सही.''

''धन्यवाद.'' मेट्रन म्हणतात.

''पण माझी एक अट आहे.''

''सॉरी सर. इथे कोणतीही अट मान्य होणार नाही.''

''पण सिस्टर माझं म्हणणं तुम्ही ऐकून तर घ्या.''

''मी म्हटलं, सॉरी. अटी नाहीत.''

''नाही, आधी तुम्ही माझं ऐका. मला फक्त तिला बघायचंय.''

''शक्यच नाही. तिला बघण्याची परवानगी आम्ही कोणलाही देत नाहीत.''

''मला तिला बघायचंच आहे. मी बघेनच तिला. नाहीतर मी तो टु इन वन देणार नाही.''

''नाही दिलात तरी चालेल. नमस्कार.''

तोच पुरुष त्यानंतर आणखी दोन वेळा येऊन जातो. आपण तो टु इन वन त्या नर्ससाठी विकत घेऊन ठेवलाय, पण तो तिला देण्यापूर्वी आपल्याला तिला एकदाच बघायचंय, या विनंतीचा तो पुनरुच्चार करतो. मेट्रन मग डीन पैंचा सल्ला मागतात. तो पुरुष सारखा सारखा तीच मागणी घेऊन हॉस्पिटलमध्ये येऊन त्रास देईल का? डीन विचारतात. ''होय,'' मेट्रन म्हणतात. ''आतापर्यंत तो तीन वेळा येऊन गेलाय आणि शेवटच्या वेळी तर मी तुमच्याशी बोलेन हे माझ्याकडून मान्य करवून घेतल्यावरच तो गेला.'' त्या पुरुषापासून सुटका हवी असेल तर त्याला दरवाजातून अरुणाला दाखवा, डीन सांगतात. मात्र त्यापूर्वी, त्याने पुन्हा आलेलं आपल्याला चालणार नाही आणि तसा तो आलाच तर सुरक्षा अधिकाऱ्यांकडून त्याला हाकलवून लावू हे स्पष्टपणे त्याला सांगण्याची सूचना द्यायलाही त्या विसरत नाहीत.

तो पुरुष अरुणाच्या खोलीमध्ये डोकावतो आणि निघून जातो.

वर्सोवा या पश्चिम उपनगरातून एक बाई येते. मंत्रांनी रोग्यांना बरं करणारी. अरुणाच्या पलंगाच्या बाजूला बसून प्रार्थना म्हणायची तिला परवानगी देण्यात येते,

पण अरुणाला हात लावायला मात्र मनाई केली जाते. ती काय करतेय यावर लक्ष ठेवण्यासाठी एका विद्यार्थिनीला तिथे बसवण्यात येतं. दुसऱ्या दिवशी ती बाई मेट्रनना फोन करते. आदल्या रात्री आपल्या येशूशी संपर्क झाल्याचं सांगते. अरुणा या जगाचा निरोप कधी घेणार हे आपण येशूला विचारलं, तेव्हा त्याने 'मी विचार करतोय' असं उत्तर दिल्याचंही ती म्हणते.

रेकी देणाऱ्या बाईला हाताळणं त्या मानाने सोपं असतं. ती अरुणाच्या पलंगाच्या बाजूला बसते. हात लांब करून आणि ओठांनी काहीतरी पुटपुटते. आपलं पठण संपल्यावर ती सगळ्या स्टाफचे आभार मानते. आता आपल्याला इथे येण्याची गरज नाही, घरूनच आपण रेकी करू आणि ती अरुणापर्यंत पोचेल, तेव्हा काळजी करू नका, असं सगळ्यांना सांगते.

कपडे, पुस्तकं, खाणं, पैसे याही गोष्टी अनेक जण देऊ करतात. त्या अर्थातच नम्रपणे नाकारल्या जातात. अरुणाला या गोष्टींची गरज नाही, तिला ज्या गोष्टी लागतात त्या हॉस्पिटलमधून तिला मिळतात असं सांगून. तिची एक गरज मात्र कोणीच भागवू शकत नाही. देवसुद्धा नाही. तिची मुक्ती.

२७ नोव्हेंबर, १९९७. त्या घटनेनंतर चोवीस वर्षं.

बाळकृष्ण रामचंद्र शानबाग, अरुणाचा भाऊ आणि काही काळ असलेला पालक आता ७१ वर्षांचा आहे. मुंबईहून शिमोग्याला जाण्याचा त्यांचा निर्णय त्यांच्यासाठी आणि त्यांच्या कुटुंबासाठी चांगलाच फायदेशीर ठरला. त्यांचा व्यवसाय चांगला चालू लागला. शिमोग्याच्या मुख्य रस्त्यावर असलेलं त्यांचं रेस्टॉरन्ट झकास चाललंय. एका चांगल्या सुखवस्तू भागातल्या मोठ्या घरात ते राहताहेत. त्यांच्या मुलींची लग्नं झालीत.

"त्यांचं सारखं एकच म्हणणं होतं, लेके जाव, लेके जाव. मी कुठे ठेवलं असतं तिला?" ते विचारतात. "काय केलं असतं मी? ते डीन देशपांडे सतत मी तिला घेऊन जावं म्हणून माझ्या मागे लागले होते. मी दिसलो की ते हेच सांगायचे. शेवटी मग मी जाणंच थांबवलं. याचा संबंध भरपाईशी नव्हता हे त्यांच्या लक्षातच येत नव्हतं. शेवटी तिने जे काही गमावलं त्याची भरपाई कशाने होणार होती? त्या परिस्थितीत आमच्या कुटुंबासाठी जे योग्य होतं ते मी केलं. हळदीपूरला असलेल्या माझ्या आईची आणि भावांची मी काळजी घेतली. त्यांना पैसे पाठवत राहिलो. माझ्या दुसऱ्या भावाला अखेरपर्यंत कॅन्सरवर उपचार घेण्यासाठी आर्थिक मदत केली. आता माझ्यासाठीही खूप उशीर झालाय. मला कडक मधुमेह आहे. आणि मोतीबिंदूही."

कोणत्याही गोष्टींबाबत असलेल्या भावनांचा विषय काढला की बाळकृष्णाचा

आवाज कोरडा होतो. ते म्हणतात, ''या भावनांचं करायचं काय? त्या नुसत्या भावनाच राहणार ना शेवटपर्यंत? त्यांचं दुसरं काही होऊ शकणार नसेल तर त्या भावना नुसत्या मनात ठेवून तरी काय होणार आहे? कधी कधी मला वाटतं की हे सगळं पूर्वजन्मातल्या पापांमुळे होत असणार. माझ्या कुटुंबाला त्यामुळेच अशा परिस्थितीला सामोरं जावं लागलेलं असणार. आणि हे जर खरं असेल तर आमचा पुढचा जन्म तरी सुखाचा जाईल यात वादच नाही. दरम्यान तिला मृत्यू आला आणि मी तेव्हा जिवंत असलो तर मी मुंबईला जाऊन स्मशानात तिच्यावर अंत्यसंस्कार करेन.''

कर्तव्याची काही जणांची व्याख्या अशीही असू शकते.

डॉ. होमी दस्तूर यांनी केईएमचा बंद पडलेला न्युरोसर्जरीचा विभाग सुरू केला होता आणि तो व्यावसायिकदृष्ट्या चालेल याचीही काळजी घेतली होती. स्वाभाविकच कामाला वाहून घेतलेल्या अनेक डॉक्टरांसाठी ते गुरूच्या जागी होते. डॉ. दस्तूर केईएममधून निवृत्त होऊन आता बराच काळ लोटलाय. अर्थात व्यवसायातून ते अजून निवृत्त झालेले नाहीत.

अरुणा शानबागच्या केसपेपर्सच्या झेरॉक्स ते काळजीपूर्वक आपल्या नजरेखालून घालतात. ''पहिल्या महिन्यामध्ये तिच्यात खूप सुधारणा दिसून आली होती. पण मग ती स्थिरावली. मेंदूमधल्या काही पेशी दबल्या गेल्या होत्या, त्या हळूहळू आपल्या पूर्वस्थितीवर आल्या. ही जी सुधारणा दिसून आली ती त्या पेशींची होती. मेंदूवर होणारा प्राणवायूचा पुरवठा तीन मिनिटांपेक्षा अधिक काळ थांबला तर होणारं नुकसान भरून काढता येण्यासारखं नसतं. तीन मिनिटं म्हणजे अगदी बरोबर १८० सेकंद असं नाही म्हणायचं मला. तिच्या मेंदूच्या जवळजवळ सगळ्या भागांचंच नुकसान झालं. आणि मस्तिष्कपुच्छाला इजा झाली. त्या दिवसांमध्ये नेमकी कुठे इजा झालीये हे कळण्यासाठी सीटी स्कॅन नव्हतं. आज असं नुकसान किती झालंय त्याचं चित्र आपल्यासमोर येऊ शकतं. अर्थात पेशींचं नुकसान नाहीच समजत.''

न विचारलेला प्रश्न समजून डॉ. दस्तूर नकारार्थी मान हलवतात. ''आज आपल्याकडे सीटी स्कॅन्स आणि एमआरआय आहेत. पण उपचार नाहीत. म्हणजे त्या वेळी दिल्या गेलेल्या उपचारांपेक्षा आज फार काही वेगळं करता येईल असं मला वाटत नाही. म्हणजे कोणीतरी हायपर बॅरीक पद्धत वापरायची ठरवली तरच काहीतरी वेगळं होऊ शकतं. हायपर बॅरीक पद्धत म्हणजे अतिशय उच्च दाब निर्माण करून मेंदूला प्राणवायूचा पुरवठा करायचा. पण तोही अपघात घडल्यानंतर सहा तासांच्या आत व्हावा लागतो. तिच्या मेंदूचा जो काही भाग शिल्लक राहिला आहे त्यामुळे ती अजून जिवंत आहे. अरुणा शानबागला मेंदूतल्या ज्या भागांची

सर्वांत जास्त गरज आहे ते केव्हाच मृत झालेले आहेत.''

डॉ. राजेश पारीखही या मताशी सहमती दर्शवतात. पण आपण थेरप्युटिक निहिलिझमचा आसरा घेणार नाही, असंही म्हणतात. म्हणजे अरुणा शानबागसाठी आपण आता यापुढे काहीही करू शकणार नाही असं म्हणायला त्यांचा विरोध आहे. ''विज्ञान म्हणजे आपल्याला ज्ञात असलेलं ज्ञान. अलेक्झांडर फ्लेमिंगला एका बशीमध्ये बुरशीचा अभ्यास करत असताना पेनिसिलीनचा शोध लागला. कोणे एके काळी टयूबरक्युलॉसिस हा महाभंयकर रोग समजला जायचा. आज हृदयरोपणाच्या शस्त्रक्रिया होऊ लागल्या आहेत. अमेरिका आणि मेक्सिकोमध्ये मेंदूचं रोपण करण्याचे प्रयोग होताहेत. या गोष्टी सोप्या झालेल्या नाहीत हे मी मान्य करतो, पण माणसाच्या गर्भाच्या मेंदूतील पेशींचा उपयोग करून पार्किन्सनसारखा रोग झालेल्या पेशंटसवर त्याचा प्रयोग करून पाहण्याचा प्रयत्न होतोय.''

अरुणाला झालेल्या दुखापतीचा संबंध तिच्या वागण्याशीही असल्याने एमआरआय करून पाहण्याचा उपयोग होईल असंही डॉ. पारीख म्हणतात. ''आजकाल मॅग्नेटिक रेझोनन्स इमेजिंग अतिशय सोपं झालेलं आहे. केवळ वीस मिनिटं लागतात त्यासाठी. एमआरआयमुळे तिच्या मेंदूला नेमकी किती इजा झालीये हे आपल्याला कळेल आणि मग त्याच्या आधारे आपण तिचा त्रास कमी करू शकू. ती पुन्हा चालू शकेल याची शक्यताच नाही. ती पुन्हा बघू किंवा बोलू शकेल का, याविषयीही माझ्या मनात शंका आहे. पण आहे त्याच अवस्थेमध्ये ती आणखी बरीच वर्षं जगू शकते. तेव्हा जेवढा काळ ती जिवंत आहे तेवढा काळ तिला जास्तीत जास्त आरामदायी जीवन देण्याचा प्रयत्न आपण करू शकतो.''

केईएममध्ये एमआरआयची सुविधा नाही. पण जसलोकमध्ये ते होऊ शकतं, तिथे नुकतीच अद्ययावत यंत्रसामुग्री मागवण्यात आलेली आहे.

पण याचा अर्थ, केईएमने तशी परवानगी द्यायला हवी. आणि समजा केईएमने तशी परवानगी दिलीच तर एकवीस वर्षांनंतर अरुणाला हॉस्पिटलमधून बाहेर काढावं लागणार. सूर्याची किरणं तोंडावर पडल्यानंतर काय होईल तिची प्रतिक्रिया? ॲम्ब्युलन्सची हालचाल कशी जाणवेल तिला? पुरुष अटेंडंटसचे विचित्र आवाज कानावर आले की काय वाटेल तिला? आणि परळहून पेडर रोडपर्यंतचा आणि परत येतानाचा प्रवास करताना सतत जाणवणारा ट्रॅफिकचा गजबजाट? एक अनोळखी वातावरण आणि अपरिचित पुरुष डॉक्टरचा स्पर्श काय सांगेल तिला? वासाचं ज्ञान देणाऱ्या तिच्या ग्रंथी तिला जाणवून देतील.. तिला वास येतो?

पण आपल्या कोशातून बाहेर काढलं जाऊन पुन्हा एकदा एका जिवंत जगात थोडा काळ का होईना तिला नेलं तर त्या एमआरआयच्या मशीनपर्यंत पोचेस्तोवर काय होईल अरुणाचं?

माणसाचा मेंदू टप्प्याटप्प्याने विकसित झालायं असं डॉ. सुनील पंड्या सांगतात. त्यासाठी कोट्यावधी वर्षांचा काळ जावा लागलाय. मात्र सर्वात आदिम मानवाच्या मेंदूमध्येही एक प्राथमिक गोष्ट होतीच. स्वत:चं रक्षण करण्याची. आणि दुसरी होती स्वत:साठी अन्न शोधण्याची. ''स्वत:चं संरक्षण करायचं म्हणून मग मेंदूने ओळखण्याचं तंत्र विकसित केलं. आणि मग त्यानंतर आठवणीचं. कारण आठवण नाही राहिली तर शत्रू ओळखता कसा येणार? त्यामुळे आपल्याला धोका असल्याची जाणीव झाली की मेंदू ओळख आणि आठवण या दोन गोष्टींची मदत घेऊ लागला. लढायचं किंवा पळायचं. आजही माणसाच्या मेंदूचा मूळाधार हाच आहे. लढायचं किंवा पळायचं.''

अरुणा पळू शकत नाही. तिच्या अशक्त शरीरामध्ये लढण्याचं बळ नाही. अर्थात तिच्या मेंदूला ज्या भागात इजा पोचलेली नाही तो भाग अजूनही प्रतिसाद देऊ शकतो. म्हणून तर ती ओरडू शकते, किंचाळू शकते, रडू शकते आणि हसू शकते. कारण मेंदूच्या एकाच भागामध्ये या सगळ्या क्रिया होतात. ॲम्ब्युलन्समध्येच असताना तिला फेफरं येऊ शकतं. त्या एमआरआय मशीनच्या खाली असताना ती भीतीने मरूही शकते, तिच्या भंगलेल्या हृदयाची स्पंदनं थांबूही शकतात.

हे असं होणं तिच्यासाठी वाईट असेल की चांगलं?

१६ जानेवारी, १९९८. 'इंडियन एक्सप्रेस' या वर्तमानपत्राचा एक भाग म्हणून मुंबईच्या बातम्या देण्यासाठी 'न्यूजलाइन' पुरवणी दिली जाते. या दिवशीच्या न्यूजलाइनची हेडलाइन असते. 'डेथ नो रिलीज ॲट केईएम मॉर्ग' (मृत्यूही केईएमच्या शवागारापासून सुटका करू शकत नाही.)

बातमी थोडक्यात अशी असते, सप्टेंबर १९९७ पासून केईएमचं शवागर छत पडल्यामुळे दुरुस्तीसाठी बंद ठेवण्यात आलेलं आहे. ही दुरुस्ती किती काळ चालेल आणि शवागर पुन्हा कधी सुरू होईल या वार्ताहराच्या प्रश्नाला मुंबई महानगरपालिकेचे वेगवेगळे अधिकारी वेगवेगळ्या तारखा सांगतात.

शहराचे उपअभियंता म्हणतात की, हे काम फेब्रुवारी महिन्याच्या अखेरीस सुरू होणार आहे. ''शवागराची ही इमारत 'हेरिटेज स्ट्रक्चर' (इतिहास आणि संस्कृतीच्या दृष्टीने महत्त्वाची वास्तू) म्हणून गणली जाते. टेन्डर्सबाबतचे सगळे शिष्टाचार पूर्ण झालेले असले तरी आम्हाला हेरिटेज कमिटीकडून हिरवा कंदील मिळणं आवश्यक आहे. त्यानंतर मग हा प्रश्न स्थायी समितीसमोर ठेवण्यात येईल.''

म्युनिसिपल हेड ऑफिस आणि हेरिटेज कॉन्झर्वेशनचे सहायक अभियंता व्ही. पी. मेहेंदळे या वार्ताहराला सांगतात की, केईएम आणि इस्पितळाशी संलग्न

असलेल्या जीएस मेडिकल कॉलेजची मुख्य इमारत पालिकेच्या अखत्यारित येण्याऱ्या तेवीस ऐतिहासिक स्थळांपैकी आहेत. ते पुढे म्हणतात, ''अशा इमारतींची टप्प्याटप्प्याने पुनर्बांधणी करण्याविषयीच्या आमच्या योजनेनुसार पुढच्या आर्थिक वर्षामध्ये या महत्त्वाच्या गोष्टी होतील. त्यानंतर आम्ही त्या शवागाराची अवस्था काय आहे त्याची पाहणी करू.'' पुढच्या बजेटचं वर्ष हे एप्रिलपासून मार्चपर्यंत असतं.

मात्र मृत व्यक्तींना विनाविलंब बाहेर पाठवणं आवश्यक असल्याने पोस्टमॉर्टेम थांबू शकत नाही. आणि शवं ठेवण्यासाठीही जागा लागतेच. ही शवं मग दुसऱ्या टोकाला असलेल्या ॲनाटॉमी विभागाच्या कोल्डरूममध्ये ठेवली जातात. शवागाराच्या बाजूलाच असलेल्या एका खोलीमध्ये पोस्टमॉर्टेम्स केली जातात. ॲनाटॉमी विभागाच्या कोल्डरूममधून शव कर्मचाऱ्यांमार्फत इथे आणलं जातं. एरवी चालत गेलं तर हे अंतर वीस मिनिटांत पार होऊ शकतं. पण हे कर्मचारी वेगळ्या मातीचे बनलेले असतात. शव आणायला त्यांना पाऊण तासही लागू शकतो. म्हणजे कर्मचाऱ्यांचा तुटवडा नसेल तेव्हा. तसा तो असेल तर कर्मचारी दुसरं शव येईपर्यंत थांबतात, म्हणजे मग एकाच वेळी त्यांना दोन देह नेता येतात. हे दुसरं शव येईपर्यंत कितीही वेळ लागू शकतो, माणूस कधी मरेल हे कसं सांगता येणार? ही कृती लवकर व्हावी अशी नातेवाईकांची इच्छा असेल तर त्यासाठीही एक मार्ग असतो. कर्मचाऱ्यांच्या हातात चिरीमिरी ठेवा.

अर्थात तरीही त्यांना जवळच्या रस्त्याने येणं शक्य होतच नाही. कारण हॉस्पिटलच्या इमारतींमधून जाणारा लांबचा रस्ता वापरण्याच्या कडक सूचना त्यांना देण्यात आलेल्या आहेत. त्यामागे कारणही आहे. ॲनाटॉमी विभाग आहे कॉलेजच्या इमारतीमध्ये, कँटिनच्या अगदी समोर. विद्यार्थी, डॉक्टर्स, नर्सेस, रोग्यांचे नातेवाईक, त्यांना भेटायला आलेली माणसं इथे चहा प्यायला बसलेली असतात. त्यांच्या समोरून मृत शरीर नेणं, तेही नेहमीच्या चांगल्या स्थितीत असेल असं नाही, आणि त्यांना ते बघावं लागणं या गोष्टी टाळण्यासाठी हा लांबचा रस्ता वापरणं आवश्यक असतं.

पंधरा बाय वीस फुटाची ही कोल्डरूम बेवारशी आणि दान केलेल्या मृत शरीरांसाठी स्टोअर रूम म्हणून वापरली जाते. ही शरीरं मग विद्यार्थी आपल्या विच्छेदनासाठी उपयोगात आणतात. पण शरीरं ठेवण्यासाठी बनवलेल्या पंधरापैकी फक्त तीन ट्रेज नीट काम करत असतात. बाकीचे बारा ट्रे पार घट्ट अडकवून गेलेले असतात. दुरुस्तीसाठी रखडलेल्या शवागरात शरीरं ठेवण्यासाठी सत्तावीस बॉक्स असतात. या खोलीच्या जमिनीवर पन्नासेक शरीरं तशीच पडलेली असतात. पोस्टमॉर्टेमच्या टेबलावर पोचण्याआधी एका शवाचा कान उंदराने कुरतडला असल्याची घटना एक डॉक्टर सांगतात. तिथला अटेंडंट चेहेऱ्यावरची निराशा लपवू शकत नाहीये. ''गँगरीन झालेल्या शरीरांना दुर्गंधी येऊ लागते. येत्या दोन

महिन्यांत उन्हाळा सुरू होईल आणि ही शरीरं अधिक जलद गतीने सडू लागतील. मग तर दुर्गंधीला सुमारच राहणार नाही.''

एक्स्प्रेसच्या न्यूजलाइनमधल्या मुख्य बातमीमध्ये एक छोटासा बॉक्सही असतो. ३१ डिसेंबरला विक्रोळीला अपघात झालेल्या ३८ वर्षीय दिलीप पाटीलचा. त्याच्यावर केईएममध्ये शस्त्रक्रिया झालेली असते आणि १३ जानेवारीला रात्री पावणेदहा वाजता त्याचं निधन होतं. आपल्यापाशी स्टाफ नसल्याने त्याचं शवविच्छेदन दुसऱ्या दिवशी सकाळीच होईल असं त्या रात्री हॉस्पिटलमधून त्याच्या नातेवाईकांना सांगण्यात येतं. पाटीलचे सहकारी दुसऱ्या दिवशी सकाळी सहा वाजताच हॉस्पिटलमध्ये येतात. डॉक्टर साडेनऊ वाजता येतील असं त्यांच्या कानावर घालण्यात येतं. दरम्यान शवागाराचा अटेंडंट पोस्टमॉर्टेम करण्याची परवानगी मिळवण्यासाठी जे. जे. इस्पितळातील कॉरोनर कोर्टात फोन लावतो. कॉरोनर कोर्टात ड्युटीवर असलेला कॉन्स्टेबल तशी परवानगी देतो आणि मग तो अटेंडंट संबंधित डॉक्टरच्या हे कानावर घालतो. बराच वेळ झाला तरी डॉक्टर येत नाही म्हणून पाटीलचे नातेवाईक कॉलेजच्या इमारतीमध्ये जाऊन डॉक्टरला बोलावून आणतात. पोस्टमॉर्टेम दुपारी दीड वाजता होतं.

पाटीलच्या नातेवाईकांना आता विक्रोळी पोलीस स्टेशनवर जाऊन एनओसी, (नो ऑब्जेक्शन सर्टिफिकेट) घ्यायचं असतं. त्यांच्या सुदैवाने त्यासाठी त्यांना फार वाट पाहावी लागत नाही, कारण ड्युटीवर असलेला पोलीस अधिकारी त्या वेळी पोलीस ठाण्यातच हजर असतो. सर्टिफिकेटचा तो कागद घेऊन नातेवाईकांना आता जे. जे. इस्पितळातील कॉरोनरच्या कोर्टात धावण्याची आवश्यकता असते. कारण तिथून संबंधित कागदपत्रं मिळवल्याखेरीज मृताचं शरीर अंत्यसंस्कारासाठी ताब्यात मिळणार नसतं. या धावपळीमागची दमछाक केवळ एक मुंबईकरच जाणू शकतो. शारीरिक, आर्थिक आणि भावनिकदृष्ट्या होणारी दमछाक. परळहून विक्रोळीला जायचं, तिथून मोहम्मद अली रोडवर आणि मग परत परळला. गाड्यांचा धूर, आवाजाचा गजबजाट आणि वातावरणातला घामटपणा, रहदारी आणि गर्दी, या सगळ्यातून केलेला पाच तासांचा प्रवास थकवणाराच असू शकतो.

दिलीप पाटीलचं मृत शरीर मिळण्यासाठी त्याचे नातेवाईक आणि मित्र यांना त्याच्या मृत्यूनंतर बावीस तास वाट बघावी लागलेली असते.

आपण व्यवसायात आहोत हे सिद्ध करण्यासाठी आपल्याला स्वत:ला नरिमन पॉइंटला असण्याची गरज लागत नाही हे अनेकांना कित्येक वर्षं समजत नाही.

नरिमन पॉइंट म्हणजे मुंबईचं मॅनहटनच म्हणायला हवं. इथे मॅनहटनप्रमाणे रात्री दर दोन सेकंदांनी विव्हळणारे सायरन्स होत नाहीत इतकंच. दर संध्याकाळी

नरिमन पॉइंट रिकामं होतं तेव्हा मुंबईचे पोलीस कदाचित सुटकेचा नि:श्वासही टाकत असतील. कारण त्यामुळे काही खरेखुरे गुंड बाहेर पडतात. रात्री मग नरिमन पॉइंट अगदी शांत दिसतं. आकाशाला भिडणाऱ्या, स्वत:चीच सुरक्षा व्यवस्था असणाऱ्या एकाकी गगनचुंबी इमारती तेवढ्या तिथे राहतात. जो काही गजबजाट जाणवतो तो इथल्या पंचतारांकित हॉटेलमध्ये, ओबेरॉयमध्ये. आणि त्याच्या बरोबर तिरक्या दिशेने उभ्या असलेल्या एक्सप्रेस टॉवर्समध्ये.

नरिमन पॉइंटला रोज सकाळी पार्किंगची जागा मिळवणं, त्या उंच, आगीची पुरेपूर शक्यता असलेल्या इमारतींमधल्या लिफ्टसाठी असलेल्या लांबलचक रांगेत उभं राहायला लागणं, दिवसातला मुख्य वेळ काड्यापेटीसारख्या त्या कचेऱ्यांमध्ये काढावा लागणं या सगळ्या गोष्टी कठीण तर खऱ्याच. पण खुद्द नरिमन पॉइंटला पोचणं त्याहीपेक्षा अवघड. नरिमन पॉइंट म्हणजे दक्षिण मुंबईचं टोक आहे. वेगवेगळ्या रस्त्यांनी ते बाकीच्या शहराशी जोडलं गेलंय. हे रस्ते कामाच्या वेळात कायम रहदारीने तुडुंब भरलेले असतात. वीस मिनिटांच्या प्रवासाला कितीही वेळ लागू शकतो. पांढरपेशा नोकरदार वर्गाला लोकल ट्रेन इथे घेऊन येतात. चर्चगेट आणि थोडं दूर असलेल्या व्हिक्टोरिया टर्मिनसला या गाड्या संपतात. तिथून मग पुढे बस किंवा टॅक्सी पकडून यायचं आणि रस्त्यावरची गर्दी, आवाजाचं प्रदूषण, गाड्यांचा धूर आणि दडपण यात भर घालतात.

अर्थात इथून लोक बाहेर पडायला लागले ते या सगळ्या गोष्टींचा त्रास असह्य झाल्याने नव्हे. जमिनीचे भाव वाढू लागल्याने हे पाऊल उचलण्याची वेळ आलेली असते. नरिमन पॉइंटमधल्या जागेचा प्रती चौरस फूट भाव हा जगातला सगळ्यात महागडा भाव आहे असं उद्योगविषयक नियतकालिकं नेहमीच लिहीत असतात. जागा भाड्याने घेणाऱ्यांना आपण इतरत्र यापेक्षा खूप कमी भावात जागा मिळवू शकतो हे लक्षात यंतं. ज्यांच्या मालकीच्या जागा असतात त्यांना दुसऱ्या कोणाला तरी पिळून इथे जागा द्यायची आणि आपण दुसरीकडे स्वस्त जागा घ्यायची आणि अधिक फायदा करून घ्यायचा हे जाणवतं. पण कुठे?

उत्तर मिळतं, परळ आणि त्याच्या आजूबाजूच्या गिरणगावात. या भागातल्या बहुतेक गिरण्या बंद पडू लागलेल्या असतात आणि या गिरण्यांच्या भोवतालच्या मोठ्या जमिनींवर राहण्याच्या जागा बांधल्या जाऊ लागतात. इथेच, या एकेकाळी सूत काढण्याचं काम वेगाने करणाऱ्या जागांवर धंद्यासाठी ऑफिस करणं योग्य. तेही नरिमन पॉइंटच्या तुलनेत कितीतरी कमी पैशांमध्ये. लोअर परेलला येणाऱ्यांमध्ये जाहिरात कंपन्यांचा नंबर पहिला लागतो. इथून आता वेगळ्या प्रकारचा धागा निर्माण होणार असतो, हा एक प्रकारचा योगायोगच म्हणायला हवा.

लोअर परेलचं नाव मग बदलून होतं अपर वरळी. पूर्वी वरळी म्हणजे

समुद्रासमोर बांधलेल्या बंगल्यांचा भाग मानला जाई. आता लोअर परेलला वरळी म्हणायला लागल्याने आपोआपच याही भागाला एक दर्जा प्राप्त झाला. स्वाभाविकच आणखी माणसं इथे येऊ लागली. वेळ वाचवण्यासाठी आपल्या शोफरने समांतर जाणाऱ्या तुलसी पाईप रोडने गाडी घेतली असं म्हणण्यात कमीपणा वाटेनासा झाला. हा भाग एकदम पॉश झाला असल्याने कमीपणा वाटण्याचा प्रश्नच नव्हता. वरळीचा दुसरा भाग तर अधिकच सुधारला. महिंद्र टॉवर्ससारखी एक चकचकीत इमारत तिथे आली. बाहेरच्या बाजूला दिलेला वेगळा रंग आणि खास निर्माण केलेल्या पेंटहाऊसच्या बागा अशासारख्या गोष्टींनी समकालीन भारतीय शिल्पशास्त्रानुसार बांधलेली ही इमारत खासच आहे. यासारख्या इमारतींमध्ये काम करणाऱ्या व्यावसायिकांच्या जेवणाची सोय म्हणून मग विव्हा पश्चिमसारखं महाराष्ट्रीय-कोंकणी जेवण देणारं रेस्टॉरंट निघालं आणि ताज आणि सिंगापूरच्या रॅफल्समधून प्रशिक्षण घेऊन आलेल्या नम्रता आणि धीरेन कंवर यांनी जवळच आपलं किच्न सुरू केलं.

अपर वरळी, मुख्य वरळी आणि महिंद्रची वरळी यांच्यामधे कुठेतरी अजूनही बीडीडी चाळी आहेतच. आजूबाजूला उगवलेल्या उच्चभ्रू इमारतींचा, बदललेल्या सामाजिक परिस्थितीचा कोणताही परिणाम स्वत:वर न होऊ देता त्या उभ्या आहेत. किंबहुना भोवताल जितका बदलतोय तितकाच हा भाग जसाच्या तसा राहिलाय.

मात्र पूर्वी मनीप्लँट लावायला डालडाचे गंजलेले डबे वापरले जात असतील तर आता तेलाचे पाच किलोचे डबे वापरले जाऊ लागले आहेत. इथल्या शंभरेक इमारतींमधून केबलचं जाळं पसरलंय. दूरदर्शनवर दिसणाऱ्या आपल्या भारतापेक्षा एक वेगळाच भारत त्यांना सगळ्यांना केबलच्या विविध चॅनेल्सवरून पाहायला मिळतोय. टीव्हीवरचं चित्र कोणतंही असो, असतो तो स्वस्तातला टाइमपासच. आणि टीव्हीवरच्या जाहिराती तर इतक्या खोट्या की त्या बघायला अधिकच मजा येते.

बीडीडी चाळींच्या मागे अजूनही बकाल वस्तीतली घरं आहेत. राजकारण्यांनी मतांच्या आशेने अधिकृत केलेली अनाधिकृत बांधकामं आहेत. आणि त्यातच अजूनही नेहरूनगरही आहे. शांताबाई वासुदेव नायक आजही तिथे राहताहेत आणि शेजारपाजारच्या घरांमधून दूध पोचवताहेत. ज्या काही सुधारणा झाल्या आहेत त्यांनी शांताबाईंचं ओझं अधिकच वाढलंय. पूर्वी दुधाच्या जड बाटल्या पोचवायच्या असल्याने कमी घरं त्या करत. आता बाटल्यांची जागा पिशव्यांनी घेतली आहे. साहजिकच अधिक पिशव्या पेलू शकत असल्याने अधिक घरं फिरावी लागताहेत. त्यांच्या पायांवर त्याचा परिणाम जाणवतोय. ते फार दुखतात. मग पायावर वेगवेगळ्या जागी शांताबाई कापडाच्या आणखी आणखी पट्ट्या बांधत राहतात.

शांताबाईंच्या मुलींची आता लग्नं झाली आहेत. त्यांचा मुलगा अंधेरीच्या एका

बँकेत शिपाई आहे. त्यांची सून बेळगावची आहे आणि त्यांना वैशाली नावाची एक गोड नातही आहे. ''लहान असताना अरुणा तिच्याहीपेक्षा जास्त गोड होती,'' त्या अचानक म्हणतात. आवाज थंड, नजर जमिनीवर खेळणाऱ्या नातीकडे. ''तुम्हाला ठाऊक आहे, मी गेले होते तिला बघायला. पण नाही पाहू शकले. बाजूच्याच मुलांच्या हॉस्पिटलमध्ये माझी मुलगी बाळंत झाली होती. तेव्हा मग मी रस्ता क्रॉस करून केईएममध्ये गेले. त्यांनी अरुणाच्या खोलीला कुलूप लावलेलं होतं. मी तिची बहीण आहे असं सांगितलं त्यांना. पण किल्ली कोणाकडे आहे ते आपल्याला माहीत नाही असं म्हणाल्या त्या. मी म्हटलं, ठीक आहे, विसरून जा. आणि आले निघून.''

एकदम त्यांचा आवाज चढतो. ''मी तिला घरी घेऊन जावं म्हणून मागे लागले होते ते. शेवटी मग मी जाणंच थांबवलं. त्यानंतर त्यांनी कायमसाठी तिला दुसऱ्या जागी हलवण्याचा प्रयत्न केला. पॅकबंद खोली में रखा था. रूम खाली कर देने का था. बहोत खटपट करके वापस लाया.''

जेवढ्या झपाट्याने चढतो तेवढ्याच वेगाने त्यांचा आवाज खाली येतो. आपण कोर्टात गेलो असतानाची आठवण सांगताना त्यांच्या आवाजात थकवा जाणवतो. ''चोरीला गेलेल्या आमच्या सगळ्या वस्तू त्यांनी परत दिल्या. ते पेंडंट सोडून. ते काही आम्हाला परत मिळालं नाही. तिथे कोर्टात मी बघितलं त्या पुरुषाला. तो मरायला हवा असं म्हणत होते लोक तेव्हा. तो नाही मरू शकत. ती जिवंत आहे तोपर्यंत तो कसा मरेल? कोणीतरी मला सांगितलं की जेलमधून सुटल्यावर तो दिल्लीला राहायला गेला आणि आता आपलं नाव बदलून तिथल्या कुठल्यातरी हॉस्पिटलमध्ये वॉर्डबॉयची नोकरी करतोय.''

आपल्या आजारी बहिणीला परत एकदा बघायला जाणार आहेत त्या? या प्रश्नाबरोबर शांताबाईंचे डोळे एकदम कोरडे होतात. मान भिंतीवरच्या घड्याळाकडे वळते. मध्यान्ह झालेली असते. दूध पोचवायची वेळ. त्या स्वत:ला उचलतात आणि उभ्या राहतात. हातात भलीमोठी कॅनव्हासची बॅग घेऊन खोलीतून बाहेर पडतात. एकही शब्द न बोलता. थकलेल्या.

सगळ्या नर्सेस अतिशय चिडलेल्या असतात. सहाय्यक डीन निर्मला दीक्षित यांच्या ऑफिसबाहेर त्या जमलेल्या असतात. वॉर्डबॉईज, अटेंडंटस, मेहतर आणि इतर नोकरांची तक्रार करण्यासाठी.

''गरज असते तेव्हा ते लोक कधी जागेवरच नसतात,'' एक ज्येष्ठ नर्स म्हणते. ''प्रत्येक वॉर्ड पेशंटसनी गच्च भरलेला आहे. आमचं आम्हीच कसं बघणार सगळं? उन्हाळ्यात तर फार त्रास असतो. कारण सगळे जण एकाच वेळी सुटी

घेऊन गावी गेलेले असतात. पेशंटसचे पॉटस मग त्यांच्या नातेवाईकांना घाणेरड्या टॉयलेटसमध्ये नेऊन रिकामे करून आणावे लागतात. गर्नी आणि स्ट्रेचरची ने-आणही त्यांनाच करावी लागते. नातेवाईक घरून जेवण घेऊन येतात, फळं घेऊन येतात, आणखी काय काय खायला आणतात. सगळ्याचं उरलेलं खरकटं वॉर्डच्या एका टोकाला असलेल्या डस्टबीनमध्ये नेऊन टाकलं जातं. त्यातच वापरलेली ट्रेसिंग्स, रक्त आणि पू यांनी भरलेला कापूस आणि अशासारख्या इतर गोष्टीही फेकल्या जातात. एकावर एक सगळं साचत जातं आणि ते साफ करायलाच कोणी नसतं. नीट स्वच्छताही राखली जात नाही त्यामुळे. आणि मग दुर्गंधी यायला लागते. भयंकर झालंय सगळं. असह्य. याबाबत काहीच नाही का करता येणार?''

''एप्रिल १९९७ ते मार्च १९९८ या आर्थिक वर्षातलं केईएमचं बजेट आहे चाळीस कोटी रुपये.'' डीन प्रज्ञा पै म्हणतात. ''यापैकी पासष्ट टक्के रक्कम केवळ पगारात खर्च होते. होय, पासष्ट टक्के. आणि नोकरीची पूर्ण शाश्वती असल्यामुळे काम कधीच फारसं होत नसतं. आपल्या देशात आज सगळ्या सरकारी क्षेत्रांमध्ये उत्तर द्यायला आपण बांधील आहोत असंच कुणी मानेनासं झालंय. हे असंच होणार. माणसाला नोकरी देताना त्याचं कर्तृत्व सोडून इतर गोष्टींचा इथे विचार होतो तिथे असंच होणार. मोकळेपणाने एकमेकांशी स्पर्धा करण्याचं धैर्य लोकांमध्ये यावं असं मुळीच राजकारण्यांना वाटतच नाही. कारण ते सगळ्या लोकांकडे आपली व्होट बँक म्हणूनच पाहतात. परिणामी सगळीकडे अतिसामान्यपण वाढू लागतं, कारण असामान्यात्वाला कुठे वावच नसतो.''

आणि अशी अतिसामान्य माणसं संपाचं हत्यार वापरत राहतात व पगाराची रक्कम वाढतच जाते. १९९० साली केईएमच्या ओपीडीमध्ये १४ लाख २८ हजार ०६४ रोगी येऊन गेले, एकूण ६३ हजार ६९५ जणांना दाखल करण्यात आलेलं होतं आणि ५७ हजार ३८६ शस्त्रक्रिया झाल्या. त्या वर्षीचं बजेट होतं १८ कोटी ९९ लाख ४१ हजार ७४० रुपये एवढं. १९९४ मध्ये १६ लाख १ हजार ०४१ रोगी आले, ६१ हजार १८६ जणांना दाखल करून घेतलं गेलं आणि ६२ हजार ३७० जणांवर शस्त्रक्रिया करण्यात आल्या. त्या वर्षीचं बजेट होतं ३१ कोटी १५ लाख ६१ हजार रुपये एवढं. १९९५ ते ९६ या काळात दाखल झालेल्या आणि शस्त्रक्रिया झालेल्या रोग्यांची संख्या कमी होती. ५९ हजार ५१६ आणि ६० हजार ४३०. मात्र या वर्षीचं बजेट जास्त होतं, ३५ कोटी ५७ लाख ०२ हजार रुपये एवढं. या काळात ओपीडीमध्ये अधिक रोगी आले होते हे खरं, पण त्या १६ लाख २७ हजार ३४२ रोग्यांपैकी नवीन रोगी होते फक्त ४ लाख ४ हजार २८७. १९९४ मध्ये ओपीडीत आलेल्या ४ लाख ३७ हजार ११४ नवीन रोग्यांपेक्षा हा आकडा फार जास्त नव्हता.

चाळीस कोटी रुपयांचं बजेट असलेल्या आणि पासष्ट टक्के रक्कम पगारात खर्च होणाऱ्या वर्षातले हे आणखी काही आकडे. १८०० पलंग असलेल्या इस्पितळामध्ये १७५० बेड पूर्णपणे मोफत आहेत. इथे ६३० स्टाफ नर्स आहेत आणि आणखी ३६६ प्रशिक्षणार्थी नर्सेस. केईएममध्ये ५०० निवासी डॉक्टर्स आहेत आणि ३७० ज्येष्ठ डॉक्टर्स.

मंत्री आणि त्यांच्या नातेवाईकांपासून ते ड्रायव्हरपर्यंत, इतर सरकारी अधिकारी, पालिकेतले बॉसेस आणि त्यांचे चमचे आपलं बऱ्यापैकी असलेलं वजन वापरत असतात. मुद्दामहून संदिग्ध शब्दांमध्ये लिहिलेली चिठ्ठी घेऊन त्यांचे लोक येतात. त्यामागून येतात त्यांचे धमकीवजा फोन. यात बहुधा बदलीची भीती दाखवली जाते. हे प्रकार सहसा सिद्ध करता येत नसल्याने सौम्य भाषेत त्याला राजकीय ढवळाढवळ म्हटलं जातं. दोन भिंतींमध्ये त्यामुळे स्वाभाविकच शत्रू निर्माण होतात. विभागलेला बुरूज कधीतरी कोसळतोच.

एक दिवस एक पेशंट आपल्यापाशी येऊन फी कमी करावी म्हणून कशी विनंती करत होता ते डॉ. पैंना अजून आठवतंय.

''कसली फी?'' त्यांनी विचारलं.

त्या रोग्याने त्यांना सगळं नीट समजावून सांगितलं. आपण ही 'फी' भरत आलो आहोत, ती सतत वाढत गेली आणि सध्या मागितलेली रक्कम आपल्याला परवडण्यासारखी नाही, असंही तो म्हणाला.

तो जे बोलत होता त्यासाठी केईएम कोणतीही फी आकारत नसल्याचं, ते मोफत हॉस्पिटल असल्याचं डॉ. पैंनी त्याला सांगितलं.

''हे हॉस्पिटल मोफत आहे हे आम्हा सगळ्यांना माहीत आहे,'' शांतपणे तो रुग्ण म्हणाला. ''आणि आमच्याकडे लक्ष द्यायला हवं म्हणून काही डॉक्टर्सना आम्हाला अनाधिकृतपणे पैसे द्यावे लागतात हेही आम्हाला ठाऊक आहे. ते डॉक्टर्स हे पैसे आपल्या ज्येष्ठ डॉक्टर्सबरोबर वाटून घेतात याचीही आम्हाला कल्पना आहे. ते डॉक्टर मोकळेपणाने आम्हाला सांगतात की 'उपर तक देना पडता है.' तुम्ही सगळ्यात वरच्या डॉक्टर आहात आणि ते पैसे तुमच्यापर्यंत यावे लागत असणार, म्हणून मी असा विचार केला की थेट तुमच्याकडेच यावं आणि फी थोडी कमी करा अशी विनंती करावी.''

आणखी एक घटना आठवून डीन पैंच्या ओठांवर विषादाचं हसू उमटतं. ''सीव्हीटीसीची बायपास योजना सुरूच होत नव्हती. मला नवल वाटत होतं, आणि मग दिवस मला त्यामागचं कारण समजलं. रोग्यांना एका खाजगी हॉस्पिटलमध्ये दाखल करण्यासाठी इथले डॉक्टर्स त्या हॉस्पिटलकडून पैसे घेत होते. एक काळ असा होता जेव्हा वैद्यकीय व्यवसाय म्हणजे माणसाला बरं करण्याची कला मानली

जायची. आम्ही पेशंटचा हात पकडायचो, त्याच्याशी हळुवारपणे वागायचो, ज्याला बरं करायचं त्याच्या नजरेला नजर भिडवून बोलायचो. काही काळाने हा व्यवसाय म्हणजे तंत्रज्ञानाचं शास्त्र बनलं. आणि आता तर तो केवळ पैसा कमावण्याचा धंदा बनलाय.''

डीन पैंच्या मुलाने नुकतीच एमबीबीएसची पदवी घेतलीये. त्यांचंही निवृत्तीचं वय जवळ येऊ लागलंय. कधी कधी हे दडपण असह्य होतं आणि त्या मुदतपूर्व निवृत्तीचा विचार करतात. पण तरीही केईएमच्या डीन झाल्यानंतरच्या सुरुवातीच्या काही वर्षांमध्ये जो त्रास झाला त्याच्याशी तुलना करता आताचा त्रास काहीच नाही, हेही त्यांना ठाऊक आहे. ''त्या वेळी माझ्या हाताखालचं कोणीतरी सतत पालिकेमधल्या माझ्यावर असलेल्या कोणाशी तरी फोनवर बोलत असे. दोघांच्यामध्ये माझं सँडविच व्हायचं. मला खाली खेचण्याचा नेहमी प्रयत्न व्हायचा. पण त्यांचे अंतस्थ हेतू बाजूला सारून मी माझा मार्ग काढत राहिले. मला होणाऱ्या त्रासाशी मी जणू मैत्री करून टाकली. नंतर माझ्या कानांवर आलं की मी त्यांच्या आड येत असल्याने माझी बदली करण्यात येणार आहे. त्या वेळी मी ठामपणे उभं राहायचं ठरवलं, दडपणाखाली न येण्याचा निश्चय केला. नशीब, तो भयंकर काळ आता मागे पडलाय.''

निवृत्ती म्हणजे कदाचित खाजगी इस्पितळामध्ये प्रॅक्टिस करणं. त्यांनी अजून तसा काही विचार केलेला नाही. पण आपल्या लेखनाच्या बाबतीत मात्र त्या उत्सुक आहेत. डॉ. प्रज्ञा पैंनी मेडिकल जर्नल्समध्ये १६०पेक्षा जास्त लेख लिहिलेले आहेत. आणि बाळाचा जन्म व त्यानंतर घ्यायची काळजी यावर मराठी आणि गुजरातीमध्ये अगदी सोप्या भाषेत पाच पुस्तकं लिहिली आहेत. मागे वळून पाहताना त्या म्हणतात, ''माझ्या कारकीर्दीमध्ये माझ्या मूळ तत्त्वांच्या बाबतीत अजिबात तडजोड न करता मी ताठ उभी राहिले. वैयक्तिकदृष्ट्या ही माझी सर्वांत मोठी मिळकत म्हणता येईल. त्यामुळे मला व्यावसायिकदृष्ट्या सर्वात जास्त शत्रू निर्माण झाले. त्याला काय करणार?''

जुन्या आठवणी काढण्यासाठी त्यांनी वेळ काढलाय. ''डीनने मला बलात्काराविषयी सांगितलं तेव्हा मी हादरलोच,'' डॉ. संदीप सरदेसाई शांतपणे सांगतात. समोरच्या टेबलवर ते बोटाने रेघोट्या ओढत असतात. वेगवेगळ्या हॉस्पिटल्समधल्या त्यांच्या दिवसाच्या आठ अटॅचमेंटस संपलेल्या असतात, संध्याकाळी त्यांच्या क्लिनिकमध्ये आलेल्या रोग्यांवर उपचार करून झालेले असतात. आपले डॉक्टर केवळ आपण देत असलेल्या फीच्या मागे नाहीत, तर त्यांना आपलीही काळजी आहे, असा विश्वास मनाशी बाळगून हे रोगी बाहेर पडलेले असतात.

त्यांचा स्वर अजूनही खूप खालचा आहे. कधी कधी मोजून-मापून बोलल्यासारखा. ''मध्यंतरी एका पुरुषासमोर त्याच्या बायकोवर बलात्कार झाल्याची बातमी मी वाचली. तो प्रकार होत असताना या पुरुषाची अवस्था कशी झाली असेल? हे असं असतानाही आपल्या सिनेमांमधून बलात्काराचं उदात्तीकरण होतं. बलात्काराला चिथावणी देणं हाही तेवढाच मोठा गुन्हा आहे हे कोणाच्याच, अगदी सेन्सॉर्सच्याही लक्षात येत नाही का? बायकांच्या नियतकालिकांसकट सगळी प्रसारमाध्यमं अलीकडे बलात्काराच्या बातम्या अतिशय थेटपणे देतात. इतक्या की आजकाल कोणाला या बातम्या वाचून धक्काही बसेनासा झालाय. म्हणजे तो गुन्हा म्हणून आता स्वीकारला गेलाय का? बलात्कार झाल्यानंतर ती बाई शारीरिक, मानसिक आणि आर्थिकदृष्ट्या आपलं आयुष्य पुढे जगण्यात यशस्वी झाली की झालं सगळं? नाही, बलात्कारातून कायदेशीर आणि भावनिकदृष्ट्या तुम्ही यशस्वी होऊन बाहेर आलात तरी ते पुरेसं नसतं. बलात्कार करणाऱ्यांना जास्तीत जास्त शिक्षा होईल असा कायदा करण्यासाठी मुख्य प्रवाहातल्या प्रसारमाध्यमांनी प्रयत्न करायला हवेत.''

होय, त्या मेहतराला बलात्कारासाठी शिक्षा झाली नाही याची डॉ. सरदेसाईंना कल्पना आहे. ''काय उत्तर देणार मी यावर? त्या क्षणी तो प्रश्न मी हाताळू शकेन अशी परिस्थितीच नव्हती. मी गोंधळून गेलो होतो. एकाच वेळी अनेक भयंकर गोष्टी माझ्या अवतीभोवती घडत होत्या. त्याला तोंड देतानाच माझी दमछाक होत होती. स्वत:शी सगळं नॉर्मल असल्यासारखं वागण्याचा प्रयत्न मी करणं महत्त्वाचं होतं. माझा दिनक्रम बिघडू न देता, माझ्या दु:खाला शरण न जाता उभं राहणं मला भाग होतं. कारण मला माझी शक्ती माझ्या परीक्षेसाठी आणि तिच्या उपचारांसाठीच रोखून ठेवायची होती. तिने डोळे उघडले की, काही गिळलं की मला एकदम आशा वाटू लागायची. त्या कॉनव्हॅलेसंट होममध्ये मी रामदासबरोबर तिला बघायला गेलेलो असतानाही मी आशा सोडली नव्हती.''

रामदास आपल्या वडिलांच्या मृत्यूनंतर बायकोला घेऊन कायमचा बंगलोरला राहायला गेला. मुंबईपासून दूर गेल्याचा आनंद त्याला आहे. ॲलोपथिक औषधं आणि एकूणच वैद्यकीय व्यवसायाविषयी त्याच्या मनात असलेला अविश्वास पुन्हा परत आलाय. बंगलोरच्या डॉक्टरने त्याला दिलेली सगळी औषधं तो आपल्या मुंबईच्या मित्राला, डॉ. संदीप सरदेसाईला फोन करून विचारतो आणि मगच घेतो.

डॉ. सरदेसाईंना दोन मुलं आहेत, चांगली बायको आहे, आयुष्य छान चाललंय. दर वर्षी गणपतीला ते आपल्या बायको-मुलांसह गोव्याला, मडगावजवळच्या आपल्या गावी जातात. इथे मग पूजा होते. हिरव्यागार शेतांमध्ये, झुलणाऱ्या माडाच्या झाडांच्या सान्निध्यात. कुटुंबातले सगळे एकमेकांना भेटण्याची ही वेळ. आयुष्यात सगळं सुख-समाधान दिलं म्हणून गणेशाचे आभार मानण्याची ही वेळ.

हे सुख समाधान प्रत्येक बाईला मिळायला हवं. ते सगळं अरुणाच्याही नशिबात असतं.

निर्मलानेही आपलं समाधान मिळवलंय. त्यांचा मुलगा राकेश बँकेत नोकरी करतोय. धाकटा मुलगा रोहित कॉलेजमध्ये आहे. त्यांचे पती रत्नाकर शिवराव तेलंग देशभर खायचा रंग आणि इसेन्स विकण्याचा व्यवसाय करतात. त्यांच्या बोरिवलीतल्या फ्लॅटची किंमत त्या नवी नवरी बनून तिथे गेल्यापासून आता चौपट झालेली आहे.

राकेश आणि रोहित तेलंग यांना अरुणाविषयी माहिती आहे. त्यांच्या आईने त्यांना थोडं थोडं सांगितलंय. बलात्कार झालेल्या मुलीशी लग्न करायला ते तयार होतील? ''खूप कठीण आहे या प्रश्नाचं उत्तर देणं,'' बराच विचार केल्यानंतर राकेश म्हणतो. काही वर्षांपूर्वी आपल्या आईवडिलांबरोबर गेलेला असताना त्याने अरुणाला दूरून बघितलेलं आहे. ''माझी आई तिच्याशी कोंकणीमध्ये बोलत राहिली. आम्ही आहोत हे तिला समजतही नव्हतं.''

''मी बरेचदा तिथे गेले,'' निर्मला म्हणतात, ''मला लोकल ट्रेनने एकटं जाता येत नाही, म्हणून मग मी ह्यांना घेऊन जायचे. दोन वेळा तर हॉस्पिटलवाल्यांनी मला तिला बघूही दिलं नाही. एकदा मी त्यांना तिच्या खोलीचं कुलूप उघडायला लावलं. पण आता तिच्यासाठी मी अस्तित्वातही राहिलेली नव्हते.''

निर्मलाबरोबर आपलं लग्न झालं तेव्हा उत्साहाने वावरणारी अरुणा, रत्नाकर तेलंगांना अजून आठवतेय. ''तिची कुंडली अतिशय चांगली आहे असं मला सांगण्यात आलं होतं. प्रत्येक ज्योतिष्याने तिचं भविष्य उत्तम असेल असंच म्हटलं होतं. एकानेही तिला एखादा छोटासा अपघात होईल असंही कधी म्हटलं नव्हतं, मग हा भयंकर प्रकार तर दूरच. तिची अवस्था मी माझ्या डोळ्यांनी हॉस्पिटलमध्ये जाऊन पाहिली, तेव्हापासून मी ज्योतिष्यांपासून चार हात दूरच राहू लागलो आहे.''

मधेच निर्मलाला बोलायचं असतं. ''आपल्या वाडवडिलांची पापं मुलांना भोगावी लागतात. म्हणून अरुणाला एवढं सगळं सहन करावं लागतंय. मी तिची मदत कशी करू शकते, असा प्रश्न मला बरेचदा पडतो. तिच्यासाठी पूजा घातल्या गेल्यात आणि तिच्या प्रियकराने परदेशातील चांगल्यातली चांगली औषधं तिच्यासाठी वापरून बघितली आहेत, हे मला माहितीये. तरीही मी तिच्यासाठी प्रार्थना करत असते. मी तिला सांगितलंही होतं की बहिणीकडे राहायला जाऊ नकोस. पण त्याच्या क्लिनिकसाठी पैसे साठवण्याखेरीज दुसरा विचार नव्हता तिच्या डोक्यात. लग्नाच्या दिवसापर्यंत ती जर नर्सेस हॉस्टेलमध्येच राहिली असती तर हे असं झालंच नसतं.''

नसतं झालं?

रवी रमाकांतना आपल्या नावापुढे डॉक्टर लावलेलं आवडत नाही. ''इंजिनीअर्स किंवा पत्रकार आपल्या नावाआधी काही लावून आपल्या व्यवसायाची जाहिरात करतात का?'' त्यांच्या म्हणण्यात तथ्य आहे. तेव्हा डॉ. रवी रमाकांत हे केईएम इस्पितळाच्या रेडिऑलॉजी विभागाचे प्रमुख आहेत असं आपण एकदाच म्हणून टाकू या. १९७१ पासून ते केईएमशी संबंधित आहेत, पक्के केईएमवाले आहेत. मुंबईच्या वैद्यकीय वर्तुळामध्ये आपल्या विषयातलं त्यांचं ज्ञान आणि कॉम्प्युटरच्या सहाय्याने त्याविषयी अधिकाधिक माहिती काढण्यात त्यांना आलेला रस यासाठीही ते ओळखले जातात.

गेले काही महिने रवी रमाकांत जगभरात अरुणा शानबागसारखी आणखी एखादी केस झालेली आहे का शोधून काढण्याचा प्रयत्नात आहेत. त्यासाठी वेळ मिळाला की ते कॉम्प्युटरसमोर बसतात. अस्तित्वात असलेल्या अनेक फायली त्यांनी धुंडाळल्यात, दुसऱ्यांसाठी तपासल्यात, इंटरनेटवरून आंतरराष्ट्रीय स्तरावर अनेकांशी बातचीत केलीये, काही चिठ्ठ्या पाठवल्यात. त्यांना मिळालेला प्रतिसाद हा यंत्राच्या सहाय्याने जिवंत राहणाऱ्या केसेसविषयी आणि इच्छामरणाविषयीच जास्त आहे. एक उदाहरण आहे कॅरन ॲन क्विनलानचं. तिच्या आईवडिलांनी आपल्या मुलीला शांतपणे मृत्यूला सामोरं जाता यावं म्हणून अमेरिकेच्या कोर्टात खूप मोठा लढा दिला होता. पण सगळी प्रकरणं काळी आणि पांढरी. अरुणाचं प्रकरण हे त्या मधल्या करड्या रंगात येणारं.

थोडसं दिल्लीमधल्या त्या सैनिकांसारखं. मणक्यात गोळी लागल्यापासून ते बिछान्यावर पडून आहेत. कायमचे. त्यांचा भाऊ घरच्या घरीच त्यांची सगळी देखभाल करतो, त्यांना हवं-नको पाहतो. कारण हे गृहस्थ केवळ डोळे मिचकावू शकतात. टीव्हीच्या पत्रकार नलिनी सिंग त्यांना भेटायला दिल्लीला त्यांच्या घरी गेल्या असतानाचा प्रसंग सांगतात, ''काही दशकांपूर्वी हे घडलं तेव्हा हा माणूस सैन्यात कॅप्टन होता. आता ते शारीरिकदृष्ट्या पूर्णपणे अपंग आहेत, पण मानसिकदृष्ट्या मात्र संपूर्ण सतर्क. आपल्याला काय हवं नको ते डोळे मिचकावून सांगतात. म्हणजे असं की एकदा डोळा मिचकावला की ए, सव्वीस वेळा मिचकावला की झेड. या पद्धतीने एखादं इंग्रजी वाक्य बनवायला त्यांना खूप वेळ लागतो. त्यांनी डोळे मिचकावून मला 'आय वॉन्ट ॲन एन्ड टु धिस लाईफ' असं सांगितलं तेव्हा ते घळाघळा रडत होते.''

आणि मग आपले अश्रू आपण पुसूही शकत नाही हे लक्षात आल्यावर तर त्या कॅप्टनना अधिकच रडू कोसळलं.

मुक्ती मिळण्यापूर्वी काही लोक किती काळ हे जग जगत राहणार आहेत?

तो कापडाचा व्यापारी अचानक अरुणासाठी ट्रान्झिस्टर कम टेपरेकॉर्डर घेऊन येतो. यामुळे एक नवीनच प्रश्न निर्माण होतो. हा टु इन वन चोरीला जाणार नाही याची काळजी कोण घेणार?

मेट्रन याबाबत डीन पैंशी फोनवर बोलतात. "याआधीचा ट्रान्झिस्टर चोरीला गेला असं कळलं मला. अलीकडे तुम्ही अरुणासाठी नवीन नाईटीज बनवून घेतल्यात. त्यांतली एक थेट धुण्यातूनच गायब झाली. तिच्याविषयी लिहिणाऱ्या त्या पत्रकार बाईला अरुणासाठी ते बाजारात मिळतात ते फेकून देता येण्याजोगे डायपर्स आणायचे आहेत. अरुणाचे कपडे बदलताना नर्सेसना त्याचा खूप फायदा होईल, पण ते कुठे ठेवायचे मला माहीत नाही-कारण ते गायब होतील याची मला खात्री आहे. अरुणाची काळजी घेण्यासाठी वेगवेगळ्या नर्सेस आपापल्या शिफ्टनुसार आणि ड्युटीप्रमाणे तिच्या खोलीत जातात. तिथे साफसफाई करणाऱ्या वेगवेगळ्या बायकाही जातात. कशी नजर ठेवणार त्यांच्यावर? म्हणून मग आम्ही तिच्या खोलीत काही ठेवतच नाही. या टेपरेकॉर्डरचं मी काय करावं, डॉ. पै?"

कोणाच्या तरी दानशूरपणाचा उपयोग होऊन अरुणाला पंचवीस वर्षांपूर्वी जी गोष्ट आवडायची त्या गोष्टीचा फायदा मिळावा, म्हणून मग एक तात्पुरता उपाय शोधला जातो. अरुणासाठी प्रत्येक जण आपापल्या परीने जास्तीत जास्त करायचा प्रयत्न करत असतो. पण त्यांचं जास्तीत जास्त चांगलंही पुरेसं नाही असा काळ आलेला असतो.

३० जानेवारी, १९९८. स्टाफ नर्स अरुणा शानबागला शुद्ध आल्याला या दिवशी चोवीस वर्षं पूर्ण झाली. म्हणजे वैद्यकीय भाषेत तिला शुद्ध आली, ती कोमातून बाहेर पडली. खूप वर्षांनी एखाद्या प्रश्नाकडे बघताना सर्व बाजूंनी त्याप्रश्नाचा विचार करता येतो. एक प्रश्न आता सहजच विचारता येईल, मोठी शोकांतिका नक्की कोणती होती? कोमामधून तिला थेट मृत्यू आला नाही ही? की कधीही भरून न येण्यासारखं नुकसान झाल्यानंतरही ती जगत राहिली ही?

या वेळी तिला शुद्ध आणण्याचा प्रयत्न करणारे अनेक जण होते. आज तिला मुक्ती मिळावी म्हणून प्रार्थना करणारे लोक अगदी वेगळे आहेत. पण दुसरा कोणता उपाय आहे?

इथेही नेहमीची उत्तरं आहेतच. बहुतेक जग हे इच्छामरणाच्या विरोधात आहे. पण हा प्रश्न अरुणा शानबागच्या बाबतीत थोडा वेगळा नाही का?

"कायद्याच्या दृष्टीने नाही," ॲडव्होकेट केशव श्रीधर सहस्त्रबुद्धे म्हणतात.

सीआयडी इन्स्पेक्टर सहस्रबुद्धे पोलीस दलात साडेसदतीस वर्षं काम केल्यानंतर ३१ ऑक्टोबर, १९९७ या दिवशी पोलीस आयुक्त, क्राईम ब्रान्च, ठाणे इथून निवृत्त झाले. आता ते ॲडव्होकेट म्हणून कायद्याच्या दुसऱ्या बाजूने लढतात. ''दुसरी बाजू असं नाही म्हणता येणार,'' हळूच हसून ते म्हणतात. ''उलट माझ्या अनुभवाचा सगळ्या गोष्टी योग्य त्या भूमिकेतून बघण्यासाठी मला फायदाच होईल.''

ॲडव्होकेट सहस्रबुद्धे सांगतात की सुप्रीम कोर्टाच्या दोन न्यायमूर्तींनी काही काळापूर्वी असा निर्णय दिला की भारतीय दंड संविधानातील कलम ३०९ खाली असलेला कायदा हा भारतीय घटनेने दिलेल्या सुविधांचा भंग करणारा आहे. ''पण त्यापेक्षा वरच्या खंडपीठाने तो निर्णय नामंजूर केला. याचा अर्थ, कलम ३०९ आजही अस्तित्वात आहे.'' म्हणजे सोप्या शब्दांत, आत्महत्येचा प्रयत्न करणं हा या देशात कायद्याने गुन्हा आहे. हा गुन्हा करताना तुम्ही त्यात यशस्वी झालात तर अर्थातच हे कलम तुम्हाला लागू होत नाही.

दिल्लीतील 'कॉमन कॉज'चे संचालक एच. डी. शौरी हे फार पूर्वीपासून सन्मानाने मृत्यू मिळवण्याच्या प्रत्येकाला हक्क असल्याचं मानतात. ते म्हणतात, ''एखाद्या व्यक्तीला आत्महत्येसाठी मदत करण्याला परवानगी देण्याएवढं आपलं न्यायालयं पुढारलेलं नाही. मी असं नेहमीच म्हणत आलोय की एखादी व्यक्ती कधीही बरी होणार नाही अशा पातळीला जाऊन पोचली असेल तर त्या व्यक्तीचा मृत्यू वैद्यकीय तंत्रज्ञानाच्या साहाय्याने लांबवू नये. या अशा प्रकारच्या विचारांना सामोरं जाण्यासाठी आपल्या देशाला अजून बराच काळ घालवावा लागेल.''

मरण्याचा हक्क. जगातला कोणता देश देतो हा हक्क? खरं म्हणजे हे शब्द चुकीचे आहेत. मरण्याच्या हक्क प्रत्येकालाच असतो. इथे मुद्दा आहे तो मृत्यूचा निर्णय घेण्याच्या हक्काचा. आपल्या मृत्यूची वेळ आणि पद्धत ठरवण्याच्या हक्काचा. डॉक्टरांच्या मदतीने केलेली आत्महत्या, ॲक्टिव्ह युथनेजिया, दयामरण- जगभर हा प्रश्न अतिशय नाजुक होऊन बसलाय. प्रत्येक विषयाचं मोजून-मापून विश्लेषण करणाऱ्या 'द इकनॉमिस्ट'ने एकदा म्हटलं होतं, 'मृत्यूचं आगमन नियमित करण्याच्या दृष्टीने फार कमी कायदे आखले गेलेत.'

नेदरलँड्स हा एक असा देश आहे की जिथे दयामरणाचा खूप मोठ्या प्रमाणावर पुरस्कार होतोय. डॉक्टरांनी जर चार गोष्टींची काळजी घेतलेली असेल तर तिथला कायदा खटला भरला जाण्यापासूनही त्या डॉक्टरांना वाचवतो. त्या चार गोष्टी अशा आहेत - एक म्हणजे रोग्याने आपणहून, स्पष्टपणे आणि वारंवार मृत्यूची मागणी केलेली असायला हवी. दुसरं म्हणजे, रोग्याला होणारा त्रास हा असह्य आणि कमी न होऊ शकणारा हवा. तिसरं म्हणजे, त्या प्रकरणात आणखी

एक मतही विचारात घेतलेलं असावं आणि चौथं म्हणजे, या मृत्यूची कॉरोनरकडे नोंद झाली पाहिजे. यापैकी एक जरी गोष्ट डॉक्टरने केलेली नसली तरी त्याच्यावर खुनाचा खटला चालू शकतो.

ऑस्ट्रेलियाच्या उत्तर प्रांताने याबाबत पुढाकार घेतला होता. पण 'असाध्य रोगाने आजारी असलेल्यांचा हक्क' देणाऱ्या कायद्याविरुद्ध बराच आवाज उठवला गेल्याने तो रद्द करण्यात आला. खरं म्हणजे हा कायदा अतिशय तावून-सुलाखून मांडण्यात आलेला होता. तिथे रुग्णाचं वय अठरापेक्षा अधिक असणं आवश्यक होतं. शिवाय त्याला बरा न होणारा आजार झालेला हवा, त्याला तीन डॉक्टर्सनी तपासलेलं हवं, त्यातला एक मानसोपचारतज्ज्ञ हवा, रुग्णाला प्रचंड नैराश्य आलेलं नाही ना हे त्या डॉक्टरने तपासलेलं हवं, संमतीपत्रावर सही करण्याआधी रुग्णाने आठवडाभर थांबायला हवं आणि त्यानंतरही मृत्यूसाठी अठ्ठेचाळीस तास वाट पाहायला हवी.

१९९४ मध्ये अमेरिकेतील ओरेगॉन या राज्याने 'डेथ विथ डिग्निटी'चं विधेयक संमत केलं. त्यात असं नमूद केलेलं होतं की रुग्णाने आपल्याला मृत्यू येईल असं औषध दिलं जावं अशी विनंती तोंडी आणि लेखीही करायला हवी. तीसुद्धा दोन साक्षीदारांच्या समोर. त्यातला एक साक्षीदार त्या रुग्णाचा नातेवाईक असता कामा नये. त्यांच्यापैकी कोणीही त्या रुग्णाच्या इस्टेटीचा वारसदार असता कामा नये आणि रुग्णावर जिथे उपचार चालले आहेत त्या जागेशी त्या साक्षीदारांचा कोणताही संबंध असता कामा नये. लेखी विनंती केल्यानंतर त्या रुग्णाला मृत्यूसाठी किमान अठ्ठेचाळीस तास वाट पाहावी लागेल.

इच्छामरणाच्या विरोधात बोलणाऱ्या लोकांचं म्हणणं कितीही समजू शकणारं असलं तरी त्यात एक अडचण आहे. त्यामुळे बहुतेक वेळा अतिशय आजारी आणि मरणासन्न लोकांना सहज करत राहण्याखेरीज ते दुसरा पर्याय ठेवत नाहीत. इच्छामरणाच्या विरोधात असलेल्या कोणालाही तसा रुग्ण बनून जगायला आवडेल याची तर शक्यताच नाही.

नोव्हेंबर १९९६ मध्ये 'न्यू इंग्लंड जर्नल ऑफ मेडिसिन'ने, १९९५ मध्ये नेदरलॅण्ड्सने काय प्रगती केलीये याचा तपास घेतला आणि त्याची तुलना त्याआधी पाच वर्षं केलेल्या सर्वेक्षणाशी केली. इच्छामरणामुळे मृत्यूंच्या संख्येमध्ये थोडीशीच वाढ झालेली होती. रुग्ण, डॉक्टर किंवा नातेवाईक यांच्यापैकी कोणी बेदरकारपणे निर्णय घेतला असल्याच्या घटना नोंदलेल्या नव्हत्या. होय, इच्छामरणाच्या काही प्रकरणांची माहिती कॉरोनरकडे दिली गेली नव्हती पण कोणत्याही प्रकारच्या अत्याचारांविरूद्ध होणाऱ्या देखरेखीची पद्धत आणि अधिकाधिक अचूक होत चालली होती. या निरीक्षणातून असं दिसून आलं की १९९० मध्ये नेदरलॅण्ड्सच्या

डॉक्टरांकडे मृत्यूसाठी मदत करा असं सांगणारे ८९०० विनंती अर्ज आले होते आणि १९९५ मध्ये हा आकडा ९७०० एवढा झाला होता. यातले बहुतेक जण कॅन्सरचे रोगी होते आणि ५५ ते ७५ या वयोगटातले होते. मात्र डॉक्टरांनी आपला प्रतिसाद अतिशय काळजीपूर्वक दिला होता. देशातील एकूण मृत्यूंपैकी १९९० मध्ये फक्त १.७ आणि १९९५ मध्ये २.४ टक्के मृत्यू हे जाणीवपूर्वक साहाय्य केल्याने झालेले होते. यापैकी १९ टक्के वेळा 'ग्रे एरिया डेथ्स'चा उपयोग करण्यात आला होता. म्हणजे रोग्याला वेदनानाशकाचा एवढा मोठा डोस द्यायचा की त्या औषधाच्या अंमलाखाली असतानाच त्याला मृत्यू यावा.

डच सरकार काही माहिती लपवून ठेवतेय का? मृत्यू कधी यावा याची संमती न घेताच डॉक्टर्स रोग्याचं आयुष्य संपवत असतील का?- ती आठवडाभराने मरणारच होती, आणि तो पलंग मला आताच रिकामा हवा होता? नातेवाईकांकडून अन्याय होत असेल का? - आजारी बायकोने मृत्यू तरी स्वीकारावा नाहीतर नवऱ्याचं वाईट वागणं तरी? मृत्यू हाच उपचार होऊन बसला होता का?

तरीही, मृत्यू निवडण्याच्या हक्कावर चर्चा व्हायला काय हरकत आहे? आणखी काही सुरक्षिततेचे उपाय विचारात घेता येतील. नेदरलॅण्ड्स, ओरेगॉन, ऑस्ट्रेलिया यांनी घेतलेल्या काळजीमध्ये आणखी भर टाकता येईल. दया करण्यामागचा आणि सहजी सुटका व्हावी म्हणून घेतलेल्या निर्णयामागचा हेतू यातला फरक लक्षात आणून देणारा हा असामान्य कायदा असेल हेही आपण विसरता कामा नये.

१ मे, १९९८. वॉर्ड नंबर चारमधल्या रिकाम्या पलंगाकडे पाहून नर्स आपली खुर्ची आपल्या जवळच्या फायलींसकट पलंगाकडे ओढते. तिच्या छोट्याशा डेस्कपेक्षा पलंगावर सगळी फायली पसरायला तिला भरपूर जागा मिळते आणि त्यामुळे तिचं कामही झटपट होतं. ती नर्स तरुण आहे, उत्साही आहे. तिच्यासारखाच एक तरुण डॉक्टर तिच्या बाजूला येऊन वॉर्ड नंबर चारच्या रोग्यांच्या परिस्थितीविषयी विचारतो तेव्हा ती हसून उत्तर देते.

तो डॉक्टर आपल्या राऊंडवर आलेला असतो. त्याच्या कारकीर्दीच्या सुरुवातीचा हा काळ असणार. नर्स आणि डॉक्टर एकत्रच पेशंटसचे चार्टस पाहतात. काही रोग्यांना तो स्वतः तपासतो. पुन्हा एकदा त्या डेस्क-कम-पलंगापाशी येऊन तो विचारतो,

''आणखी काही?''

ती आपली यादी तपासते आणि म्हणते, ''होय डॉक्टर, स्टाफ नर्स अरुणा शानबाग, तिची मल्टी-व्हिटॅमिनची गोळी चालू ठेवायची की नाही हे मला विचारायचं होतं.''

"कोण?"

"ती अरुणा, तिथे आतमध्ये आहे ती."

"ओह, ती. दुर्दैवी तेरा नंबरवाली." एवढं बोलून त्याचा त्या पेशंटमधला रस संपतो. कारकीर्द सुरू करण्यासाठी त्यात काही थ्रिलही नसतं.

आतमध्ये त्या मूर्ख पुरुषाने नाव दिलेली 'तेरा नंबरवाली' भिंतीवरच्या एका बिंदूकडे टक लावून पाहत असते. काहीही दिसत नसताना. तिचे आखूड कापलेले, पिकलेले केस एका बाजूला पसरलेले असतात. सकाळी दिलेला चहा आणि पाव तोंडात एका कडेने ओघळून चॉकलेटी रंगाच्या उलटीच्या रूपात उशीवर सांडत असतो. आजपासून बरोबर एका महिन्याने या दिवशी ती पन्नास वर्षांची होणार असते.

खूप मागे पडलेल्या कुठल्या तरी जगात, दाट केस असलेल्या एका सुरेख तरुण मुलीचा काळजीपूर्वक फ्रेम केलेला फोटो इतर देवदेवतांच्या आणि मृत्यू पावलेल्या नातेवाईकांच्या तसबिरींमध्ये लटकवलेला असतो. कुलूपबंद घरातील काळोखाला तिचे चकचकीत डोळे भेदून जात असतात.

बाजूच्याच नॅशनल हायवे १७ वरून कर्कश संगीत वाजवणारे व्हिडिओ कोच भरधाव वेगाने जात असतात. आपल्यामागे केवळ धूळ ठेवून.

■ ■ ■